திராவிட இயக்க வளர்ச்சியில் கலைஞரின் நாடகங்கள்

விரிவுபடுத்தப்பட்ட புதிய பதிப்பு

கலைஞர் நூற்றாண்டு விழாச்
சிறப்பு வெளியீடு

ந.முருகேசபாண்டியன்

டிஸ்கவரி பப்ளிகேஷன்ஸ்

எண்: 9, பிளாட் எண்: 1080A, ரோஹிணி பிளாட்ஸ்,
முனுசாமி சாலை, கே.கே.நகர் மேற்கு,
சென்னை - 600 078. பேச: 99404 46650

வெளியீட்டு எண்: 0315

திராவிட இயக்க வளர்ச்சியில் கலைஞரின் நாடகங்கள் (கட்டுரை)

ஆசிரியர்: **ந.முருகேசபாண்டியன்**©

Drivida Iyakka Valarchiyil Kalagnarin Naadakangal

Author: **NA. MURUGASAPANDIYAN**©

Print in India
1st Edition: July - 2023
ISBN: 978-81-19541-08-9

Pages - 172

Publisher • Sales Rights

Discovery Publications
No. 9, Plot,1080A, Rohini Flats,
Munusamy Salai,
K.K.Nagar West, Chennai - 78.
Tamilnadu, India.
Mobile: +91 99404 46650

Discovery Book Palace (P) Ltd
No. 1055-B, Munusamy Salai,
K.K.Nagar West,
Chennai-600 078.
Ph: (044) 4855 7525
Mobile: +91 87545 07070

discoverybookpalace@gmail.com / www.discoverybookpalace.com

இந்த நூலில் பிரசுரமாகியுள்ள எந்த ஒரு பகுதியையு' எழுத்துபூர்வமான முன்அனுமதி பெறாமல் எடுத்தாள்வதோ, மறுபிரசுர' செய்வதோ, மொழியா'க' செய்வதோ, ஊடகங்களில் மறுபதிப்புச் செய்வதோ, காப்புரிமைச் சட்டப்படி தடை செய்யப்பட்டுள்ளது. இந்த நூலிலிருந்து சில பகுதிகளை மேற்கோள்காட்டி நூல்அறிமுக' செய்யலா'.

உங்கள் மொபைல் போனிலிருந்து ஸ்கேன் செய்து 'டிஸ்கவரி பு' பேலஸ்' மொபைல் ஆப்பை டவுன்லோடு செய்து, புத்தகங்களை வாங்குங்கள்.

நான் நாடகம் ஆடியவன்தான். இளமைப் பருவத்தில் 'உதயசூரியன்' நாடகம், 'காகிதப் பூ' நாடகம் என்றெல்லாம் நாடகமாடி அண்ணாவும் நானும் சேர்ந்தே நாடகம் ஆடித்தான் இந்தக் கட்சியை வளர்த்தோம். நாங்கள் மேடை போட்டு நாடகம் ஆடினோம். அவர்கள் நாட்டு மக்களிடத்திலே நாடகமாடிக் கொண்டிருக்கிறார்கள். அதுதான் வித்தியாசம். அவர்களுடைய நாடகம், அவர்களுடைய வருமானத்திற்காக, அவர்களுடைய வாழ்விற்காக. நாங்கள் பதவிகளை இழந்து, பவிசுகளை இழந்து, பணம் இழந்து, எங்களுடைய பலத்திலே ஒரு பகுதியை இழந்து, உடல் இளைத்து ஊர் சுற்றி நாடகங்கள் ஆடி, இந்தக் கட்சியை வளர்த்தோம். அப்படி வளர்த்த காரணத்தால், இன்றைக்குப் பெரியாரின் மாணவர்களாக, பேரறிஞர் அண்ணாவின் தம்பிகளாக உங்களைப் போன்றவர்களுக்கு தோழர்களாக இருக்கிறோம்.

2009 திருச்சி நாடாளுமன்ற தேர்தல் பொதுக்கூட்டத்தில் 01.06.2009 அன்று கலைஞரின் மேடைப் பேச்சு.

-02.06.2009 முரசொலி

காகிதப்பூ நாடகத்தில் கலைஞர்

என்னுரை

கடந்த பல நூற்றாண்டுகளாக வைதிக சநாதனத்தின் பிடியில் சிக்குண்டு சாதிய ஏற்றத்தாழ்வுகள் நிலவிய தமிழர் வாழ்க்கையில் இருபதாம் நூற்றாண்டு மாபெரும் திருப்புமுனையாக விளங்கியது. திராவிட இயக்கத்தின் சுயமரியாதைப் போராட்டமும் இந்திய தேசிய விடுதலைப் போராட்டமும் தமிழகத்தைப் பொறுத்தவரையில் இயக்க அடிப்படையில் முக்கியமானவை. தீண்டாமையைக் கற்பித்து மக்களிடையே ஏற்றத்தாழ்வினைப் போதித்துச் சக மனிதர்களை இழிவுபடுத்திய வருணாசிரமப் போக்கினுக்கு எதிராகப் பெரியார் எழுப்பிய கலகக் குரல், தமிழகத்தின் மூலைமுடுக்கெல்லாம் பரவியது, தற்செயலானது அல்ல. தேரையைப்போல அடங்கியொடுங்கித் தன்னுடலையே இழிவாகக் கருதிக்கொண்டிருந்த ஒடுக்கப்பட்ட மக்களுக்கும், பால் அடிப்படையில் நசுக்கப்பட்ட பெண்களுக்கும் பெரியாரின் கருத்துகள், அவர்கள் செல்லவேண்டிய திசைவழியைக் காட்டின. இத்தகு சூழலில் நாற்பதுகளில் பெரியாரின் சுயமரியாதைக் கருத்துக்களால் ஈர்க்கப்பட்ட பல்லாயிரக்கணக்கானோரில் எங்கள் அப்பச்சி (தந்தையின் தந்தை) சமயநல்லூர் மூ.வடிவேல் அவர்களும் ஒருவர். கிராமத்தில் வசதியாக வாழ்ந்த அப்பச்சி, தந்தையார், சித்தப்பா, தாய்மாமா போன்றவர்கள் திராவிட இயக்கச் சார்பாளர்கள். அறிஞர் அண்ணாவின் 'திராவிட நாடு' பத்திரிகைக்கு முகவராக இருந்த எனது தாய்மாமா சு. கருப்பணன், 1949 ஆம் ஆண்டு அறிஞர் அண்ணாவை அழைத்து எங்கள் ஊரில் கூட்டம் நடத்தியிருக்கிறார். என்னுடைய அப்பச்சி மூ. வடிவேல் அடிப்படையில் மூடநம்பிக்கைகளை எதிர்க்கும் நாத்திகர்; பெரியாரின் கருத்துகளால் ஈர்க்கப்பட்டவர். அவர் 96 ஆம் வயதில் இறக்கும்வரையிலும் கடவுள் மறுப்புச் சிந்தனையுடன் செயல்பட்டார். எங்கள் அப்பச்சிதான் எனக்கு முதல் அரசியல் ஆசான். 1948ஆம் ஆண்டு தூத்துக்குடி நகரில் நடைபெற்ற திராவிடர் கழக மாநில மாநாட்டில் எங்கள் தந்தையார்

மூ.வ. நடராஜன் குடும்பத்துடன் கலந்துகொண்டார். தினத்தந்தி, முரசொலி, விடுதலை போன்ற நாளிதழ்களை எங்கள் வீடுகளில் வாங்கியது, எனக்கு பள்ளிப்பருவத்திலே அரசியல் விழிப்புணர்வு ஏற்படக் காரணமாக இருந்தது. எங்கள் வீட்டுக்கருகில் இருந்த மந்தையில் அவ்வப்போது நடைபெற்ற தி.க., தி.மு.க. அரசியல் கூட்டங்களில் பேசப்பட்ட பேச்சுகள், பதின்மூன்று வயதிலே என்னைச் சாதி, மத எதிர்ப்பாளானாகவும் நாத்திகனாகவும் மாற்றிவிட்டன. இத்தகைய குடும்பச் சூழலில் பிறந்து வளர்ந்த நான் திராவிட இயக்கக் கருத்துக்களால் இளமையிலே ஈர்க்கப்பட்டது, இயல்பான விஷயம்.

1960களில் எங்கள் ஊரில் நிறுவப்பட்டிருந்த தாளமுத்து நடராசன் படிப்பகத்தில் நான் படித்த திராவிட இயக்கப் பத்திரிகைகள் ஏராளம். அதுபோல அன்றைய காலகட்டத்தில் முடித்திருத்தகங்கள், தையல் கடைகள் போன்ற இடங்களில் திராவிட இயக்கம் பற்றிய விவாதங்கள் நடைபெற்றுக் கொண்டிருக்கும். 'அச்சம் என்பது மடமையடா! அஞ்சாமை திராவிடர் உடைமையடா!' என்று கணீரென ஒலிக்கும் பாடலைக் கேட்டவுடன் மனத்தில் உற்சாகம் பிறக்கும். 'எங்கள் திராவிடப் பொன் நாடே கலை வாழும் தென்னாடே' என்று ஒலிபெருக்கிமுலம் காற்றில் மிதந்திடும் வரிகள், திராவிட நாடு பற்றிய புரிதலை ஏற்படுத்தின. அப்பொழுது பள்ளிக்கூடங்களில் தமிழாசிரியர்களாகப் பணியாற்றிய பலர் வகுப்பறைகளில் திராவிட இயக்கக் கருத்துக்களைப் பரப்பிக்கொண்டிருந்தனர்.

என் பதின்பருவத்தில் வாசித்த கல்கி, ஆர். சண்முகசுந்தரம், ஜெயகாந்தன், புதுமைப்பித்தன், கார்க்கி, செகாவ் போன்றோரின் படைப்புகள் என்னுடைய மனத்தில் பாதிப்பை ஏற்படுத்தின. அதே காலகட்டத்தில் அண்ணாவின் பார்வதி பி.ஏ., ரங்கோன் ராதா, கலைஞரின் வெள்ளிக்கிழமை போன்ற நாவல்களையும் சி.பி.சிற்றரசு, ஏ.வி.பிஆசைத்தம்பி, போன்ற திராவிட இயக்கப் படைப்பாளர்களின் படைப்புகளையும் வாசித்தேன். கல்லூரியில் சேர்ந்தபோது மெல்லப் பொதுவுடைமைக் கருத்துக்களினால் ஈர்க்கப்பட்டேன். பின்னர் சிறுபத்திரிகைகளில் வெளியான தீவிரமான படைப்புகளை வாசித்ததில் என்னுடைய இலக்கியத் தேர்வும் ரசனையும் முழுக்க மாறின. இலக்கியம் என்பது மனித மனம் சார்ந்து நுட்பமானதளத்தில் இயங்கக்கூடியது என்ற கருத்து, எனக்குள் வலுப்பெற்றது. நாளடைவில் திராவிட இயக்கத்தினரின் கலை இலக்கியப் போக்குகள் சரியல்ல என்று ஒற்றையாக மறுதலிக்கும்

மனநிலை உருவானது. ஆனால் இன்று யோசிக்கும்வேளையில் அவ்வாறு ஒரேயடியாக முழுமையாகப் புறக்கணித்தது சரியல்ல என்று தோன்றுகிறது. ஏனெனில் எல்லாவற்றுக்கும் மறுபக்கம் உண்டு.

திராவிட இயக்க இலக்கியப் படைப்புகள் பெரும்பாலும் அரசியல் நோக்கம் கருதிப் படைக்கப்பட்டவை. எனினும் அவை வெளியான காலகட்டத்தில் மக்களிடையே வீர்யமுடன் பரவின; அரசியல்தளத்தில் போராடிய இயக்கப் போராளிகளுக்கு வாளும் கேடயமுமாகப் பயன்பட்டன; பாமர மக்களிடம் திராவிட இயக்கக் கொள்கைகளைப் பரப்பிடப் பெரிதும் உதவின. வாள்முனையைவிடப் பேனா முனை கூர்மையானது என்று ஓங்கி ஒலித்த பிரெஞ்சுச் சிந்தனையாளரான வால்டேரின் குரல், திராவிட இயக்கத்தினரின் மைய முழக்கமாகியது. அதற்கேற்ப அடித்தட்டு மக்களிடம் பத்திரிகைகள், நாடகங்கள், திரைப்படங்கள்மூலம் திராவிட இயக்கத்தினர் நெருங்கிச் சென்றனர். பாரதிதாசன், டி.கே. சீனிவாசன், ஏ.வி.பி. ஆசைத்தம்பி, மதியழகன், முரசொலி மாறன், எஸ்.எஸ்.தென்னரசு, கண்ணதாசன், நாவலர் நெடுஞ்செழியன், முடியரசன், பொன்னிவளவன் என்ற திராவிட இயக்கப் படைப்பாளர்களின் பட்டியல் நீளமானது. இந்த இலக்கிய மரபு 1970களில் மெல்ல நசிவடையத் தொடங்கியது. இன்று திராவிட இயக்கப் படைப்பாளர்களின் எண்ணிக்கையை விரல்விட்டு எண்ணிவிடலாம். கலை இலக்கியத்தை முன்னிறுத்தித் தமிழகத்தின் ஆட்சியைக் கைப்பற்றிய தி.மு.க. பின்னர் அப்போக்கைக் கைவிட்டது ஆய்விற்குரியது. ஒரு காலத்தில் ஏறக்குறைய நூற்றுக்கும் மேற்பட்ட திராவிட இயக்க இதழ்கள் வெளியான நிலைமை முற்றிலும் மாறி, இன்று ஓரிரு நாளிதழ்கள் மட்டும் வெளியாகின்றன. இந்தப் பின்னடைவிற்கான காரணங்கள் கண்டறியப்பட வேண்டியுள்ளன.

தமிழர் வாழ்க்கையில் திராவிட இயக்கக் கருத்தியல் ஏற்படுத்திய தாக்கம் குறித்துப் பல்வேறு மதிப்பீடுகள், வெளியாகியுள்ளன. அதுபோல திராவிட இயக்கக் கலை இலக்கியத்திற்கும் தமிழர் வாழ்க்கைக்கும் இடையிலான உறவினை ஆழ்ந்து பரிசீலிக்க வேண்டியுள்ளது. எல்லாப் படைப்புகளும் மறுவாசிப்பிற்குள்ளாக்கப்பட வேண்டுமென்ற பின் நவீனத்துவக் காலகட்டத்தில் புனிதம் என்றோ இழிவானது என்றோ எதுவுமில்லை. முப்பதாண்டுகளுக்கு முன்னர் இலக்கியத்தில் மாபெரும் ஆகிருதி என்று போற்றப்பட்ட இலக்கியவாதியின் படைப்புகள், இன்று மறுவாசிப்பில் முக்கியத்துவம் இழந்து போகின்றன. இத்தகு சூழலில் திராவிட இயக்க இலக்கியப்

படைப்புகளை மீண்டும் மறுவாசிப்பிற்குள்ளாக்க வேண்டுமென விரும்பினேன். அதற்கான காரணம் இந்துத்துவாதான். 21 ஆம் நூற்றாண்டில் கார்ப்பரேட்டுகளுடன் கைகோர்த்துள்ள ஆர்.எஸ்.எஸ், பிஜே.பி போன்ற இந்துத்துவா அமைப்புகள் தமிழ்நாட்டில் மதக் கலவரத்தைத் தூண்டிவிட்டு அதிகாரத்தைக் கைப்பற்றிட முயற்சிகளை மேற்கொண்டுள்ளன. தமிழ்நாடு பெரியாரின் மண் என்று அதீத நம்பிக்கையுடன் மெத்தனமாக இருக்கும் போக்குச் சரியல்ல. ஏனெனில் அரசியல்ரீதியில் இங்கு எதுவும் நிகழ்ந்திடும் சாத்தியமுள்ளது. திராவிட இயக்க வேர்களின் வழியாகக் கடந்த காலத்தைக் கண்டறிந்து இளைய தலைமுறையினருக்கு அறிமுகப்படுத்தக் கலை இலக்கியம் பெரிதும் உதவும் என்பது என் நம்பிக்கை.

2006 ஆம் ஆண்டில் திராவிட இயக்கப் படைப்புகள், எல்லாவற்றையும் தேடிக்கண்டறிய இயலாத சூழலில், திராவிட இயக்க நாடகங்களை மட்டும் மதிப்பிட முயன்று, இறுதியில் கலைஞரின் நாடகங்களை வகைமாதிரியாக வரையறுத்துக்கொண்டேன். திராவிடர் கழகம், திராவிடர் முன்னேற்றக் கழகம் ஆகிய அமைப்புகளின் அரசியல் பிரச்சாரத்துக்குக் கலைஞரின் நாடகங்கள் பெரியஅளவில் பயன்பட்டமைக்குக் காரணத்தைத் தேடி நாடகப் பிரதிகளை வாசிக்கத் தொடங்கினேன். 1948 ஆம் அண்டு கலைஞரால் எழுதப்பட்ட ‘தூக்குமேடை’ நாடகத்தின் உள்ளடக்கம் எனக்கு வியப்பைத் தந்தது. அதில் இந்துத்துவாவிற்கு எதிரான கலைஞரின் கருத்துகள், துல்லியமாக வெளிப்பட்டுள்ளன. கலைஞரின் அரசியல் நாடகக் கருத்துகள் அன்றைய சூழலில் புரட்சிகரமானவை; மாறிவரும் புதிய சமுதாயத்திற்கு வழி வகுத்தன. தமிழ்நாடு முழுவதும் கல்வியறிவு பரவலாகி அறிவியல் முன்னேற்றம் ஏற்பட்டதாக நம்பிக்கொண்டிருக்கும் இன்றைய காலகட்டத்தில் மதஅடிப்படைவாத அமைப்புகளின் அதிகாரத்துவக் குரல்கள், ஓங்கி ஒலித்துக்கொண்டிருக்கின்றன. எல்லாவற்றையும் நம்பிக்கையின் அடிப்படையில் உருவாக்கி ஒற்றைத்தன்மையை வலியுறுத்தும் இந்துத்துவா அடிப்படைவாதிகள், ஜனநாயகத்திற்குப் பெரும் அபாயமாக விளங்குகின்றனர். மதஅடிப்படைவாதப் பயங்கரம் மெல்லப் பாசிசத்துக்கு இட்டுச் செல்லும் என்று கருதுகின்ற திராவிட இயக்கத்தினரும் இடதுசாரிகளும் அப்போக்கினை எதிர்க்கின்றனர். இத்தகு சூழலில் கலைஞரின் நாடகங்களை மறுபரிசீலனை செய்திடவும் மீண்டும் புதிய வடிவில் மேடையேற்றவும் வேண்டிய நெருக்கடி ஏற்பட்டுள்ளது.

திராவிட இயக்கப் படைப்புகள், தமிழிலக்கியத்திற்கு அளித்துள்ள கொடையை மதிப்பீடு செய்திடக் கலைஞரின் படைப்புகளை வகைமாதிரியாகக் கொண்டுள்ளேன். கலைஞரின் நாடகங்களைப் பாராட்டி எழுதுவது என்னுடைய நோக்கமன்று. ஏனெனில் அவருடைய படைப்புகள் ஏற்கனவே மக்களிடையே பிரபல்யமடைந்துள்ளன. அவற்றுக்கு எவ்விதமான பரிந்துரையோ போற்றுதலோ தேவையில்லை. தமிழக வரலாற்றில் கலைஞர் நாடகங்கள் ஏற்படுத்திய தாக்கத்தை மதிப்பீடு செய்வதன்மூலம் இன்றைய இளைய தலைமுறையினருக்கு அவற்றை அறிமுகம் செய்திடும் முயற்சியை மேற்கொண்டுள்ளேன். அவ்வளவே. எனவே சராசரித் தமிழரும் வாசிக்கும்வகையில் விமர்சனத்தை எளிமையாக எழுதியுள்ளேன்.

கலைஞர், தமிழ்நாட்டின் முதல்வராக இருந்தபோது 2007 ஆம் ஆண்டில் நான் எழுதிய 'திராவிட இயக்க வளர்ச்சியில் கலைஞரின் நாடகங்கள்' புத்தகம் வெளியானது. அதற்குப் பின்னர் பதினாறு ஆண்டுகள் கடந்தநிலையில், ஒன்றிய அரசாங்கத்தில் ஆட்சிசெய்கின்ற பி.ஜே.பி. கட்சியினரின் ஆட்சியில் வைதிக சநாதனத்தின் ஆதிக்கம், மேலோங்கியுள்ளது. இத்தகைய காலகட்டத்தில் முன்னெப்போதையும்விட திராவிடக் கொள்கைகள் மீண்டும் தேவைப்படுகின்றன. 2018 இல் கலைஞர் அகாலமான சூழலில் இன்றைக்குத் தமிழ்நாட்டில் மீண்டும் ஆட்சிக்கு வந்துள்ள திராவிட முன்னேற்றக் கழகம், பல்வேறு சவால்களை எதிர்கொண்டுள்ளது. முதல்வர் ஸ்டாலின் தொடக்கம் முதலாக வலியுறுத்துகின்ற 'திராவிட மாடல்' பற்றி அறிந்துள்ள இளைய தலைமுறையினருக்குக் கடந்தகாலத் திராவிட இயக்க வரலாறு பற்றிப் பெரிய அளவில் அறிந்திட வாய்ப்பில்லை. 1940கள் முதலாகத் திராவிடர் கழகத்தை முன்வைத்துத் தந்தை பெரியார், அறிஞர் அண்ணா போன்ற தலைவர்கள் அச்சு ஊடகம், நிகழ்த்துக்கலை, மேடைப் பேச்சுகள்மூலம் பரப்பிய திராவிடக் கருத்தியல், வைதிக சநாதனத்தின் பிடியில் சிக்கியிருந்த தமிழர்களிடம் ஆழமாகப் பரவியது, வரலாற்றுப் பதிவாகும். இந்நிலையின் விளைவுதான் மு.கருணாநிதி என்ற பதினெட்டு வயதான இளைஞர் 1943 ஆம் ஆண்டு எழுதிய ' நச்சுக்கோப்பை' நாடகம், திராவிட இயக்கக் கருத்தியலைப் பரப்பியது. அந்த நாடகத்தில் சிவகுரு என்ற என்ற பாத்திரத்தில் நடித்த மு.கருணாநிதி, அரசியலையும் கலையையும் நாடகம் என்ற நிகழ்த்துக்கலையாக்கியதில் வெற்றியடைந்தார்.

திராவிட இயக்க வரலாற்றில் திராவிட இயக்கக் கலை இலக்கியப் படைப்புகள், நிகழ்கலைகள் பற்றிய விவாதங்கள் தொடர்ந்து நடைபெறுவதற்குத் தூண்டுகோலாக இப்புத்தகம் விளங்கும் என்று நம்புகிறேன். ஏனெனில் திராவிட இயக்கம் கடந்த எழுபது ஆண்டுகளாகத் தமிழர் வாழ்க்கையில் ஏற்படுத்தியுள்ள விளைவுகளும் மாற்றங்களும் ஏராளம். ஆனால் எதிர்மறையான ரீதியில் திராவிட இயக்கச் செயற்பாடுகளை எதிர்மறையாக விமர்சிக்கும் போக்கு, உன்னத இலக்கிய உலகில் நிலவுகிறது. திராவிட இயக்கம் பற்றிய ஆழமான விவாதங்கள் அவசியம் என்ற நோக்கில் இப்புத்தகம் எழுதப்பட்டுள்ளது. அவ்வகையில் கடந்த காலத்தை ஆராய்ந்து மறுமதிப்பீடு செய்வதன்மூலம் நிகழ்காலத்தைச் செம்மையாக வாழ நம்மால் இயலும்.

கலைஞர், அவர் வாழும் காலத்தில் தான் எழுதிய சில நாடகங்களைப் பிரசுரிப்பதில் பெரிதும் அக்கறை காட்டவில்லை. சில நாடகங்கள் முரசொலி மலர்களில் வெளியானபிறகு புத்தக வடிவம் பெறவில்லை. கலைஞரின் ஒட்டுமொத்த நாடகங்களையும் செம்பதிப்பாக நூல் வடிவில் வெளியிட வேண்டியுள்ளது. கலைஞரின் கைவண்ணத்தில் எழுத்தோவியமாக வெளியான நாடக மொழி, இன்றைக்கும் வாசிப்பதற்குச் சுவராசியமாக இருக்கிறது. இளைய தலைமுறையினருக்குக் கலைஞரின் நாடகங்களை அறிமுகப்படுத்திடும் நோக்கில் கலைஞரின் மொழி ஆளுகைக்குச் சான்றாக விளங்குகின்ற நாடகங்களில் இருந்து தேர்ந்தெடுக்கப்பட்ட பகுதிகள் நூலின் பின்னிணைப்பில் தரப்பட்டுள்ளன. அவை, கலைஞர் எழுதிய நாடகங்கள் பற்றிய புரிதலையும் தேடலையும் ஊக்குவிக்கும் ஆற்றல் மிக்கவை.

கலைஞர் அகாலமானபோது நான் எழுதிய 'கலைஞரின் ஆளுமைப் பண்புகள் கட்டுரை' உயிர்மை இதழிலும் 'கலைஞரும் தமிழும்' கட்டுரை விகடன் இலக்கியத்தடம் இதழிலும் பிரசுரமாயின. அவை, கலைஞரின் மறுபக்கத்தை அறிந்திட உதவும் என்ற நோக்கில் பின்னிணைப்பாகத் தரப்பட்டுள்ளன. கட்டுரைகள் எழுதுவதற்குக் காரணமான கவிஞர் மனுஷ்யபுத்திரன், கவிஞர் வெய்யில் ஆகியோருக்கு நன்றி.

'திராவிட இயக்க வளர்ச்சியில் கலைஞரின் நாடகங்கள்' புத்தகத்தை வ.உ.சி. பதிப்பகம்மூலம் 2007 ஆம் ஆண்டு நண்பர் இளையபாரதி வெளியிட்டார். அந்தப் பதிப்பு வெளியாகி பதினாறு

ஆண்டுகள் கடந்த சூழலில் தமிழ்நாட்டுச் சமூக, அரசியலில் பல்வேறு மாற்றங்கள் ஏற்பட்டுள்ளன. அரசியல்ரீதியில் வைதிக சநாதனத்தை எதிர்த்துப் போராட இன்று திராவிட மாடலை முன்வைக்க வேண்டிய நெருக்கடி ஏற்பட்டுள்ளது. சநாதனத்தை ஒழித்திட வேண்டுமென்று அமைச்சர் உதயநிதி ஸ்டாலின் பேச்சை எதிர்த்திடும் ஆர்.எஸ்.எஸ்.காரர்கள், பார்ப்பனர்கள் பேசிய கண்டனப் பேச்சுகள் வலுவான இந்துத்துவாப் பின்புலமுடையவை. இந்நிலையில் கலைஞரின் நாடகங்களை பதினாறு ஆண்டுகளுக்குப் பின்னர் மறுவாசிப்புக்குட்படுத்தியபோது, 'திராவிடம்' என்ற சொல் கலைஞரின் நாடகங்களில் தமிழரின் வாழ்க்கையில் எப்படியெல்லாம் மலர்ச்சியை ஏற்படுத்திடப் பயன்பட்டுள்ளது என்பதைக் கண்டறிந்தபோது வியப்பாக இருக்கிறது. நான் முன்னர் எழுதிய 'திராவிட இயக்க வளர்ச்சியில் கலைஞரின் நாடகங்கள்' புத்தகத்தில் ஏற்கனவே சொல்லப்பட்டுள்ள கருத்துகளுடன் சமகால அரசியலுக்கு முக்கியத்துவம் தந்து, புதிய தகவல்களைக் கூடுதலாகச் சேர்த்துள்ளேன்; சிலவற்றை நீக்கியுள்ளேன். நூலின் முந்தையப் பதிப்பில் ஆய்விற்கு முக்கியத்துவம் அளித்திருந்தேன். தற்சமயம் வெளியாகின்ற விரிவுபடுத்தப்பட்ட புதிய பதிப்பில் சேர்க்கப்பட்டுள்ள பல்வேறு தகவல்கள், கலைஞர் என்ற ஆளுமை உருவாக்கத்தின் சமூக அரசியல் பின்புலத்தினை முன்னிலைப்படுத்துகின்றன. சநாதனத்தை எதிர்த்துப் போராட முயலுகின்ற இளைய தலைமுறையினருக்குக் கடந்தகால திராவிட இயக்க அரசியலையும், நாடகம் என்ற நிகழ்த்துக் கலை வடிவம்மூலம் நடைபெற்ற திராவிடக் கருத்தியல் பிரச்சாரத்தையும் சான்றுகளுடன் இந்நூல் அறிமுகப்படுத்துகின்றது.

புத்தகத்தை எழிலாக வடிவமைத்த நண்பர் வெ.பாலாஜிக்கு நன்றி.

கலைஞர் நூற்றாண்டு விழாக் கொண்டாட்டத்தின் பகுதியாகத் 'திராவிட இயக்க வளர்ச்சியில் கலைஞரின் நாடகங்கள்' நூலின் விரிவுபடுத்தப்பட்ட புதிய பதிப்பை அழகிய வடிவமைப்பில் டிஸ்கவரி பதிப்பகம்மூலம் வெளியிடும் இனிய நண்பர் மு.வேடியப்பனுக்கு நன்றி.

என்னுடைய இலக்கிய முயற்சிகளில் தொடர்ந்து ஒத்துழைப்பு நல்கிடும் அன்புத் துணைவி உஷாவின் ப்ரியமும் தோழமையும் என்றும் தீராதது.

ந.முருகேசபாண்டியன்
மதுரை
9443861238

காகிதப்பூ நாடகத்தில் கலைஞரும் ராஜாத்தி அம்மையாரும்

உள்ளடக்கம்

1. கலைஞரின் வாழ்க்கையும் நாடகங்களும்
2. இயக்கங்களும் கலைஞரின் நாடகங்களும்
3. சமுதாயச் சித்திரிப்புகள்
4. அரசியல் வெளிப்பாடுகள்
5. தமிழ் நாடகத்திற்குக் கலைஞரின் பங்களிப்பு

துணை நூல் பட்டியல்

பின்னிணைப்புகள்

i. கலைஞரின் நாடகங்கள்
ii. கலைஞரின் கைவண்ணத்தில் எழுத்தோவியங்கள்
iii. கலைஞரின் ஆளுமைப் பண்புகள்
iv. கலைஞரும் தமிழும்

பெரியாரும் கலைஞரும்

கலைஞரின் வாழ்க்கையும் நாடகங்களும்

தமிழிலக்கியத்திற்கு நாடகம், கவிதை, நாவல், சிறுகதை போன்ற இலக்கிய வடிவங்கள்மூலம் காத்திரமான பங்களிப்புச் செய்துள்ள கலைஞரின் இலக்கிய ஆளுகை, பன்முகத்தன்மையுடையது. பல்லாண்டுகளாகத் தமிழ்நாட்டு அரசியலில் அழுத்தமான தடம் பதித்துள்ள கலைஞர், இலக்கிய ஆக்கத்திலும் தனித்தன்மையுடன் விளங்குகிறார். கலைஞரின் பதின்பருவ அரசியலும் நிகழ்த்துக் கலையான நாடகம் எழுதுதலும் பிரித்தறிய இயலாமல் ஒருங்கிணைந்துள்ளன. திராவிட இயக்க அரசியல் பணியின்போது கருத்தியல் பிரச்சாரத்தின் பகுதியாக நாடகத்தைக் கருதிய கலைஞர் தன்னுடைய இளமைக்காலத்தில் அவர் எழுதிய நாடகங்களில் நடிக்கவும் செய்தார் என்பது முக்கியமான தகவல்.

கலைஞர், திருவாரூர் மாவட்டத்திலுள்ள திருக்குவளை என்னும் சிற்றூரில் வாழ்ந்து வந்த முத்துவேலர் அஞ்சுகம் தம்பதியினருக்கு மகனாக 1924 ஆம் ஆண்டு ஜூன் மாதம் மூன்றாம் நாள் பிறந்தார். அவருக்குப் பெற்றோர் இட்ட பெயர் கருணாநிதி. அவருடைய பெற்றோர் இந்து சமயக் கோவிலைச் சார்ந்து வாழும் இசைவேளாளர் மரபினர். எனவே கலைஞரின் இளம்பருவம் இசையுடன் தொடர்புடையதாக இருந்தது. “கலைஞரோட அப்பா முத்துவேலரும் நாதஸ்வரத்தில் பிரபலமாக இருந்தவர். நல்ல தேர்ச்சி அவருக்கு. நாதஸ்வரத்தில் தங்கப்பட்டை போட்டு வாசிச்சவர் அவர்.”[1] இந்நிலையில் கலைஞர் நாதஸ்வர இசைப் பயிற்சி பெற அவருடைய தந்தையார் ஏற்பாடு செய்தார். ஆனால் அது அவருக்கு ஏற்புடையதாக இல்லை. நாதஸ்வர இசை அவருக்கு உவப்பானதாக இருப்பினும் நாதஸ்வரக் கலைஞர்களுக்கு அன்றைய சமூகம் தந்த மரியாதை, அவரிடம் ஆழமான எதிர்ப்புணர்வைத் தோற்றுவித்தது. "நாலு பெரிய மனிதர்கள் இருக்குமிடத்தில் சட்டை போட்டுக்கொண்டு போக முடியாது. மேல் துண்டினை எடுத்து இடுப்பிலே கட்டிக்கொள்ள வேண்டும். செருப்பு அணிந்துகொள்வதும்

தவறு. இப்படியெல்லாம் கடுமையான அடிமைத்தனம் தெய்வீகத்தின் பெயராலும், சாதி மத சாத்திர சம்பிரதாயத்தின் பெயராலும் ஒரு சமுதாயத்தினரைக் கொடுமைக்கு ஆளாக்குவதை என் பிஞ்சு மனம் வன்மையாக எதிர்த்துக் கிளம்பியது. அதன் காரணமாக இசைப்பயிற்சியை வெறுத்தேன்”[2] என்று கலைஞர் குறிப்பிடும் சமூக ஏற்றத்தாழ்வு, அன்றைய இழிந்த சமூகநிலையைச் சுட்டுகிறது. அவர், தன்னுடைய பள்ளிப் பருவத்திலேயே குலத்தொழிலான நாதஸ்வரம் வாசித்தல் குறித்து எதிர்மறையாக யோசித்தார். அவருடைய வாழ்க்கைக்கும் கலைக்குமான தொடர்பு, இளவயது முதலாகப் படைப்புகளில் வெளிப்பட்டாலும் அவற்றில் சமுதாய விமர்சனம் அழுத்தமாக வெளிப்பட்டுள்ளது. சாதி அடிப்படையில் மக்களைப் பாகுபடுத்தும் கலையை வெறுத்தாலும் அவருக்குள் பொதிந்துள்ள கலை ஆர்வம், வெவ்வேறு வழிகளில் வெளிப்பட்டுள்ளது. சாதி, சமய அடிப்படையில் மனிதர்களை வேறுபடுத்தி உயர்வுதாழ்வு கற்பிக்கும் வருணாசிரம அடிப்படையை வலியுறுத்திய வைதிக சநாதனத்தின் மோசமான வெளிப்பாடு, இளைஞரான கலைஞரின் மனத்தில் அழுத்தமான பாதிப்பை ஏற்படுத்தியது. அது, அவருடைய நாடகம் தொடர்பான செயல்பாடுகளில் வெளிப்பட்டுள்ளது.

“மு.கருணாநிதி பத்து வயதுச் சிறுவனாக இருக்கும்போது மாட்டுத்தொழுவத்தில் நாடகம் நடத்தியுள்ளார். அப்பொழுது நீலப்பவுடரை அள்ளி உடம்பெங்கும் பூசிக்கொண்டு அர்ச்சுனன், கிருஷ்ணன் வேடங்கள் போட்டு நடிப்பார்.”[3] கலையானது இளவதிலே அவருக்குள் ஏற்படுத்தியுள்ள தாக்கத்தை ஆராய்ந்தால் அவர் விருப்பத்துடன் ஈடுபட்ட முதல் கலையே நாடகக்கலை என்பது புலனாகிறது.

1938 ஆம் ஆண்டு ராஜாஜி தமிழகத்தின் முதலமைச்சராக இருந்தபோது கொண்டு வந்த கட்டாய இந்தி திணிப்பை எதிர்த்துச் சுயமரியாதை இயக்கத்தினர் தமிழகமெங்கும் எதிர்ப்பியக்கம் நடத்தினர். அப்பொழுது திருவாரூரில் பள்ளியில் படித்துக்கொண்டிருந்த பதினான்கு வயது நிரம்பிய கலைஞர், மாணவர்களைத் திரட்டிச் சங்கம் அமைத்தார். மேலும் அவர் இந்தி எதிர்ப்பினுக்கு அடையாளமாக மாணவர்கள் அடங்கிய ஊர்வலத்தை ஏற்பாடு செய்ததுடன் துண்டறிக்கையை மக்களிடையே வழங்குவதில் முனைந்து செயல்பட்டார். 1941ஆம் ஆண்டு திருவாரூரில் ‘தமிழ் மாணவர் மன்றம்’ என்ற அமைப்பைத் தோற்றுவித்த கலைஞர் அந்த அமைப்பில் முக்கியப் பங்காற்றினார்.

அம்மன்றத்தின் முதலாண்டு விழாவில் அன்பழகன், மதியழகன் ஆகியோர் கலந்துகொண்டு சிறப்புரையாற்றினர். கலைஞர், பள்ளி மாணவப்பருவத்திலே மாணவர் அமைப்பைத் தோற்றுவித்துச் சுயமரியாதை இயக்கத்தினருடன் தொடர்புகொண்ட அரசியல் ஈடுபாடு, அவருடைய சமூக அக்கறையைக் காட்டுகின்றது.

கலைஞர் பள்ளிக்கூடத்தில் படிக்கும்பொழுது குடியரசு பதிப்பக வெளியீடுகளைப் படித்துக்கொண்டிருந்ததால், அவருடைய கவனம் படிப்பில் இல்லை. எனவே முழு ஆண்டுத் தேர்வில் தேர்ச்சி பெறவில்லை. பள்ளி மாணவர் சங்க ஆண்டு விழாவில் 'துருவன்' நாடகத்தில் இந்திரனாக வேடமிட்டு நடித்தார். அந்நாடகத்தில் இந்திரனுக்குரிய உரையாடலைக் 'குடியரசு' கருத்தியல்போக்கில் சுயமாக எழுதிப் பேசி நடித்தார். நாரதருக்குப் பதில் கூறும்போது, "அகல்யாவிடம் கொஞ்சியதற்குத்தான் உடம்பெல்லாம் கண்களாகிப் போகுமாறு சாபம் பெற்றுவிட்டேன். ஒரு கண் இரண்டு கண் இருக்கும் தேவர்களே காதல் வியாதியால் கஷ்டப்படும்போது ஆயிரங்கண்ணுடையான் நான் என்ன செய்வேன்? ஏனய்யா நாரதரே! எனக்குத்தான் ஆயிரம் கண்கள்; காளிதேவியையும் ஆயிரங் கண்ணுடையாள் என்கிறார்களே அவளுக்கும் என்னைப்போல் ஏதாவது சாபந்தானோ?"[4] என்று வசனம் பேசினார். துருவன் நாடகத்தில் நடிக்கும்போது கலைஞரின் வயது ஏறக்குறைய பதினாறு. மாணவப்பருவத்திலேயே புராணக் கதையைக் கேலி செய்வதுடன் கடவுள்களை விமர்சிப்பதும் அவருடைய இயல்பாக இருந்ததை அறியமுடிகிறது. பெரியாரின் சுயமரியாதைக் கருத்துகளினால் ஈர்க்கப்பட்ட கலைஞர், புராணக்கதைகளில் முக்கியத்துவம் பெற்றுள்ள கடவுளர் கதைகளைப் பகடிசெய்யும் நாத்திகராக மாறியது புலப்படுகிறது. பதின்பருவத்தில் கடவுள் பற்றிய கலகக்குரலை நாடகத்தில் பதிவாக்கியுள்ள கலைஞரின் சிந்தனைப்போக்கு, அவருடைய பிற்காலத்திய அரசியல் வாழ்க்கைக்கு அடித்தளமாக விளங்கியுள்ளது. அவருடைய செயல்பாடுகள், அன்றைய வைதிக சநாதன மேலாதிக்கச் சூழலில் பெரும் அதிர்வுகளையும் எதிர்ப்புகளையும் ஏற்படுத்தக்கூடியன என்பதை அறிந்தும் துணிவுடன் கலகக்காரராகச் செயற்பட்டுள்ளார்.

1939ஆம் ஆண்டில் கலைஞர் சிறுவர் சீர்திருத்தச் சங்கத்தின் தலைவராக இருந்தார். அச்சங்கத்திற்குப் போட்டியாக அவருடைய நண்பரான தியாகராசன் 'இளைஞர் சங்கம்' என்ற அமைப்பைத்

தோற்றுவித்தார். இரு சங்கங்களுக்கும் இடையில் கடும் போட்டி உருவானது. இரு சங்கத்தின் தலைவர்களும் தேர்தலில் போட்டியிட்டு யார் அதிக வாக்குகள் பெறுகிறார்களோ, அவரின் ஆணைக்கு எல்லா இளைஞர்களும் கட்டுப்பட வேண்டுமென முடிவெடுத்தனர். இரு சங்கத்தினரும் வாக்குகள் சேகரிக்கும் பணியில் ஈடுபட்டிருந்தனர். தேர்தலுக்கு மூன்று நாட்களுக்கு முந்திய நாள் இளைஞர் சங்க நாடகம், தியாகராசன் வீட்டுத்திண்ணையில் நடைபெறுவதாக இருந்தது. அதில் கதாநாயகனாக நடிக்கவிருந்த இளைஞன் கோபித்துக்கொண்டு போய்விடவே தியாகராசன் மிகவும் வருத்தத்துடன் கலைஞரை சந்தித்துப் புலம்பினார். கலைஞர் "நாடகத்தில் நான் வேடம் புனைகிறேன். அதற்குத் கைமாறாகத் தேர்தல் போட்டியிலிருந்து விலகிவிடு"[5] என்று வேண்டுகோள் விடுத்தார். அவருடைய நிபந்தனை ஏற்கப்பட்டு இளைஞர் சங்கம் கலைக்கப்பட்டது. கலைஞர் துஷ்யந்தனாக நடித்துப் பாராட்டுப் பெற்றார். இளைஞர் சங்கத்தினருடன் அவருக்கேற்பட்ட முரண்பாடும் அது தீர்க்கப்பட்ட முறையும் கலைஞரின் அரசியல் செயல்பாடு, இளவயதிலே தொடங்கிவிட்டதற்கு அடையாளமாகும். பொது வாழ்வில் எதிர்கொண்ட முரண்பாட்டினைத் தீர்ப்பதற்கு 'நாடகப் பங்கேற்பு' அவருக்கு உதவியுள்ளது என்பது முக்கியமான தகவல்.

திராவிட இயக்கத் தலைவர்களில் முதன்மையானவரான சி.என். அண்ணாதுரையினால் காஞ்சிபுரத்திலிருந்து வெளியிடப்பட்ட 'திராவிட நாடு'(20 -04-1942) இதழில் பள்ளி மாணவரான கலைஞர் எழுதிய 'இளமைப் பலி' என்ற கட்டுரை வெளியானது. அது, அவருடைய எழுத்துலக ஈடுபாட்டினைத் துரிதப்படுத்தியது; திராவிட இயக்கத்தில் சேர்ந்து பணியாற்ற வேண்டுமென்ற ஆவலைத் தூண்டியது. திராவிட இயக்கம் மீதான ஈடுபாடு, அவருடைய பள்ளிப் படிப்பிற்கு முற்றுப் புள்ளியிட்டது.

1943 ஆம் ஆண்டு தமிழ்நாடு தமிழ் மாணவர் மன்ற நிதிக்காகப் 'பழனியப்பன்' என்ற நாடகத்தைக் கலைஞர் எழுதியதுடன் அதில் நடிக்கவும் செய்தார். அப்பொழுது அவருக்கு வயது பதினெட்டு. அந்நாடகம் திருவாரூரில் அரங்கேறியது. அன்று பெய்த கடும் மழையின் காரணமாக எண்பது ரூபாய் மட்டும் வசூலானது. எனவே ஏறக்குறைய நூற்று இருபது ரூபாய்கள் பற்றாக்குறை ஏற்பட்டது. நாடகத்தினால் ஏற்பட்ட கடனை அடைக்க நாகப்பட்டினம் திராவிடர் கழகத் தலைவர் ஆர்.வி. கோபால் உதவினார். அவர் புதிதாக ஆரம்பிக்கவிருந்த நாகை

திராவிடர் நடிகர் கழகத்துக்குப் 'பழனியப்பன்' நாடகத்தை நூறு ரூபாய்க்குத் தரவேண்டுமென ஒப்பந்தம் உருவாயிற்று. பழனியப்பன் நாடகம் எழுதியபோது கலைஞரின் வயது பதினெட்டு. அப்பொழுது அவருக்கு இளம்பெண்ணுடன் ஏற்பட்டிருந்த காதல், சுயமரியாதை இயக்கக் கொள்கை காரணமாக முறிவடைந்தது. வைதிக சநாதன முறைப்படி புரோகிதர்கள் வேள்வித்தீயின் முன்னர் வேத மந்திரங்கள் ஓதிட நடைபெறும் திருமணத்தில் கலைஞருக்கு உடன்பாடு இல்லை என்ற காரணத்தினால் காதலர்கள் ஒன்று சேர்ந்திட முடியவில்லை. காதல் தோல்வியால் வேதனையுற்ற உள்ளத்தின் எதிரொலியாக எழுதப்பட்ட பழனியப்பன் நாடகம், பின்னர் 'சாந்தா' எனவும் 'நச்சுக்கோப்பை' எனவும் பெயர் மாற்றப்பட்டு நிகழ்த்தப்பட்டது. வைதிக சநாதனம் ஆதிக்கம் செலுத்திய தஞ்சை வண்டல் பகுதியில், பிறப்பினால் அடக்கியொடுக்கப்பட்ட சாதியில் பிறந்த கலைஞர், தன்னுடைய சாதி அடையாளத்தைப் புறக்கணித்தது பெரிய விஷயம். அதுமட்டுமில்லாமல் அவர் துணிந்து திராவிட இயக்க அரசியலில் ஈடுபட்டது இளமையிலே அவருக்குள் பொதிந்துள்ள மன உறுதியைக் காட்டுகின்றது. இளவயதிற்குரிய காதல் பற்றிய புனைவுகளில் பெரிதும் நாட்டமின்றி அரசியலைத் தேர்ந்தெடுத்தது அவருடைய ஆளுமை உருவாக்கத்தில் முக்கிய இடம் வகிக்கின்றது.

இளம் வயதில் திராவிட இயக்கக் கருத்துகளுடன் தன்னை இணைத்துக்கொண்டு தமிழ் மாணவர் மன்ற நிதிக்காக நாடகம் நடத்திய சம்பவம், இளமையிலே அவருக்குள் கனன்ற நாடக வேட்கையைக் காட்டுகிறது. ஒருபுறம் சராசரி இளைஞனைப்போல் காதல் வயப்பட்டதும் இன்னொருபுறம் நாடகம்மூலம் பொதுவாழ்வில் சமூக மாற்றத்தினை ஏற்படுத்த முயன்றதும் கலைஞரின் நடைமுறை வாழ்கையில் பல்வேறு படிப்பினைகளைக் கற்பித்திருக்க வேண்டும். அவர் துணிச்சலுடன் பொது வாழ்க்கையில் அடியெடுத்து வைப்பதற்கான வலுவான அடித்தளமாகப் 'பழனியப்பன்' நாடக முயற்சி விளங்கியது. கலைஞரின் படைப்புத்திறன் தமிழகமெங்கும் அறிமுகமாகிட 'பழனியப்பன்' நாடகம் பயன்பட்டுள்ளது. அவருடைய கலையுலகப் பயணத்தில் 'பழனியப்பன்' நாடகம் முதல் படிக்கட்டு என்றாலும் அது வலுவானது.

1944 ஆம் ஆண்டு 'திராவிட நடிகர் கழகம்' என்ற பெயரில் தோற்றுவிக்கப்பட்ட நாடகக் குழுவினரின் முதல் நாடகமாக கலைஞரின் 'பழனியப்பன்' நாடகம் நடத்தப்பட்டது. கலைஞர்

தான் எழுதும் நாடகத்தில் மட்டும் நடிப்பது என்ற நிபந்தனையுடன் நாடகத்தில் நடித்தார். அப்பொழுது அவருக்குத் திருமணமாகி இருந்தது. எனினும் பழனியப்பன் நாடகத்தில் நடிப்பதற்காக அங்குமிங்கும் அலைந்துகொண்டிருந்தார். இளமையிலே குடும்பப் பொறுப்புகளை ஏற்றுக்கொண்டு அல்லல்பட்டாலும் இயக்கக் கொள்கையினை நாடகம்மூலம் பரப்புவதற்குத் தன்னால் முடிகிறதே என்ற ஆறுதலுடன் அவருடைய நாடகப்பணி தொடர்ந்தது. பழனியப்பன் நாடகம் நடைபெற்ற முதல் வாரம் வசூலான தொகை மிகவும் குறைவு. எனவே நாடகக்குழுவின் உரிமையாளர், பழனியப்பன் என்ற நாடகத்தின் பெயரைச் 'சாந்தா' என்று மாற்றினார். நாடகத்திற்குத் தலைமை தாங்க ஒருநாள் அண்ணாவும் இன்னொருநாள் பெரியாரும் வந்தாலும் நாடகத்தைக் காண மக்கள் கூட்டம் அதிகமாக வரவில்லை. எனினும் நாடகத்தின் புரட்சிகரமான கதை, வசனம் காரணமாக நாளடைவில் நாடகம் பிரபல்யமடைந்தது.

நச்சுக்கோப்பை நாடகத்தில் சாந்தாவின் காதலை நிறைவேற்றிட முடியாத அவளுடைய அண்ணன் பழநியப்பன் விஷம் அருந்தி, தற்கொலை செய்திட முடிவெடுத்துக் கடிதம் எழுதியபோது, கருப்பனால் குத்திக் கொல்லப்பட்டான். ஆனால் காவல்துறை தற்கொலை என்று தவறுதலாக முடிவெடுக்கிறது. அப்பொழுது சிவகுரு உணர்ச்சிவயப்பட்டுப் பேசுகிற வசனம், பதினெட்டு வயதான இளைஞரான கலைஞரின் அரசியல் புரிதலுக்கும் எழுத்துத் திறனுக்கும் சான்றாக விளங்குகிறது. சிவகுரு பாத்திரம்மூலம் கலைஞர் பேசிய வசனம் பின்வருமாறு: "... சமுதாய ஊழலைச் சாகடிக்கப் பிறந்த அமுதே! மூடநம்பிக்கையை முறியடிக்கவந்த முழுமதியே அழிந்துபட்டாயா? ஒழிந்துவிட்டதா உன் வாழ்வு? வைதிக வெறிபிடித்த நகரைப் பகுத்தறிவுக் கோட்டமாக்கினாய். பாழ்பட்ட தமிழர் வாழ்வைச் சீர்படுத்த வந்த தொண்டனே! சிறிதுநாள் பட்டே தொலையும் சமூகம் உன்னைத் தொலைத்ததா? நீ பட்ட பாட்டை நினைக்கும்போது நெஞ்சம் வேகிறதே. இந்தத் தீ! தீ! தி! இந்தச் சமுதாயக்கோட்டையை கப்பிக்கொள்ளாதா? உபயோகமற்ற சமூகமே! உலுத்துப்போன பிசாசே! கொன்று விட்டாயா பழனியப்பனை? அவன் என்ன தவறு செய்தான்? ஏன் இந்தப் பழிகார வேலை? பள்ளந்தனில்விழும் பழமைச் சமூகமே! சாகப்போகும் சாதிக்கட்டுப்பாடே! பொட்டுப் பூச்சியே! புன்மைத் தேரையே! அழு, இளி, அஞ்சு! குனி, பிதற்று. மனிதரில் நீங்களும் மனிதர். மண்ணன்று! இமை திறந்து பாருங்கள். பழனியப்பன் இறந்தது நியாயமா என்று சொல்லுங்கள். சாந்தா ஏகாம்பரத்தைக் காதலித்தாள்.

அவளைச் சமுதாயத்தின் சகுனத்தடை என்று தூற்றினீர்கள். ஏன்? கம்மனாட்டி என்றீர்கள். வரப்போகும் புயல் உங்களையும் தாக்குமென்ற எண்ணமில்லாமல்! இது ஒரு உலகம்! இது ஒரு வாழ்வு! இதற்கொரு சமுதாயம்! இத்தனையும் கட்டியாள ஒரு கடவுள்! தூ! வெட்கமில்லை! மக்கள் வாழ்வு நடத்துபவர்களுக்கு மாக்கள் என்று பெயர். படாடோப வாழ்க்கைக்கு மடாதிபதி பட்டம்! பாட்டாளியை வாட்டி வதைப்பவனுக்கு வள்ளல் என்ற விருது! பொய்மையே பிழைப்பாகக் கொண்டவன் மெய்யப்பன்! இத்தகைய உலகிற்கு ஒரு சத்தியம் கேடு. உன் சாவு கேட்டு இந்தச் சமுதாயம் சிரிக்கிறது. ... சிங்கமெனச் சீறும் செழுந்தமிழா! நெடுந்தோழா! உன்னை இந்தச் சமூகம் சாய்த்ததா? நின்று நடைபுரிந்த சமூகமே! நீ நிச்சயம் தோல்வி கொள்வாய்."6 நச்சுக்கோப்பை நாடகம் நிகழ்த்தப்பட்டபோது நாடகத்தின் நிறைவுக் காட்சியில், கலைஞரால் எழுதப்பட்ட நீண்ட வசனத்தைச் சிவகுரு பேசியபோது, பார்வையாளர்கள் மனதில் பெரும் அதிர்வுகள், ஏற்பட்டிருக்கும். அடுக்கு மொழியில் தொடர்ந்திடும் நீண்ட வசனம், கலைஞரின் எழுத்துத் திறனுக்குச் சான்றாக விளங்குகின்றது. கருணாநிதியின் எதிர்காலக் கலையுலக வாழ்க்கைக்கு நச்சுக்கோப்பை நாடகம் வித்திட்டுள்ளது என்று உறுதியாகச் சொல்ல முடியும்.

நச்சுக்கோப்பை என்ற பெயரில் 1951 ஆம் ஆண்டு வெளியிடப்பட்ட நாடகப் பிரதியில் 'ஒரு துளி' என்ற தலைப்பில் கலைஞர் எழுதியுள்ள வாசகம் பின்வருமாறு: "நான் எழுத ஆசைப்பட்டேன்; எழுத ஆரம்பித்தேன். என் முதல் எழுத்துத்தான் இந்த 'நச்சுக்கோப்பை' நாடகம். வேலூர் திராவிடன் பதிப்பக நண்பர் கிருட்டிணன் இதையும் வெளியிட வேண்டுமென்றார். அவர் பிடிவாதம் வெற்றி பெற்றது. அதுதான் இந்தஏடு. நீண்ட நாட்கள்- ஏன்!- எட்டு ஆண்டுகள் உருண்டுவிட்டன இதை எழுத! உங்கள் அன்புக்கரங்களுக்கு நச்சுக் கோப்பையல்ல! நல்ல கருத்துகள் படையலாகட்டும்." கலைஞரின் படைப்புகளில் அச்சு வடிவில் வந்த முதல் புத்தகம் நச்சுக்கோப்பை நாடகம்தான் என்று அறிய முடிகின்றது.

திராவிடர் நடிகர் கழகத்தினர் 1945ஆம் ஆண்டு புதுச்சேரியில் 'சாந்தா' நாடகத்தினை இருபத்தைந்து நாட்கள் தொடர்ந்து நல்ல வசூலுடன் வெற்றிகரமாக நடத்தினர். நாடகத்தில் 'சிவகுரு' என்ற பாத்திரத்தில் நடித்த கலைஞரைப் புதுவை மக்கள் 'சிவகுரு' என்று அன்புடன் அழைத்தனர். அப்பொழுது புதுவையிலிருந்து வெளிவந்த 'தொழிலாளர் மித்திரன்' இதழில் காங்கிரசாருக்கு எதிராகக் கலைஞர் கட்டுரைகள் எழுதினார். இதனால் அவருக்கு அரசியலில் எதிரிகள்

தோன்றினர். அப்பொழுது புதுவையில் நடைபெற்ற கழக மாநாடு கலவரத்தில் முடிந்தது. மாநாட்டில் கலந்துகொண்டு உரையாற்ற வந்திருந்த திராவிட இயக்கத் தலைவர்களைப் பாதுகாப்புடன் ஊருக்கு அனுப்பி வைத்துவிட்டுத் திரும்பிய கலைஞரைக் காங்கிரசார் சூழ்ந்துகொண்டு அடித்துத் தெருவில் வீசியெறிந்தனர். பின்னர் அவர் பொதுமக்களால் மீட்கப்பட்டுக் காப்பாற்றப்பட்டார். நாடக ஆசிரியன், நடிகன் என்ற நிலைகளுடன் அரசியலிலும் தீவிரமான ஈடுபாடு காட்டியது கலைஞரின் வாழ்வில் பெரும் ஆபத்தை ஏற்படுத்தியது. நாடக ஈடுபாட்டுடன் அரசியல் உலகில் வலுவாகக் காலடியெடுத்து வைக்கமுயன்ற கலைஞரின் செயல்பாடு காரணமாக உருவான எதிர்விளைவுதான் அவர் மீதான வன்முறைச் சம்பவம்.

புதுச்சேரி வன்முறைச் சம்பவத்திற்குப் பின்னர் பெரியாரின் அழைப்பையேற்று ஈரோட்டிலிருந்து வெளியான 'குடியரசு' பத்திரிகை அலுவலகத்தில் துணையாசிரியராகப் பொறுப்பேற்றார். அந்தக் காலகட்டத்தில் திராவிட இயக்கத்தின் அரசியலை ஆழமாகக் கற்றறிந்தார். பெரியாருடன் நேரடியாகப் பழகிடும் வாய்ப்பினால் இளைஞரான கருணாநிதியின் எழுத்தும் பேச்சும் உத்வேகம் பெற்றன.

குடியரசு அலுவலகப் பணியிலிருந்து கலைஞர் விலகி, நண்பர் ஏ.எஸ்.ஏ. சாமியின் அழைப்பையேற்றுக் கோவை நகருக்குச் சென்று 'ராஜகுமாரி' திரைப்படத்திற்குக் கதை - உரையாடல் எழுதும் பணியை மேற்கொண்டார். அவருடைய கவனம் திரைப்படம் நோக்கித் திசை மாறினாலும் நாடகத்தின்மீது அளவற்ற ஆர்வம் கொண்டிருந்தார். தேவி நாடக சபையினரின் வேண்டு கோளுக்கிணங்கக் 'குண்டலகேசி' காப்பியத்தை மூலமாகக்கொண்டு 'மந்திரிகுமாரி' என்ற நாடகம் எழுதினர். அது திருவாரூரில் அரங்கேற்றப்பட்டது. தொடர்ந்து வெற்றிகரமாக நடத்தப்பட்டு வெள்ளி விழா கொண்டாடுமளவு மக்களிடையே வரவேற்புப் பெற்ற 'மந்திரிகுமாரி' நாடகம், கலைஞரின் நாடகப் புனைதிறனில். இன்னுமொரு மணிமுடியாக ஒளிர்ந்தது. கலைஞர் திரைப்படத்துறையில் அழுத்தமாகக் காலூன்றினாலும் நாடகத் துறையிலும் தொடர்ந்து அவருடைய செல்வாக்குப் பரவியது. இருவேறுபட்ட கலைத் துறைகளிலும் எதிர்காலத்தில் கலைஞர் ஆளுகை செலுத்தப் போவதன் அறிகுறியாகவே மந்திரிகுமாரி நாடகத்தின் மாபெரும் வெற்றியைக் கருதவேண்டியுள்ளது.

நடிகர் எம்.ஆர். ராதாவின் தூண்டுதலினால் அவருடைய நாடகக் குழுவினர் நடிப்பதற்கென்று தூக்குமேடை நாடகத்தைக் கலைஞர்

எழுதினார். அந்நாடகத்தில் 'பாண்டியன்' என்ற வேடமேற்றுக் கலைஞர் மேடையில் நடித்தார். பகுத்தறிவுப் பிரச்சாரம் செய்வதுடன் மூடநம்பிக்கைகளைக் கடுமையாகச் சாடுவது நாடக ஆக்கத்தின் நோக்கமாக இருந்தது. 1949ஆம் ஆண்டு தஞ்சையில் 'தூக்குமேடை' நாடகம் முதன்முதலாக அரங்கேற்றப்பட்டது. வேலூர், தென்றல் பதிப்பகத்தினரால் 1950ஆம் ஆண்டு வெளியிடப்பட்ட 'தூக்கு மேடை' நாடக நூலுக்குக் கலைஞர் எழுதிய முன்னுரை அந்த நாடகம் எழுதப்பட்ட பின்ணணியை விளக்கியுள்ளது. " என் பள்ளி வாழ்க்கையில் எழுந்த கற்பனை தூக்குமேடை. நடிகவேள் ராதா அவர்கட்காக... மேடையில் நடிக்கவென்று மெருகேற்றித் தந்தேன். பிறகு, மறைந்த மாவீரர் அழகர்சாமி அவர்களின் தலைமையிலே 'தூக்கு மேடை' அரங்கேறிற்று. தூக்குமேடையை நாடக மேடையில் ஏற்றிய தோழர் ராதா அவர்கட்கு என் நன்றி. முரசொலி நாடக மன்றத்தினர், என்னுடன் பல நகரங்களில் 'தூக்குமேடை'யில் நடித்து மக்கட்பணி புரிந்தனர். ஆம் உணவையும் உறக்கத்தையும் மறந்து- இல்லை இல்லை - துறந்து ஈரோடு போன்ற நகரங்களில் அவர்கள் அனுபவித்த இன்னல்களை எவரும் மறக்கத்தான் முடியாது." கலைஞர் தான் பள்ளி மாணவனாக இருந்தபோது யோசித்த கருத்து, பின்னர் தூக்குமேடை நாடகமாக வடிவெடுத்தது என்று அவர் முன்னுரையில் குறிப்பிட்டிருப்பது, இளமைப் பருவத்திலேயே அவருக்குள் கனன்ற அரசியலின் வெளிப்பாடு.

ஈரோடு நகரில் 1948 ஆம் ஆண்டு அக்டோபர் 23, 24 ஆகிய நாட்களில் இந்தி மொழித் திணிப்பை எதிர்த்துத் திராவிடர் கழக மாநில மாநாடு நடைபெற்றது. அம்மாநாட்டில் கலைஞர் எழுதி நடித்த 'தூக்குமேடை' நாடகம் நிகழ்த்தப்பட்டது. திராவிடர் கழகத்தின் கருத்தியல் பிரச்சாரத்தின் பகுதியாகத் தூக்குமேடை நாடகம் மாநாட்டில் நடத்தப்பட்டது என்று கருத வேண்டியுள்ளது. ஏனெனில் பெரியார் கலையில் 'மினுக்கு' என்பதனைக் கடுமையாக எதிர்ப்பவர். அவருடைய தலைமையில் இயங்கும் திராவிடர் கழக மாநாட்டில் தூக்குமேடை நாடகம் நடத்த அழைப்பு விடுக்கப்பட்டது. கலைஞரின் நாடக முயற்சிக்குக் கருத்தியல்ரீதியில் கிடைத்த அங்கீகாரம் ஆகும்.

தூக்குமேடை நாடகத்தின் முற்போக்குக் கருத்துகளைத் தமிழ்நாட்டு மக்கள் விருப்பத்துடன் வரவேற்றனர். சமுதாயச் சீரழிவுகளை நடப்பியலாகச் சுட்டிக்காட்டிய தூக்குமேடை நாடகத்தின் பகுத்தறிவுப் பிரச்சார நெடி தாங்காமல் காங்கிரஸ் அரசாங்கம், அந்த நாடகத்தை

நிகழ்த்துவதற்குத் தடை விதித்தது. அன்று ஆட்சியிலிருந்து அதிகாரம் செலுத்திய காங்கிரஸ் அரசாங்கம், திராவிட இயக்கக் கருத்துகளைத் தாங்கிய நாடகங்களுக்கும் புத்தகங்களுக்கும் தடை விதிப்பதை வழக்கமாகக் கொண்டிருந்தது. 1940களில் அறிஞர் அண்ணா எழுதிய 'ஆரியமாயை, பெரியார் எழுதிய 'பெரியாரின் பொன்மொழிகள்' ஆகிய நூல்களுக்குத் தடை விதித்த காங்கிரஸ் ஆட்சியில் நீதிமன்றம், பெரியாருக்கும் அண்ணாவுக்கும் ஆறு மாதங்கள் சிறைத்தண்டனை விதித்தது. பெரியாரும் அண்ணாவும் திருச்சி சிறையில் அடைக்கப்பட்டனர். காங்கிரஸ் அரசினால் தடை விதிக்கப்பட்ட நூல்கள் பின்வருமாறு:

கலைஞர்	–	தூக்குமேடை, உதயசூரியன்
ஏ.வி.பி. ஆசைத்தம்பி	–	காந்தியார் சாந்தியடைய
சி.பி. சிற்றரசு	–	போர்வாள்
செல்வராசு	–	கருஞ்சட்டை ஒழிய வேண்டுமா?
குழந்தை	–	இராவண காவியம்

மக்களிடையே எதிர்க்கட்சியினரின் பிரச்சாரத்தைக் கண்டு அஞ்சிய ஆளும் கட்சியினர் 'தடை' மூலம் கருத்தியல் அடக்குமுறை செய்தனர். நாடகப் பிரதியையும் நாடகம் நிகழ்த்துதலையும் சமூக விரோதமாகக் கருதிய காங்கிரஸ் அரசின் செயல்பாடுகள் காரணமாகக் கட்சி வட்டாரத்திற்குள் மட்டும் அறிமுகமாயிருந்த 25 வயதான இளம் கலைஞரின் பெயரும் ஆளுமையும், பரந்துபட்டநிலையில், தமிழ்நாடு முழுவதும் பரவியது. சமூக வாழ்க்கையில் இலட்சிய நோக்குடைய படைப்பாளியின் படைப்புத்திறனை அடக்குமுறைமூலம் நசுக்கிட முயலும் அதிகார முயற்சி, உண்மையில் படைப்பாளியின் உள்ளுணர்வைத் தூண்டுவதாகவே அமையும். அவ்வகையில் கலைஞரின் அரசியல் வேட்கை, தடைகளைத் தாண்டிப் புதிய பாதையில் பயணமானது. கருணாநிதியின் 'தூக்கு மேடை' நாடகம் பெரிய வெற்றி பெற்றபோது, ராதாவின் பெயர் பெரும் புகழ் அடைந்தது. கலைஞன் என்றால் இப்படித்தான் இருக்க வேண்டும் என்று நினைத்திருந்த ராதா, அந்தப் புகழுக்குக் காரணமான கருணாநிதிக்கு, 'கலைஞர்' என்று பட்டம் சூட்டி மகிழ்ந்தார். அந்தப் புனைபெயர்தான் இன்றுவரை நிலைத்து நிற்கிறது.

நாடகமும் அரசியலும் இரு கண்கள் என்று தன்னுடைய இளம் வயதில் ஆர்வத்துடன் செயல்பட்ட கலைஞரின் பொருளியல் நிலை

வளமற்று இருந்தது. இந்நிலையில் அவருடைய இரண்டாவது திருமணம் 1948ஆம் ஆண்டு செப்டம்பர் திங்கள் 15ஆம் நாள் நடைபெற்றது. திருமணச் செலவினங்களை ஈடுகட்டும்வகையில் திருச்சி நகரில் அண்ணா தலைமையில் தூக்குமேடை நாடகம் நிகழ்த்தப்பட்டது. நாடகத்திற்கு வசூலான எண்ணூறு ரூபாய்கள் திருமணச் செலவிற்குப் பயன்படுத்தப்பட்டன.7 கருத்தியல் பிரச்சாரத்திற்காக நாடகம் நிகழ்த்துவதன்மூலம் கிடைத்த வருவாய் திருமணம் செய்துகொள்ளப் பயன்பட்டது என்ற தகவல் கலைஞரின் தன்னம்பிக்கையையும் அன்றைய காலகட்டத்தில் மக்கள் அவருடைய நாடகத்தை விரும்பிப் பார்த்த நிலையையும் புலப்படுத்துகின்றது.

1952 ஆம் ஆண்டு தஞ்சை மாவட்டத்தில் வீசிய புயலால் பலத்த சேதம் ஏற்பட்டது; வேளாண்மை நாசமடைந்தது; வீடுகள் இடிந்து வீழ்ந்தன; மக்கள் மடிந்தனர். எளிய மக்களின் அன்றாட வாழ்க்கை, புயலினால் பெரும் பாதிப்பிற்குள்ளானது. இந்நிலையில் மக்களுக்கு உதவிடுவதற்காகத் திட்டமிட்ட திராவிட முன்னேற்றக்கழகம், கலைஞர் தலைமையில் குழு அமைத்தது. புயலின் சீற்றத்தினால் நலிவடைந்த மக்களுக்குக் கைத்தறி வேட்டி, சேலை, துண்டு வழங்கிடுவதற்காக ரூ.25,000 நிதி திரட்டப்பட்டத்தில், நாடகங்கள் பெருமளவில் உதவின. நிதி திரட்டுவதற்காகக் கலைஞரின் தூக்குமேடை நாடகம் நிகழ்த்தப்பட்டது.[8] கலைஞர் பாண்டியனாகவும் சிவாஜி அபிநயசுந்தரராகவும் வேடமேற்றுச் சிறப்பாக நடித்தனர். இயற்கையின் சீற்றத்தால் பாதிக்கப்பட்ட மக்களுக்கு உதவிட தி.மு. கழகம் மேற்கொண்ட முயற்சிக்குக் கலைஞரின் நாடகங்கள் உதவின என்பது நாடக வரலாற்றில் முக்கியமான பதிவு. நாடகமானது கருத்துப் பிரச்சாரம் என்ற நிலையைத் தாண்டி நிதி வசூலிப்பதற்கான செயல்பாடு அம்சமாக மாறியுள்ளதை அறியமுடிகின்றது.

1953ஆம் ஆண்டு சென்னையில் தியாகராயர் கல்லூரியின் வளர்ச்சி நிதிக்காக நடத்தப்பட்ட கலைஞரின் ‘பரப்பிரம்மம்’ நாடகத்தில் கலைஞரும் நடித்திருந்தார்.[9] நல்ல தொகை வசூலானது. முழுநேர அரசியல்வாதியாக அரசியலில் முனைப்புடன் செயல்படத் தொடங்கிய கலைஞர், கல்வி வளர்ச்சிக்காக நிதி திரட்டுவதற்காக நடத்தப்பட்ட நாடகத்தில் நடித்தது, அவருடைய இன்னொரு பரிமாணம். கட்சியின் வளர்ச்சிக்காக நிதி திரட்டுவதற்காகக் கலைஞரின் நாடகங்கள் தமிழகமெங்கும் பல தடவைகள் நடத்தப்பட்டுள்ளன.

1958 ஆம் ஆண்டு முத்துவேல் பதிப்பகம் வெளியிட்ட

‘உதயசூரியன்’ நாடக நூலில் இடம்பெற்றுள்ள என்னுரையில் கலைஞர் குறிப்பிட்டுள்ள தகவல்கள் பிவருமாறு: “1957-ம் ஆண்டு பொதுத் தேர்தலில் தி.மு.கழகம் ஈடுபடுவதென முடிவெடுத்து நாட்டில் நலிவு போகவும் நலம் தோன்றிடவும் பாடுபடக்கூடிய கட்சி, நாட்டுக்குரிய கட்சியாகவே இருக்க வேண்டுமென்பதை வலியுறுத்தி, ‘அகில இந்தியா’ பேசுவோரால் தென்னகம் செழித்திட வழியில்லை என்பதனையும் எடுத்துக்காட்டி கழகத்தாராகிய நாம் தீவிரப் பிரச்சாரத்தில் ஈடுபட்டோம். அந்தப் பிரச்சாரம், கலைத்துறை வாயிலாகவும் நடைபெறட்டும் என்ற நினைப்புடன் இந்த ‘உதய சூரியன்’ நாடகம் எழுதினேன். கடந்த தேர்தலுக்கு மட்டுமின்றி, எந்தத் தேர்தல் நேரத்திலும் – தேர்தல் காலம் மட்டுமல்லாமல்- நாட்டு விடுதலை கிட்டும்வரையில் எவ்வமயத்திலும் நடத்தக்கூடிய வகையில் நாடகத்தின் அரசியல் கருத்துகள் அமைந்துவிட்டன. நாடகம் நடத்துவோர் நடத்தும்போழ்து அப்போதைக்குத் தேவையற்ற அல்லது பழமையாகிவிட்ட சில உரையாடல்களை நீக்கிவிடுவார்களாயின் ஒரு குறிப்பிட்ட காலத்திற்கு இந் நாடகம் பசுமையாகவே இருக்குமென்பது என் எண்ணம்.” தி.மு.க. பொதுத் தேர்தலில் முதன்முதலாகப் போட்டியிட்டபோது கொள்கைப் பிரச்சாரத்திற்காகக் கலைஞரால் எழுதப்பட்ட உதய சூரியன் நாடகத்தில் இடம்பெற்றுள்ள அரசியல் கருத்துகள், எதிர்காலத்தில் திராவிட நாடு கிடைக்கும்வரையிலும் அந்நாடகத்தைத் தொடர்ந்து நடத்துவதற்கான வாய்ப்புள்ளது என்ற கணிப்பு, அரசியல்ரீதியில் முக்கியமானது.

1958 ஆம் ஆண்டு பிப்ரவரி மாதம் தேவகோட்டையில் நடைபெற்ற இராமநாதபுரம் மாவட்ட தி.மு.க. மாநாட்டில் கலைஞரின் ‘உதயசூரியன்’ நாடகம் அரங்கேற்றப்பட்டது. அந்த மாநாடு நடைபெற்ற ஒரு வாரத்தில் ‘உதயசூரியன்’ கழகத்தின் தேர்தல் சின்னமாக அறிவிக்கப்பட்டது. இந்நிகழ்வு கலைஞரின் அரசியல் ஈடுபாட்டிற்கும் நாடகம் நிகழ்த்துதலுக்கும் இடையிலான ஆழமான தொடர்பினைப் புலப்படுத்துகிறது. கட்சி மாநாடுகளின் இறுதியில் கட்சித் தோழர்கள் கண்டு களிப்பதற்காக நடத்தப்பட்ட கலைஞரின் நாடகங்கள், கருத்தியல் பிரச்சாரத்துடன் நிதி திரட்டவும் உதவின. கழகத்தின் நிதி திரட்டும் பணியில் ‘உதயசூரியன்’ நாடகம் சிறந்த கருவியாகப் பயன்பட்டது. காங்கிரஸ் அரசாங்கம், அடுத்தடுத்துக் கழகத் தோழர்களின் மீது தொடுத்த வழக்குகளின் செலவினங்களைச் சமாளிக்கக் கலைஞர் ‘உதயசூரியன்’ நாடகத்தை நடத்தி, அதன்மூலம் நிதி திரட்டித் தோழர்களுக்கு வழங்கினார்.[10]

கலைஞரின் 'காகிதப்பூ' நாடகம் 1966ஆம் ஆண்டு செப்டம்பர் 8ஆம் நாள் சென்னையில் நடைபெற்ற முப்பெரும் கலை விழாவில் அரங்கேற்றப்பட்டது. கலைஞர் எழுதிய 'காகிதப்பூ' நாடகம் தேர்தல் நிதி திரட்டுவதற்காக 1966 ஆம் ஆண்டில் தமிழகமெங்கும் பல இடங்களில் நடத்தப்பட்டது. கட்சித் தோழர்களுடன் பொது மக்களும் காகிதப்பூ நாடகத்தைப் பார்த்து மகிழ்ந்தனர். காகிதப்பூ நாடகம் நிகழ்த்துவதன்மூலம் கிடைத்த பணம், தி.மு.க.வின் தேர்தல் நிதியாகப் பயன்பட்டது. "காகிதப்பூ நாடகம்மூலம் ஒரேநாளில் திருச்சியில் ரூ.13 ஆயிரம், கடலூரில் ரூ.6 ஆயிரம், கள்ளக்குறிச்சியில் ரூ.10 ஆயிரம், மன்னையில் ரூ.12 ஆயிரம், தஞ்சையில் ரூ.10 ஆயிரம் ரூபாய் வசூலானது. திண்டிவனத்தில் நடைபெற்ற காகிதப்பூ நாடகம் மூலம் ஒரேநாளில் ரூ.13,250 வசூலானது".[11]

நெல்லை நகராட்சியைத் தி.மு.கழகம் தேர்தலில் கைப்பற்றியதைப் பொறுத்திடாத காங்கிரஸ் அரசாங்கம், சரியான காரணம் எதுவுமின்றி நகராட்சியைக் கலைத்துவிட்டது. அரசின் அந்த நடவடிக்கையை எதிர்த்து நீதிமன்றத்திலே வழக்குத் தொடர்ந்திடுவதற்கான தொகையைத் திரட்டிட 1966 அக்டோபர் 30 அன்று நெல்லையில் 'காகிதப்பூ' நாடகம் நிகழ்த்தப்பட்டது. கலைஞர் காகிதப்பூ நாடகத்தில் சிறப்பாக நடித்திருந்தார்.[12] ரூ.8,500/- வசூலானது. நாடகம் என்ற நிகழ்த்துக் கலையைக் கொள்கைப் பிரச்சாரத்திற்கும் கழகத்தின் செயல்பாடுகளுக்கும் பயன்பட்டுள்ளதை அறியமுடிகின்றது.

நாடகம் நிகழ்த்துவதன்மூலம் வசூலான தொகை, அன்றைய காலகட்டத்தில் மிகப்பெரியது. எனவே கலைஞரின் நாடகங்களை நிகழ்த்துவதன்மூலம் தி.மு.க.வினர் திரட்டிய தொகை, பெரும் சாதனையாகும். கட்சியின் கருத்தியல் பிரச்சாரத்துடன் இயக்க வளர்ச்சிக்கும் தேர்தல் நிதி திரட்டவும் கலைஞரின் நாடகங்கள் பயன்பட்டன என்பது கழக வரலாற்றில் குறிப்பிடத்தக்கது.

கலைஞரின் கதை - உரையாலுடன் வெளியான 'பராசக்தி' திரைப்படம் தமிழகத்தில் பெரும் பரபரப்பையும் அழுத்தமான பாதிப்பையும் ஏற்படுத்தியது. அத்திரைப்படத்திற்கு எதிராகக் காங்கிரஸ் கட்சி, பல கண்டனக் கூட்டங்களை நடத்தியது. தினமணி கதிர் இதழின் அட்டையில் பராசக்தியைக் கிண்டல் செய்வதுபோல ஆடை குலைந்தநிலையிலுள்ள பெண்ணின் ஓவியம் 'பரப்பிரம்மம்' என்ற தலைப்பில் வெளியிடப்பட்டது. மேலும் ஓவியத்தின் கீழ்

கதை - வசனம் தயாநிதி என்று அச்சிடப்பட்டிருந்தது. அதைப் பார்த்த கலைஞர் 'பரப்பிரம்மம்' என்ற பெயரில் அரசியல் நாடகத்தை எழுதினார்.13 திரைப்படம் என்ற காட்சி ஊடகம் ஏற்படுத்திய விளைவுகள் குறித்துத் தன்னுடைய கருத்தைப் பதிவு செய்யப் புதிய நாடகம் எழுதிய கலைஞரின் செயற்பாடு, தமிழ் நாடக வரலாற்றில் புதுமையானது. கலைஞர் தான் எழுதிய திரைப்பட ஆக்கத்திற்கு எதிராக எழும்பிய எதிர்க்குரலையும் நாடகமாக்கிக் கருத்தியல் பிரச்சாரத்தின் அங்கமாக மாற்றியது அவருடைய தன்னம்பிக்கையைச் சுட்டுகிறது. தனக்கு எதிரான அரசியல் எதிர்ப்பையும் கட்சி நலனுக்காகப் பயன்படுத்துவதற்கு நாடகத்தின் மூலம் முயன்ற கலைஞரின் செயற்பாடு, அரசியல் தந்திரமாகும்.

1953 ஆம் ஆண்டு காங்கிரஸ் அரசாங்கத்தை எதிர்த்துப் போராட்டத்தில் ஈடுபட்டதால், கைது செய்யப்பட்டுத் திருச்சி மத்திய சிறையில் அடைக்கப்பட்டபோது கலைஞர் 'இரத்தக் கண்ணீர்' என்ற நாடகம் எழுதினார்.14 பொதுவாகச் சிறையிலிருக்கும்போது ஏதாவது இலக்கியப் படைப்பு முயற்சியில் ஈடுபடுவது கலைஞரின் வழக்கம். அவ்வகையில் எழுதப்பட்ட இரத்தக் கண்ணீர் நாடகம் தமிழ்நாடு முழுவதும் சிறப்பாக நிகழ்த்தப்பட்டது.

கலைஞரின் பெரும்பாலான நாடகங்கள் கட்சியின் கருத்தைப் பிரச்சாரம் செய்யும் நோக்கில் எழுதப்பட்டிருக்கும். அவருடைய வழமையான எழுத்து ஆக்க முறையிலிருந்து முற்றிலும் மாறுபட்டது 'சிலப்பதிகாரம்'. தமிழ்ப் பண்பாட்டு வெளிப்பாடாகப் பண்டைக்காப்பியமான சிலப்பதிகாரத்தை அவதானித்ததின் வெளிப்பாடுதான் 'சிலப்பதிகாரம்' நாடகம். கி.பி.3ஆம் நூற்றாண்டில் இளங்கோவடிகளால் எழுதப்பட்ட காப்பியமான சிலப்பதிகாரத்தைப் பகுத்தறிவினுக்கேற்பக் காட்சி, கதையமைப்பை மாற்றம்செய்து மறுவாசிப்புச் செய்துள்ள கலைஞரின் நாடகத்திறன், நுட்பமாக வெளிப்பட்டுள்ளது. தமிழரின் பழம் பெருமை பேசுவதற்காகத் 'தமிழ் மீட்புவாதத்தை' முன்னிறுத்திச் சிலப்பதிகாரத்தினைக் கலைஞர் மறுவாசிப்புச் செய்துள்ளார் என்ற பார்வை, எல்லாப் பிரதிகளிலும் அரசியல் செயற்பாடு பொதிந்துள்ளது என்பதைப் புலப்படுத்துகின்றது.

கலைஞர் 1969ஆம் ஆண்டு தமிழ்நாட்டில் முதல்வராகப் பொறுப்பேற்று ஆட்சி செய்தார். இதுவரை கடந்த முப்பதாண்டுகளாகக் காங்கிரஸ் / பார்ப்பனியம் /புராணங்கள் மீது பல்வேறு முனைகளில் அதிரடித் தாக்குதல் நடத்திய கலைஞரின் நாடக முயற்சி, ஓய்ந்த

நிலையிலிருந்து. இந்நிலையில் சோ எழுதிய ‘முகமது பின் துக்ளக்” நாடகம், திராவிட இயக்க அரசியலின் மேம்போக்கான அம்சங்களையும் பகட்டுத்தனங்களையும் கேலி செய்தது. அது ஒருவகையில் அங்கத நாடகம். சோவின் நாடகத்திற்கு நகர்ப்புற உயர்சாதியினரிடமும் படித்த நடுத்தர வர்க்கத்தினரிடமும் வரவேற்பிருந்தது. இந்நிலையில் கலைஞர் ‘நானே அறிவாளி’ என்ற பெயரில் அங்கதச் சுவையில் நாடகமெழுதி, நிகழ்த்திட ஏற்பாடு செய்தார். நாடகத்தின் மையக் கருவானது சோவின் நாடகத்திற்குப் பதிலளிப்பதாக இருந்தது. தமிழகத்தின் முதல்வரான பின்னரும் கருத்தியல் பிரச்சாரத்திற்கு நாடகம்மூலம் முயன்ற கலைஞரின் நாடக ஈடுபாடு, அவருடைய கலை அரசியல் ஆளுமையின் பகுதியாகும்.

தி.மு.க.விலிருந்து பிரிந்து சென்ற எம்.ஜி. ராமச்சந்திரன் தோற்றுவித்த அரசியல் கட்சியான அ.இ.அ.தி.மு.க. தமிழ்நாட்டின் ஆட்சியைக் கைப்பற்றியது. எம்.ஜி. ராமச்சந்திரன் முதல்வராகப் பொறுப்பேற்றார். அப்பொழுது எதிர்க்கட்சி தலைவராகச் செயல்பட்ட கலைஞர், அ.இ.அ.தி.மு.க. ஆட்சிக் காலத்தில் தமிழகத்தில் நடைபெற்ற சமூக விரோதச் செயல்களையும் சீரழிவுகளையும் அம்பலப்படுத்தும் அரசியல் நோக்கில் ‘புனித ராஜ்யம்’ என்ற நாடகத்தினை 1979 ஆம் ஆண்டில் எழுதினார். அந்த நாடகம் தமிழ்நாட்டில் பல இடங்களில் நடிக்கப்பட்டது.

தமிழ்நாட்டில் ஆட்சிக்கு வருவதற்கு முன்னரும் ஆட்சியைக் கைப்பற்றிய பின்னரும் ஆட்சியைவிட்டு விலகியபோதும் தன்னுடைய அரசியல் கருத்தியலை வெளிப்படுத்துவதற்காக நாடகம் என்னும் ஊடகத்தைத் தொடர்ந்து கலைஞர் பயன்படுத்தியுள்ளார். நாடகம் என்னும் ஊடகத்தைக் கருத்தியல் பிரச்சாரத்திற்குப் பயன்படுத்திய தமிழ் நாடக ஆசிரியர்களில் கலைஞருக்கு நிகராகச் சொல்ல யாருமில்லை. எல்லாக் கலை இலக்கியப் படைப்புகளும் பிரச்சாரங்களே என்ற அடிப்படையில் கலைஞரின் கலையாக்க முயற்சி, காலந்தோறும் தொடர்ந்துள்ளது.

கலைஞரின் நாடகங்கள்

எண்	நூலின் பெயர்	ஆண்டு
1.	நச்சுக்கோப்பை/பழநியப்பன்/சாந்தா	1943
2.	தூக்குமேடை	1948
3.	ஒரே முத்தம்	1950
4.	பரப்பிரம்மம்	1953
5	இரத்தக் கண்ணீர்/மகான் பெற்ற மகன்	1953
6.	மணிமகுடம்	1956
7.	உதயசூரியன்	1957
8.	காகிதப்பூ	1966
9.	திருவாளர் தேசீயம்பிள்ளை	1967
10.	சிலப்பதிகாரம்	1967
11.	அனார்கலி (குறு நாடகம்)	1967
12.	சாக்ரடீஸ் (குறு நாடகம்)	1967
13	சேரன் செங்குட்டுவன் (குறு நாடகம்)	1967
14.	பரதாயணம் (குறு நாடகம்)	1967
15.	நானே அறிவாளி	1971
16.	புனித ராஜ்யம்	1979

கலைஞர் பன்னிரு நாடகங்களையும் நான்கு ஓரங்க நாடகங்களையும் எழுதியுள்ளார். 1953 ஆம் ஆண்டு புத்தகமாகப் பிரசுரமான 'இரத்தக் கண்ணீர்' நாடகம் பின்னர் 'மகான் பெற்ற மகன்' என்ற பெயரில் வெளியாகியுள்ளது. இரத்தக் கண்ணீர் நாடகம், மகான் பெற்ற மகன் என்ற பெயரில் பின்னர் நிகழ்த்தப்பட்டிருக்க வாய்ப்புண்டு. அந்த நாடகம் 'அம்மையப்பன்' என்ற பெயரிலும் நடத்தப்பட்டதாக அறியமுடிகின்றது. நான்கு குறு நாடகங்களும் பரதாயணம் என்ற பெயரிலும் பின்னர் நான்மணிமாலை என்ற பெயரிலும் வெளியாகியுள்ளன. 1963ஆம் ஆண்டு ஆகஸ்ட் 5ஆம் நாள் தஞ்சையிலும், செப்டம்பர் 22ஆம் நாள் திருநெல்வேலியிலும் நடைபெற்ற இந்தி எதிர்ப்பு மாநாடுகளின் முடிவில் கலைஞர் எழுதிய 'மாற்றான் தோட்டத்து மல்லிகை' நாடகம் நிகழ்த்தப்பட்டதாக

நெஞ்சுக்கு நீதி நூலில் குறிப்பு உள்ளது.[15] அந்நாடகம் இதுவரை கிடைக்கவில்லை. கலைஞர், குண்டலகேசி காப்பியத்தை மூலமாகக்கொண்டு 'மந்திரி குமாரி' என்ற நாடகம் எழுதியுள்ளார்.[16] அது பல தடவைகள் நடிக்கப்பட்டுள்ளது. மந்திரி குமாரி நாடகத்தின் பிரதி கிடைக்காத காரணத்தினால் அந்நாடகம் இந்த ஆய்வில் பயன்படுத்தப்படவில்லை. மந்திரி குமாரி நாடகம் பின்னர் திரைப்படமாக வெளிவந்தது. இவைதவிர 'தெருக்கூத்து, 'இளங்கோ துறவு' என்ற பெயரில் கலைஞர் எழுதிய நாடகங்கள் உண்டு எனப் பி.எல். இராசேந்திரன் தனது நூலில் குறிப்பிட்டுள்ளார்.[17] 'விமலா' என்ற பெயரில் கலைஞர் எழுதிய நாடகம் நடத்தப்பட்டதாக நாரணதுரைக்கண்ணன் குறிப்பிடுகின்றார்.[18] 1947 ஆம் ஆண்டு பெரியாருக்கு நிதி வழங்கும் விழாவில் 'பிரேத விசாரணை' என்ற நாடகத்தைக் கலைஞர் எழுதி நடித்துள்ளார்.[19] ஜி. சகுந்தலாவின் நாடகக் குழுவினருக்காக 'வெள்ளிக்கிழமை' என்ற தன்னுடைய நாவலை நாடகமாக்கித் தந்துள்ளார் கலைஞர். விஜயகுமாரி நாடகக் குழுவினருக்காக 'முத்து மண்டபம்' என்ற நாடகமும், எஸ்.எஸ். ஆர். நாடகக் குழுவினருக்காக 'அம்மையப்பன்' என்ற நாடகமும் 1946 இல் பொன்முடி நாடகமும் கலைஞரால் எழுதப்பட்டன என்று சு.சண்முகசுந்தரம் குறிப்பிடுகின்றார்.20 1951 ஆம் ஆண்டு காஞ்சிபுரத்தில் கலைஞர் எழுதிய 'வாழ முடியாதவர்கள்'21 நாடகமும், 1952 ஆம் ஆண்டு மதுரையில் 'இளைஞன் குரல்' 22நாடகமும் அரங்கேற்றப்பட்டதாகத் திராவிட நாடு பத்திரிகையில் தகவல்கள் வெளியாகியுள்ளன். 'உன்னைத்தான் தம்பி' என்ற நாடகமும் சாம்ராட் அசோகன் என்ற குறு நாடகமும் கலைஞரால் எழுதியதாக அறிய முடிகின்றது. இங்குக் குறிப்பிடப்படும் நாடகங்களின் பிரதிகள் தற்சமயம் கிடைக்காத காரணத்தினால் ஆய்வுக்குட்படுத்தப்படவில்லை. எதிர்காலத்தில் ஆய்வாளர்கள், கலைஞர் எழுதிய அனைத்து நாடகங்களையும் தொகுத்து, ஆய்வுக்குட்படுத்தி விமர்சனம் எழுத வேண்டியது அவசியம். கலைஞர் என்ற ஆளுமையின் நாடகம் பற்றிய முழுமையான புரிதல் அப்பொழுது புலனாகும்.

கலைஞர் எழுதிய தூக்கு மேடை நாடகம் எம்.ஆர். ராதாவின் நாடகக்குழுவினரால் தமிழ்நாடு எங்கும் பரவலாக நிகழ்த்தப்பட்டது. தீவிரமான திராவிட அரசியல் பிரச்சாரம், சநாதன எதிர்ப்பு, பார்ப்பனிய எதிர்ப்புப் போன்ற கருத்தியலை முன்வைத்து நிகழ்த்தப்பட்ட தூக்கு மேடை நாடகத்திற்குக் காங்கிரஸ் அரசாங்கம் 25 ஏப்ரல், 1959 தேதியிட்ட அரசாணை எண். 1193 மூலம் தடை விதித்தது. 1962 ஆம்

ஆண்டு கருணாநிதியின் 'தூக்கு மேடை' நாடகம் போன்ற 'காதல் பலி' நாடகத்தை அரங்கேற்றியதாக எம்.ஆர்.ராதா மீது தொடரப்பட்ட வழக்கிற்கு பதிலளிக்கும்வகையில் நீதிமன்றம் பின்வரும் தீர்ப்பை அளித்தது. நீதிபதி ஜே சதாசிவம் வழங்கிய சென்னை உயர் நீதிமன்றத் தீர்ப்பில் நாடகத்தைப் பற்றிய பின்வரும் பத்தி உள்ளது: "GO Exhibit P-8 நாடகம் 'தூக்கு மேடை' நாடகம் ஆட்சேபனைக்குரிய நாடகமாகத் தடை செய்யப்பட்டுள்ளது என்பதைக் காட்டுகிறது. இந்தியக் குடிமக்களின் வர்க்கம் என்ற அடிப்படையில் அது அநாகரிகமானது, இழிவானது மற்றும் ஆபாசமானது." எம்.ஆர்.ராதா, தூக்கு மேடை நாடகத்திற்குக் காங்கிரஸ் அரசாங்கம் விதித்த தடையைமீறி, அந்த நாடகத்தைப் பேப்பர் நியூஸ், காதல் பலி, நல்ல முடிவு போன்ற வேறு பெயர்களில் நிகழ்த்தினார்.

இவைதவிர கலைஞர் எழுதிய 'பலிபீடம் நோக்கி', 'மனோகரா' போன்ற பிரதிகளும் நாடகங்களாகக் கருதப்படுகின்றன. அவை திரைப்படத்திற்காக எழுதப்பட்டவை. அவற்றின் பிரதிகள் 'உரையாடல்' வடிவில் வெளியிடப்பட்டிருந்தாலும் நாடகமாகக் கருதிட இயலவில்லை

'இரத்தக் கண்ணீர்', 'மணிமகுடம்' ஆகிய இரு நாடங்களும் பிற மொழிப் படைப்புகளைத் தழுவித் தமிழில் நாடகமாகக் கலைஞரால் எழுதப்பட்டுள்ளன. மேரிகாரல்லி எழுதிய டெம்போரல் பவர் என்ற நாவலில் சித்திரிக்கப்பட்டுள்ள மன்னனின் பாத்திரப் படைப்புக் கவர்ந்த காரணத்தினால் அரசியல் மாற்றம், பொருளாதார ஏற்றத்திற்கான சமுதாயப் புரட்சித் தத்துவத்தை முன்வைத்து மணி மகுடம் நாடகம் எழுதியுள்ளதாகக் கலைஞர் நாடகப் பிரதியின் என்னுரையில் குறிப்பிட்டுள்ளார். கலைஞர், இரத்தக் கண்ணீர் நாடகத்தின் முன்னுரையில் " இரத்தக் கண்ணீர் தழுவல். ஆனால் முழுவதுமல்ல. இரகசியத்தை அம்பலமாக்கும் பூபதி என்ற மருத்துவரும் இன்னும் சில அடிப்படைக் கருத்துகளுமே வேறு மொழி நவீனத்திலிருந்து இரவல். மற்றெல்லாம் சமுதாய நிலையின் படப்பிடிப்பு." தழுவி எழுதப்பட்ட நாடகம் என்று குறிப்பிடுகின்ற எழுத்து நேர்மை, கலைஞரிடம் இருந்தது.

கலைஞரின் இளமைக்கால அரசியல் பகுத்தறிவுப் பிரச்சார நாடகங்கள், ஆளும் காங்கிரஸ் ஆட்சியாளருக்கு வெறுப்பைத் தந்தமையினால் அவற்றுக்குத் தடை விதித்தனர். இந்நிலையில் தடை

விதிக்கப்பட்ட நாடகங்கள் வேறு பெயர்களில் நடத்தப்பட்டிருக்க வாய்ப்புண்டு. அரசின் அதிகாரத்தினுக்கு எதிராக நாடகங்கள் பெயர் மாற்றம் செய்யப்பெற்று நிகழ்த்தப்படுவது தமிழக நாடக வரலாற்றில் நடைபெற்றிருக்கிறது.

ஓரங்க நாடகங்கள் காலத்தின் தேவை கருதி வெவ்வேறு நாடகங்களில் இடம் பெற்றிருக்கலாம். மேலும் ஒரே நாடகம் வெவ்வேறு காலகட்டங்களில் வெவ்வேறு பெயரில் பல்வேறு ஊர்களில் நிகழ்த்தப்பட்டிருக்கலாம்.

கலைஞர் எழுதிய சில நாடகங்கள் இன்னும் புத்தக வடிவம் பெறவில்லை. எனவே அத்தகைய நாடகங்களை அவை வெளியான இதழ்களின் பிரதிகள் மூலமாகக் கொள்ளப்பட்டுள்ளன. கலைஞரின் சில நாடகங்கள் அச்சில் வெளிவராமைக்கு ஏதேனும் அரசியல் காரணங்கள் இருக்கலாம். அல்லது குறிப்பிட்ட காலத்தின் அரசியலை அம்பலப்படுத்துவதற்காக எழுதப்பட்ட நாடகம், அப்பிரச்சினை தீர்ந்தவுடன் அந்நாடகம் முக்கியத்துவம் இழப்பதற்கு வாய்ப்புண்டு. எனவே நாடகத்தின் மைய நீரோட்டமான அரசியலைக் கருத்தில் கொண்டு அவற்றை அச்சுக்குக் கொண்டு வருவதில் கலைஞர் அக்கறை காட்டவில்லை என்று தோன்றுகிறது. ஷேக்ஸ்பியர் நாடகங்களின் தொகுப்புப்போல கலைஞரின் நாடகங்கள் செம்பதிப்பாகப் பிரசுரமாகும்போது அவரின் நாடகங்களை வரையறுக்க முடியும். அது இன்றைய காலத்தின் உடனடித் தேவை.

பதினெட்டு வயதில் முதன்முதலாக நாடகமெழுதிய கலைஞர், தன்னுடைய ஐம்பத்தைந்தாவது வயதிலும் நாடகம் எழுதியுள்ளார். தமிழ்நாட்டின் முதலமைச்சராக ஐந்து தடவைகள் பணியாற்றிய கலைஞரின் எழுத்துப்பணியானது, அவருடைய எழுபது ஆண்டு காலப் பொதுவாழ்க்கையில் பல்வேறு வடிவங்களில் வெளிப்பட்டுள்ளது. கலை என்பது கருத்து வெளிப்பாட்டுக் கருவி என்ற அழுத்தமான கொள்கையுடைய கலைஞர், தன்னுடைய தொடக்கக்காலக் கலை வாழ்வில் நாடகத்திற்கும், பின்னர் திரைப்படத்திற்கும் முக்கியத்துவம் தந்துள்ளார். சமகால அரசியல் வாழ்க்கையின் பகுதியாகவும் சமுதாய விமர்சனமாகவும் நாடகங்களைப் பயன்படுத்தியுள்ள கலைஞரின் இலக்கிய ஆளுமையில் நாடக ஆசிரியர் என்ற பிம்பம் என்றும் முக்கியமானதாக விளங்கும். அதற்கான பலம் அவருடைய நாடகப் பிரதிகளில் உள்ளது.

சான்றாதாரம்

1. மணா, தமிழகப் பிரபலங்களின் நதி மூலம், பக். 2-3
2. கருணாநிதி. மு., நெஞ்சுக்கு நீதி, தொ. I, பக். 26-27
3. மேலது, ப. 27.
4. மேலது, ப. 58.
5. மேலது, ப. 72.
6. கருணாநிதி, மு., நச்சுக்கோப்பை, பக். 62-63
7. கருணாநிதி. மு., நெஞ்சுக்கு நீதி, தொ.I, ப. 114.
8. மேலது, ப. 99.
9. மேலது, ப. 181.
10. மேலது, ப. 351.
11. மேலது, பக். 641-3.
12. மேலது, ப.643.
13. மேலது, ப. 193.
14. கருணாநிதி, மு., இரத்தக் கண்ணீர், முன்னுரை.
15. கருணாநிதி. மு., நெஞ்சுக்கு நீதி, தொ. 1, ப. 471.
16. மேலது, ப. 101.
17. இராஜேந்திரன். பி.எல்., நாடக ஆசிரியர் கலைஞர், ப.85.
18. துரைக்கண்ணன். நாரண., தமிழில் நாடகம், ப. 128.
19. சண்முகசுந்தரம். சு., கலைஞர் இலக்கியத்தடம், ப. 166
20. மேலது, ப. 167.
21. திராவிட நாடு 22-07-51, ப.16
22. திராவிட நாடு 31-08-52, ப.6

இயக்கங்களும் கலைஞரின் நாடகங்களும்

தமிழ் மொழியை இயல், இசை, கூத்து என்று முத்தமிழாகப் பகுப்பது பன்னெடுங்காலமாக வழக்கிலுள்ளது. அவற்றுள் கூத்து எனப்படுவது நிகழ்கலையாகும். கண்ணாலும், காதாலும் அனுபவிக்கக்கூடிய உணர்வுகள்மூலம் மனிதன் பெறக்கூடிய மனப்பதிவுகள், கூத்தில் முதன்மையானவை. கூத்து பற்றிய குறிப்பு பண்டைத் தமிழ் இலக்கண நூலான தொல்காப்பியத்தில் காணப்படுகிறது. சங்க இலக்கியம், திருக்குறள், சிலப்பதிகாரம் முதலாகப் பிற்காலத்திய சிற்றிலக்கியப் படைப்புகள் வரை கூத்து பற்றிய தமிழரின் கருத்துகள் பதிவாகியுள்ளன. கூத்தினை நாடகம், நாட்டியம் என் இரண்டாகப் பிரிக்கலாம். நாட்டியமானது அபிநயம்மூலம் பாட்டின் கருத்தினை வெளிப்படுத்துவது; நாடகமானது ஒன்று அல்லது ஒன்றுக்கும் மேற்பட்டவர்கள் சேர்ந்து நடிப்பின்மூலம் கருத்தினை வெளிப்படுத்துவது என்று வரையறுக்கலாம். தமிழ்ச் சமுதாயத்தில் நாடகங்கள் பெறுமிடத்தை ஆராய்ந்திடும்போது, அரசியல், சமுதாய இயக்கங்களுக்கும், நாடகங்களுக்குமான தொடர்பினை அறிய முடிகின்றது. இத்தகைய தொடர்புகள் திராவிட இயக்கத்தின் தனித்துவத்தையும் கலைஞர் எழுதிய நாடகங்களின் சிறப்புகளையும் கண்டறிந்திட உதவுகின்றன.

கண்ணையும் கருத்தையும் ஒருங்கே கவரும் நிகழ்த்துக்கலையான நாடகமானது, மனிதகுல நாகரிகம் வளர்ச்சியடையாத காலத்திலே தோன்றியிருக்க வேண்டும். 'போலச்செய்தல்' என்பது மனித இயல்புகளில் முக்கியமானது. நடந்து முடிந்த செயல் அல்லது சம்பவம் பற்றிச் சக மனிதர்களுக்கு விவரிக்கும்போது நாடகத்தின் மூலக்கூறு வெளிப்பட்டிருக்கும். எனவே போலச்செய்தல்மூலம் நாடகம் தோன்றியிருக்கலாம். எனினும் அது நிகழ்கலையாக வடிவெடுத்தது சமயச் சடங்குகளில்தான். இறை வழிபாட்டில் நிகழ்த்தப்பட்ட சடங்குகளிலும், இறைவன் பற்றிய கதையை நிகழ்த்திக்

காட்டுவதிலும் பண்டைக்காலத்தில் நாடகம் நிகழ்த்தப்பட்டிருக்க வேண்டும். பின்னர் நாடகம், சோழப் பேரரசர்கள் காலத்தில், கோயிலைவிட்டு அரண்மனைக்குள் வந்திருக்க வேண்டும். மன்னரை இறைவனின் அம்சமாகக் கருதும் அதிகாரப்போக்கு, சமுதாயத்தில் வலுவடைந்தபோது, மன்னரின் வரலாற்றை நாடகமாகப் பொது இடத்தில் நிகழ்த்துவது நடைபெற்றது.

நாடக அமைப்பு எந்த இலக்கணத்துக்கும் கட்டுப்பட்டு இருக்கவில்லை; இனியும் இருக்க முடியாது; நல்ல கருத்தை நல்லமுறையில் சொல்வது என்பதனை இலக்கணமாகக் கருதலாம். நாடகப் பிரதியாக்கம் மட்டும் நாடகாசிரியனைச் சார்ந்தது. எனினும் நிகழ்கலை என்ற பொருளில் காணும்போது அது தனிமனிதப் படைப்பல்ல. இயல், இசை, ஆடல், பாடல், ஓவியம், சிற்பம், ஒளி ஆகிய பல்வேறு கூட்டு வினைகளில் உருவானது. நாடகத்தை நுணுகி ஆராய்ந்தால் நாடகமானது நடிகர்கள் - பார்வையாளர்கள் ஆகிய இரு குழுவினர்களின் ஒருங்கிணைந்த எதிர்வினையில் முழுமையடைவதைக் காண முடியும். “அவல நாடகத்தின் குறிக்கோள் மனிதனின் செயல்திறன்களை முறைப்படிச் சேர்த்து அவற்றால் அவனுக்கு ஏற்படும் விளைவுகளைப் படைத்துக் காட்டுவதே”[1] என்ற அரிஸ்டாட்டிலின் வரையறையில் மனிதனுக்கும் நாடகத்திற்குமான தொடர்பு வெளிப்பட்டுள்ளது. புராணமோ, வரலாறோ, கற்பனையோ எதுவாயினும் கதையை அமைத்து ஒவ்வொரு களத்திற்கும் பல காட்சிகளை உருவாக்கி அதற்கேற்பப் பாத்திரங்களைப் படைத்து, அந்தப் பாத்திரங்களின் உணர்ச்சிப்பூர்வமான உரையாடல்கள், பாடல்கள், நடிப்புமூலம் விளக்கிக் காட்டப்படும் கதையம்சம் மிக்க வடிவத்தை நாடகம் என்று விளக்கலாம். கதை தழுவி வரும் உரையாடல்கள், குரல், உடல் போன்றனவற்றை அடிப்படையாகக் கொண்டு உடை, ஒளி, இசை, ஓவியம், சிற்பம் ஆகியவற்றின் துணையுடன் ஒருவர் அல்லது பலர் இணைந்து நிகழ்த்திக் காட்டுவது நாடகம் என்ற வரையறை பொருத்தமானது.

தமிழில் நாடகநூல் என்று சங்ககாலத்திலும் இடைப்பட்ட காலத்திலும் இல்லை. தமிழ்மொழி வரலாற்றுரீதியில் பழமையானதாயினும், கிரேக்கம், சமஸ்கிருதத்திற்கு இணையான காலங்களில் உருவான தமிழ் நாடகப் படைப்பென்று எதுவுமில்லை. காலவெள்ளத்தில் மறைந்துபோன தமிழ் நாடகங்களின் அட்டவணையைத் தந்துள்ளார் மயிலை சீனி. வேங்கடசாமி. எனினும் இன்று நாடகமாகக் கருதப்படும்

பிரதியைப் போன்ற தனிப்பட்ட நூலெதுவும் பண்டைக்காலத்தில் தமிழில் எழுதப்படவில்லை என்பது கசப்பான உண்மையே. பள்ளு, குறவஞ்சி, குளுவ நாடகம், நொண்டி நாடகம், கீர்த்தனை நாடகம் போன்ற பிற்காலத்தியப் படைப்புகளில் நாடக அம்சங்கள் இடம் பெற்றுள்ளன. எனினும் அவை முழுமையான நாடகங்கள் அல்ல.

கி.பி. 1867 ஆம் ஆண்டு காசி விசுவநாத முதலியாரால் எழுதப்பட்ட 'டம்பாச்சாரி விலாசம்' நாடகம், தமிழில் எழுதப்பட்ட முதல் சமூக நாடகமாகும். 1887 இல் ஷேக்ஸ்பியர் எழுதிய 'தி மெர்ச்சண்ட் ஆப் வெனிஸ்' நாடகம் 'வெனிஸ் வர்த்தகன்' என்ற பெயரில் வீ. விசுவநாதம் பிள்ளையால் தமிழில் மொழிபெயர்த்து வெளியிடப்பட்டது. இதுவே தமிழில் முதன்முதலாக வெளியான மேலைநாட்டு நாடகப் படைப்பு. 1870ஆம் ஆண்டிலிருந்து 1900ஆம் ஆண்டிற்குள் ஷேக்ஸ்பியர் எழுதிய பல நாடகங்கள் மொழிபெயர்க்கப்பட்டுப் பதினெட்டு நூல்கள் தமிழில் வெளியாகியுள்ளன.[2] இத்தகைய சூழல், தமிழில் நாடகமெழுவதையும், நடிப்பதையும் ஊக்குவித்திருக்க வேண்டும். இக்காலகட்டத்தில் பிரிட்டிஷ் நாடக அரங்கிலிருந்து பெற்ற தொழில்நுட்பமும், பார்ஸி நாடக அரங்கின் தாக்கமும் தமிழில் பெரிய அளவில் ஏற்பட்டன. 1890இல் நாடக அரங்கில் நடிகர்கள் வசதியாக நடிப்பதற்கேற்பத் தமிழ் நாடகங்களைக் களங்கள் என்றும் காட்சிகள் என்றும் பிரிக்கும் வழக்கம் தமிழில் தோன்றியது.[3] இதனால் தமிழ் நாடகம் மேலைநாட்டுப் பாணியில் புதிய வடிவமெடுத்தது.

தமிழ்க் கூத்து மரபைப் பேணிப் புதிய வகைப்பட்ட நாடகங்கள் எழுதிய சங்கரதாஸ் சுவாமிகளும், தமிழ் மேடை நாடகங்களுக்குச் சமூகத்தில் மரியாதை ஏற்படுத்தித்தந்த பம்மல் சம்பந்த முதலியாரும் தமிழ் நாடக மேடையின் மூலவர்கள். எனினும் நாடக நடிகர்களைக் கூத்தாடிகள் என்று இழிவாகக் கருதி ஒதுக்கும்போக்கு இருபதாம் நூற்றாண்டின் தொடக்கத்திலும் தமிழ்நாட்டில் நிலவியது. நடிகர்கள் பற்றிய சமூக மதிப்பீடு கேவலமானதாக இருப்பினும் நாடகங்களைக் காண்பதில் அடித்தட்டு மக்கள் பெரிதும் மகிழ்ச்சியடைந்தனர். இதனால் ஒப்பீட்டளவில் நாடகமானது பிற கலைகளைவிட வலுவான ஊடகமாக அடித்தட்டு மக்கள் வரை ஊடுருவிச் சென்று செல்வாக்குடன் விளங்கியது; கருத்தினைப் பிரச்சாரம் செய்ய உதவியது. அன்றைய காலகட்டத்தில் புராணக்கதைகள், இதிகாச சம்பவங்கள் போன்றன நாடகங்களாகப் பெருமளவில் நிகழ்த்தப்பட்டன. மக்களின் வாழ்க்கை, சமுதாயப் பிரச்சினைகளைச் சித்திரிக்கும் சமூக நாடகங்கள்

மிகக்குறைவு. மேடையில் நிகழ்த்தப்பட்ட பெரும்பாலான சமூக நாடகங்கள் ஆங்கிலேயே அரசாங்கத்திற்குத் துதி பாடவும், நிலவுடைமைச் சமுதாய அமைப்பினுக்கு ஆதரவாகவும் இருந்தன. பன்னெடுங்காலமாக வைதிக சநாதனம், சாதியின் பெயரால் மக்கள் நசுக்கப்பட்டதை நியாயப்படுத்தும்வகையில் நிகழ்த்தப்பட்ட புராண நாடகங்கள், பொருளியல்ரீதியில் நலிவடைந்த ஏழை எளியவருக்கு தலைவிதி தத்துவத்தைப் போதித்தன்மூலம் நிலவும் ஒடுக்குமுறைச் சூழலை ஏற்றுக்கொண்டு வாழ்ந்திடக் கற்பித்தன.

ஆங்கிலேயே ஏகாதிபத்திய அரசுடன் கைகோர்த்துக்கொண்டு, அரசாங்க பதவிகளில் உயர்ந்த இடம்பெற்ற பார்ப்பனர்கள். தொடர்ந்து வருணாசிரம முறையை உயர்த்திப் பிடித்தனர். வைதிக சநாதனம் மக்களிடையே ஏற்றத்தாழ்வு, தீண்டாமையைக் கடவுளின் பெயரால் வலியுறுத்தியது. உழைக்கும் மக்களை அடக்கியொடுக்குவதில் சநாதனம், முன்னிலை வகித்தது. சாதியின் பெயரால் நிலத்தில் உழைக்கும் அடித்தட்டு மக்களின் வாழ்க்கை விலங்கினிலும் இழிவாக இருந்தது. பொருளியல் நெருக்கடியில் சிக்குண்டு அல்லல்பட்ட பல்லாயிரக்கணக்கான தமிழர்கள், உலகமெங்கும் கூலிகளாகப் பணியாற்றக் கிளம்பிச் சென்றனர். தமிழகமெங்கும் அடிக்கடி பஞ்சம் வந்தபோதிலும், ஆங்கிலேயரும் அவர்தம் அடிவருடிகளும் வசதியாக வாழ்ந்து வந்தனர். இதுவே இருபதாம் நூற்றாண்டு வரை தமிழ்ச் சமுதாய வரலாற்றின் குறுக்குவெட்டுத் தோற்றம்.

சமூக அமைப்பில் நிலவும் கொடுமைக்கெதிராக விழித்தெழுந்த சிலரின் கூட்டு முயற்சியினால் சமூக இயக்கங்கள் தமிழகத்தில் தோற்றுவிக்கப்பட்டன. அவை நிலவும் அரசியலமைப்பினுக்குள் சிறிய அளவில் சீர்த்திருத்தங்களைக் கோரின. இத்தகைய இயக்கங்களின் கருத்துக்களை அன்றைய கலை, இலக்கியப் படைப்புகள் மக்களிடையே பரப்பின. ஆங்கிலேயே ஏகாதிபத்திய அரசினுக்கு இந்திய மக்களுக்குமிடையில் சமரசம் செய்யும் பணியையே தொடக்ககால இயக்கங்கள் செய்தன. பத்தொன்பதாம் நூற்றாண்டின் இறுதியில் இந்தியா, ஆயுதமேந்திய போர்க்கப்பலாக விளங்கியது. இந்நிலையில் இந்திய மக்களின் போராட்ட உணர்வினைத் திசை திருப்பிட ஆங்கிலேயர் செய்திட்ட பல்வேறு முயற்சிகளில் ஒன்றுதான் 1885-ஆம் ஆண்டு ஹியூம் என்ற ஆங்கிலேயரால் தோற்றுவிக்கப்பட்ட காங்கிரஸ் இயக்கம். எனினும் நாளடைவில் விடுதலைப் போராட்ட வீரர்களின் களமாகக் காங்கிரஸ் மாற்றமடைந்தது. இயக்கத்தின்

வளர்ச்சிப்போக்கில் ஆங்கிலேயருடன் சமரசம் என்ற நிலை மாறி, ஆங்கிலேய அரசு எதிர்ப்புணர்ச்சி வலுப்பெற்றது. வருணாசிரமம் வலியுறுத்தும் நெறிகளுக்கு முரணாக ஆங்கிலேய அரசு ஏற்படுத்திய குழந்தைத் திருமணம் ஒழிப்பு, பெண்கள் உடன்கட்டை ஏற்றப்படுதல் ஒழிப்பு போன்ற சீர்திருத்தச் சட்டங்கள், சமூக அடுக்கில் உச்சத்திலிருந்த பார்ப்பனர்களுக்கும், உயர்சாதி இந்துக்களுக்கும் எரிச்சலைத் தந்தன. தங்களுடைய மரபு வழிப்பட்ட உரிமைகள் பறிக்கப்பட்டதாகக் கருதிய உயர்சாதியினர், ஆங்கிலேயே அரசை எதிர்த்து ஒன்றுதிரண்டனர்.

இருபதாம் நூற்றாண்டு பல்வேறுவகைகளில் புதிய மாற்றங்களை எதிர் கொண்டிருந்தது. புதிதாகக் கல்வியறிவு பெற்ற இந்தியர்கள் ஆங்கிலேய ஏகாதிபத்தியத்தை எதிர்த்துக் கிளம்பினர். அரசியல் விழிப்புணர்வு காரணமாகச் சமுதாயரீதியிலும் மக்கள் அடிமைத்தனத்திற்கு எதிராகக் கிளர்ந்தெழுந்தனர். பண்பாட்டுத்தளத்தில் சாதியினால் பிளவுண்டு தீண்டாமைக் கொடுமையினால் அவதிப்பட்ட அடித்தட்டு மக்கள், பாரம்பரிய பழக்கவழக்கங்களையும் மூடத்தனங்களையும் எதிர்த்தனர். இத்தகைய ஒடுக்கப்பட்ட மக்களின் நலன்களைப் பிரதிபலித்த இயக்கங்கள், தமிழகத்தில் மக்களிடையே வீச்சாகப் பரவின. அவை பின்வரும் இருபெரும் பிரிவுகளுக்குள் அடங்கும்.

- *விடுதலைப் போராட்ட இயக்கங்கள்*
- *சமுதாயச் சீர்திருத்த இயக்கங்கள்*

இவை முக்கியமான சமுதாயப் பிரச்சினைகளில் தமிழ்நாட்டு மக்களின் நலன்களை முன்னிலைப்படுத்தின.

ஆங்கிலேய ஏகாதிபத்தியத்தினால் பல்லாண்டுகள் அடிமைப் பட்டுக்கிடந்த இந்திய நாட்டில் தோன்றிய விடுதலைச் சிந்தனையில், காங்கிரஸ் முன்னிலை வகித்தது. ஆங்கிலேய ஜெனரல்களும், ஆளுநர்களும், அதிகாரிகளும் தொடர்ந்து இந்தியர்களின் மீது அடக்குமுறையை ஏவி விடுவதன்மூலம் அதிகாரத்தைத் தக்க கொண்டனர். காங்கிரஸ் இயக்கமானது மாநாடுகள், ஊர்வலங்கள், ஆர்ப்பாட்டங்கள், இதழ்கள், கலை நிகழ்ச்சிகள் போன்ற பல்வேறு வடிவங்களில் இந்தியாவெங்கும் பரவியது. பாரதியாரின் விடுதலை இயக்கப் பாடல்கள், நாட்டு விடுதலை வேட்கையை தமிழ்நாட்டு மக்களிடையே ஆழமாகப் பரப்பின. நாவல், சிறுகதை படைப்புகளுடன் நாடகத்தின் வாயிலாகவும் நாட்டு விடுதலையுணர்வு மக்களிடையே பரப்பப்பட்டது. விடுதலைப் போராட்ட இயக்கத்தினரின்

கருத்துகள், நாடக மேடைகளில் வெளிப்பட்டது, முக்கியமான திருப்புமுனையாகும்.

ஒவ்வொரு இயக்கமும் தனது நோக்கம், கொள்கையை நிறைவேற்று வதற்காகச் செய்கின்ற செயல்கள், முக்கியமானவை. அதற்காகக் கருத்தியல் பிரச்சாரத்தில் ஈடுபடும் இயக்கங்கள், தகவல்தொடர்பு ஊடகங்களைப் பயன்படுத்துகின்றன. இருபதாம் நூற்றாண்டின் தொடக்கத்தில் நாடகம், இந்தியா போன்ற கல்வியறிவு குறைவான நாடுகளில் ஆதிக்கம் செலுத்தியது. நிகழ்த்துக்கலைமூலம் கருத்தியல் பிரச்சாரம் செய்வது எளிது என்ற நிலையில், தமிழ்நாட்டில் நாடகத்தின் செல்வாக்கு ஓங்கியிருந்தது.

தமிழ் நாடக மேடையானது 1919 முதல் 1945 வரை தேசிய விடுதலையைப் பிரச்சாரம் செய்வதற்குக் கருவியாகப் பயன்பட்டது.[4] நாடக அரங்கமானது, மக்களுக்கும் விடுதலை இயக்கத்திற்குமிடையில் பாலமாக விளங்கியது. இந்திய நாடு விடுதலை பெற வேண்டுமென்ற கருத்தானது, நாடகம்மூலம் பிரச்சாரம் செய்யப்பட்டது. இந்நிலையில் பொழுதுபோக்குக் கலையான நாடகம், செயலூக்கம்மிக்க போராட்டக்கருவியாக மாறும்போது, மக்கள் வெறும் பார்வையாளராக நீண்ட நாட்கள் இருக்கவியலாது. தனிமனிதனின் அகவுணர்வில் அழுத்தமான பாதிப்பை தேசியப் போராட்ட நாடகங்கள் ஏற்படுத்தும்போது, அவை மக்களைப் போராட்டத் தளத்தினுக்கு இட்டுச் சென்றன; தனிப்பட்ட வாழ்வைவிடப் பொது வாழ்க்கைக்கு முக்கியத்துவம் தரும் மனநிலையை மக்களிடம் வடிவமைத்தன.

1919 இல் நடைபெற்ற ஜாலியன் வாலாபாக் படுகொலைச் சம்பவம், தமிழ்நாட்டில் அதிர்ச்சியை ஏற்படுத்தியது. ரௌலட் சட்ட எதிர்ப்பு, ஒத்துழையாமை இயக்கம் போன்ற தீவிரமான அரசியல் செயல்பாடுகள், நிகழ்த்துக்கலையான நாடகத்திலும் பாதிப்புகளைத் தோற்றுவித்தன. அன்றைய நாடகங்களில் உரையாடலைவிடப் பாடல்களுக்கு முக்கியத்துவம் தரப்பட்டது; நாடக மேடையைப் பெரிதும் புராண, இதிகாச, வரலாற்று நாடகங்கள் ஆக்கிரமித்திருந்தன. எனினும் விடுதலை வேட்கையைச் சித்திரிக்கும் தேசியப் பாடல்கள் புராண நாடகங்களின் நடுவில் நடிகர்களால் பாடப்பட்டன. அவை மக்களிடையே பெரும் வரவேற்பைப் பெற்றன. பாரதியார், மதுரகவி பாஸ்கரதாஸ், கோவை அய்யாமுத்து, ராஜா சண்முகராஜ், இசக்கிமுத்து போன்றோர் எழுதிய விடுதலை இயக்கப் போராட்டப் பாடல்கள் தமிழ் நாடக மேடைகளில் பாடப்பட்டன.

1921-இல் எம்.ஜி. பைரவசுந்தரம் பிள்ளை எழுதிய நாடகத்தில் ‘கதர்க் கப்பல் கொடி தோணுதே” என்ற பாடல் பாடப்பட்டது. இதுவே தமிழ் நாடக மேடையில் முதன் முதலில் ஒலித்த இந்திய விடுதலைப் போராட்டத்திற்கு ஆதரவான பாடல்.[5] எஸ். எஸ். விஸ்வநாததாஸ் என்ற நாடக நடிகர் கோவலன் நாடகத்தில் நடித்தபோது தேசியக் கோவலன் என்று விளம்பரப்படுத்தப்பட்டார். ஜாலியன் வாலாபாக் படுகொலையைப் பற்றி அவர் பாடிய பாடலைக் கேட்டு மக்கள் கொதித்தெழுந்தனர். இதனால் அவர் நாடக மேடையிலே ஆங்கிலேயக் காவலரால் கைது செய்யப்பட்டுச் சிறையிலடைக்கப்பட்டார்.

இந்திய விடுதலைப் போராளி பகவத்சிங் ஆங்கிலேய அரசினால் தூக்கிலிடப்பட்டபோது, அவரைப் பற்றிக் கும்பகோணம் ராஜாராம் பாகவதர் எழுதிய பாடலை நாடக மேடையில் பாடியதற்காக கே.பி. சுந்தரம் என்ற நாடக நடிகர், காவல் துறையினரால் கைது செய்யப்பட்டுச் சிறையில் அடைக்கப்பட்டார்.[6] 1894 ஆம் ஆண்டு எழுதப்பட்ட ‘ஸ்ரீ ஆர்ய சபா” என்ற நாடகம் தேசிய இயக்கம் பற்றிய முதல் தமிழ் நாடகமாகும்.[7] இது அன்றைய காங்கிரஸ் இயக்கத்தாரின் கொள்கைகளைப் பிரச்சாரம் செய்தது.

1922இல் தெ. கிருஷ்ணசாமிப் பாவலர் எழுதிய தேசிய விடுதலைப் போராட்டத்தை மையமாகக்கொண்ட ‘கதரின் வெற்றி’, நாடகமானது நாட்டு விடுதலைக் கருத்தை மக்களிடையே பரப்பியது. இந்நாடகம் ஆங்கிலேய அரசினால் தடை செய்யப்பட்டது. தேசியக்கொடி, பதிபக்தி, பம்பாய் மெயில் போன்ற நாடகங்கள் நாட்டு விடுதலை உணர்வையும், சமுதாயச் சீர்த்திருத்தக் கருத்துகளையும் கருவாகக்கொண்டிருந்தன.

1942 இல் வெ. சாமிநாத சர்மா எழுதிய ‘பாணபுரத்து வீரன்'', 1936இல் கோவை அய்யாமுத்து எழுதிய ‘இன்பசாகரன்’, 1944இல் எஸ்.டி சுந்தரம் எழுதிய ‘கவியின் கனவு ‘ஆகியன விடுதலை இயக்கப் பிரச்சார நாடகங்களில் குறிப்பிடத்தக்கவை.

இந்திய விடுதலைப் போராட்டக் காலகட்டத்தில் நாடகங்கள், நாடகப் பாடல்கள் மூலம் விடுதலையுணர்வை மக்களிடையே பிரச்சாரம் செய்த செயல், அன்றைய சமுதாயச் சூழலின் தேவையாகும். விடுதலைப் போராட்ட வீரர்களின் அரசியல் போராட்டங்களுக்கு மக்களிடையே தார்மீக ஆதரவை ஏற்படுத்தும்வகையில் நாடகக் கலைஞர்கள் மேடையில் தன்னிசையான முறையில் பிரச்சாரம் செய்தனர். நாடக மேடையைக் கருத்தியல் பிரச்சார ஊடகமாகப்

பயன்படுத்துவது, தேசிய விடுதலைப் போராட்டக் காலத்திலேயே தமிழ்நாட்டில் நடைமுறைக்கு வந்துவிட்டது.

சமுதாயச் சீர்திருத்த அரசியல் இயக்கங்கள்

ஆங்கிலேய ஏகாதிபத்தியத்தினை எதிர்த்து நாட்டு விடுதலைக்காகக் காங்கிரஸ் இயக்கமும் பிற இயக்கங்களும் போராடிக்கொண்டிருந்த சூழலில், சமூகசீர்த்திருத்தக் கருத்துக்களை முன்னிறுத்திய சமுதாய இயக்கங்களும் தமிழ்நாட்டில் செல்வாக்குடன் விளங்கின. சமுதாய நலனுக்காகச் சீர்திருத்தம் வேண்டிப் போராடிய பின்வரும் இயக்கங்கள் முக்கியமானவை.

தென்னிந்திய நல உரிமைச் சங்கம் (1916)

நீதிக்கட்சி (1916)

திராவிடர் கழகம் (1944)

திராவிட முன்னேற்றக் கழகம் (1949)

இந்தியாவில் இரண்டாயிரம் ஆண்டுகளுக்கும் மேலாக வருணாசிரம முறையை வலியுறுத்திய வைதிக சநாதனம், இடைக்காலத்தில் மக்களிடையே மேலாதிக்கம் பெற்றது. அது, மக்களிடையே சாதியரீதியில் ஏற்றத்தாழ்வையும் தீண்டாமையையும் வலியுறுத்தியது. தமிழ்நாட்டை ஆண்ட சோழப் பேரரசிலும் பின்னர் ஆண்ட இஸ்லாமியர், தெலுங்கர், மராட்டியர், ஐரோப்பியர் ஆட்சியதிகாரத்திலும் பார்ப்பனர் உயர்பதவிகள் வகித்தனர். இக்காலகட்டத்தில் கோவிலில் வழிபாட்டு மொழியாக இருந்த தமிழ் புறக்கணிக்கப்பட்டுச் சம்ஸ்கிருதம் ஆதிக்கம் பெற்றது; தமிழரின் பொருளியல் வாழ்க்கை சிதைவடைந்தது. இத்தகைய சூழலில் உயர்சாதியினராகக் கருதப்படும் வேளாளரும், நகரத்தாரும் வைதிக சமய நெறியினை மறுத்துத் தமிழையும், சைவத்தையும் முதன்மைப்படுத்தினர். வைதிக சமயநெறி, உயர்சாதி தமிழரின் சைவ நெறி என்ற முரண்பாடு, இருபதாம் நூற்றாண்டில் கூர்மையடைந்தது. ஆங்கிலக் கல்வி பெற்ற பார்ப்பனர் அல்லாத உயர்சாதியினர் சமூக அடுக்கில் மேலாதிக்கம் பெற்று ஆட்சியில் உயர்பதவிகள் வகிக்க முயன்றனர். இத்தகையோருக்கு ஆங்கிலேய ஏகாதிபத்திய எதிர்ப்பைவிடப் பார்ப்பனிய எதிர்ப்பு, வருணாசிரம எதிர்ப்பு போன்றன முதன்மையானவைகளாகத் தோன்றின. பார்ப்பனர் அல்லாதாரின் நலன்களைப் பிரதிபலிக்கும்வகையில் 1916 ஆம் ஆண்டில் சென்னையில் தென்னிந்திய நல உரிமைச் சங்கம் தோற்றுவிக்கப்பட்டது. டி.எம். நாயரும், பி. தியாகராசரும்

பார்ப்பனரல்லாதார் உரிமையைக் கோரும்வகையில் நீதிக்கட்சியை இதே காலகட்டத்தில் தொடங்கினர். 1920 ஆம் ஆண்டு நீதிக்கட்சி தமிழகத்தின் ஆட்சியைக் கைப்பற்றியது. பெண்களுக்கு வாக்குரிமை, கம்யூனல் ஜி.ஓ. (வகுப்புவாரிப் பிரதிநிதித்துவம்), தேவதாசி முறை ஒழிப்பு, தாழ்த்தப்பட்டவருக்கு நிலப்பட்டா வழங்கல், அறநிலையப் பாதுகாப்புச் சட்டம் போன்றன நீதிக்கட்சியினரின் ஆட்சியில் அமலப்டுத்தப்பட்ட முக்கியமான சீர்திருத்தங்கள்.

காங்கிரஸ் கட்சி மக்களிடையே செல்வாக்குப் பெற்றநிலையில், நீதிக்கட்சி மெல்ல வலுவிழந்தது. இந்நிலையில் 1944ஆம் ஆண்டு சேலத்தில் நடைபெற்ற நீதிக்கட்சி மாநாட்டில் பெரியாரின் முயற்சியினால் திராவிடர் கழகம் என்ற புதிய பெயர் சூட்டப் பட்டது. திராவிட நாடு, திராவிடர் இன விடுதலை போன்ற கருத்துகள் மையக் கோரிக்கைகளாகத் திராவிடர் கழகத்தினரால் முன்னிலைப்படுத்தப்பட்டன. ஜமீன்தார் முறை ஒழிப்பு, பார்ப்பனர் எதிர்ப்பு, இந்தி எதிர்ப்பு, பெண்ணுரிமை, விதவை மறுமணம், சுயமரியாதைத் திருமணம், வடவர் ஆதிக்க எதிர்ப்பு, புராண எதிர்ப்பு, கடவுள் மறுப்பு போன்ற பல்வேறு சமுதாயச் சீர்த்திருத்தக் கருத்துகள் திராவிடர் கழத்தினரால் பிரச்சாரம் செய்யப்பட்டன. திராவிடர் கழகத்தினர் ஈ.வெ.ரா. பெரியார் தலைமையில் தொடர்ந்து போராட்டங்களில் ஈடுபட்டனர்.

மக்களிடையே மூடநம்பிக்கைகள் ஒழிக்கப்பட்டுப் புதியதோர் உலகம் செய்யப்பட வேண்டுமென விரும்பிய திராவிட இயக்கத்தினர், புராண இதிகாசங்களைக் கடுமையாகத் தாக்கிப் பேசியும், எழுதியும் வந்தனர். சமுதாயச் சீர்திருத்தக் கருத்துகளைக் கருவாகக்கொண்ட நாடகங்களைத் திராவிட இயக்கத்தினர் வரவேற்றுப் பாராட்டினர். டி.கே. சண்முகம் நாடகக் குழுவினரின் சமுதாயச் சீர்த்திருத்த நாடகங்களுக்குத் திராவிட இயக்கத் தலைவர்கள் தலைமையேற்றுப் பாராட்டினர். எம்.ஆர். ராதா, சி. என். அண்ணாதுரை, மு.கருணாநிதி போன்ற திராவிட கழகத்தினரின் நாடகங்களுக்குத் தலைமை தங்கிய பெரியார், சமுதாயச் சீர்திருத்த நாடகங்களின் தேவையை வலியுறுத்திப் பேசினார்.

கவிஞர் பாரதிதாசன் எழுதிய இரணியன் அல்லது இணையற்ற வீரன் என்ற நாடகம் 1934ஆம் ஆண்டு மேடையேறியது. பல நாடகங்களையும் ஓரங்க நாடகங்களையும் எழுதியுள்ள பாரதிதாசன் மூடநம்பிக்கை எதிர்ப்பு, பார்ப்பனர் எதிர்ப்பு, தமிழரின் உயர்வு போன்ற கருத்துகளை நாடகக் கருவாகக் கையாண்டுள்ளார்.

எம்.ஆர். ராதா நடித்த தூக்குமேடை, கீமாயணம், ரத்தக்கண்ணீர் போன்ற நாடகங்கள் முழுக்கத் திராவிடர் கழகக் கருத்தியல் பிரச்சாரங்களே. அவருடைய நாடகங்களுக்குக் காங்கிரஸ் அரசாங்கம் தடை விதித்தது. அரசின் எதிர்ப்பையும் மீறி அதே நாடகம் வெவ்வேறு பெயர்களில் நாடெங்கும் நடத்தப்பட்டது. நாடகத்தினை முழுக்கக் கருத்தியல் பிரச்சாரத்திற்காக எம்.ஆர். ராதா பயன்படுத்தினாலும், அவருடைய நடிப்பு, தமிழர்களிடையே பெரும் வரவேற்பைப் பெற்றது.

1944 இல் ஈரோடு நகரில் நடைபெற்ற தமிழ் மாகாண நாடகக்கலை அபிவிருத்தி மாநாட்டில் அண்ணா பேசியபோது, புராண நாடகங்களினால் மூடப் பழக்கவழக்கம் வளரும் என்றும் அவற்றால் மக்களுக்குப் பயனில்லை என்று குறிப்பிட்டுவிட்டு அவற்றுக்கு மாற்றாகச் சமூக சீர்திருத்த நாடகங்களை முன்வைத்தார். மேலும் அவர், "எலும்பு பெண்ணுருவான அருட்கதைகளைப் பற்றிப் பாடியும், ஆடியும் வந்தது போதும். நமது பெண்மக்கள் எலும்புருவானதுதவிர பலன் இல்லை. இனி பெண்கள் எலும்புருவாகும் பரிதாப வாழ்க்கையைச் சித்திரிக்கும் நாடகங்களை நடத்துதல், கண்ணைப் பெயர்த்தெடுத்து அப்பிய கண்ணப்பர் கதையை ஆடியது போதும், இனி கோயில் கட்டி கும்பாபிஷேகம் செய்பவன் ஊரில் கொள்ளையடிக்கும் விஷயத்தை விளக்கும் நாடகத்தை நடத்திக் காட்டுங்கள்; வாழ்க்கையைச் சித்திரித்துக் காட்டுங்கள்"[9] என்று பேசினார். அண்ணாவின் நாடகம் பற்றிய கருத்தாக்கமானது, தொடக்கக்காலத்தில் திராவிட இயக்கத்தினரின் நாடகம் பற்றிய எண்ணத்தைப் பிரதிபலிக்கின்றது.

திராவிடர் கழகத் தலைவரான பெரியாருடன் ஏற்பட்ட கருத்து வேறுபாடு காரணமாகப் பிரிந்த குழுவினர் 18.09.1949 அன்று சி.என். அண்ணாதுரை தலைமையில் கூடி திராவிடர் முன்னேற்றக் கழகம் என்ற அமைப்பை நிறுவினர். தொடக்கத்தில் திராவிடர் கழகக் கருத்துகளைப் பிரச்சாரம் செய்தாலும், 1957ஆம் ஆண்டு நடைபெற்ற பொதுத்தேர்தலில் பங்கேற்றது, திமு.க. வரலாற்றில் முக்கியமான முதல் திருப்புமுனை. நாளடைவில் திராவிடர் கழகத்தின் 'கடவுள் மறுப்பானது, 'ஒன்றே குலம் ஒருவனே தேவன்' என்ற புதிய வடிவம் பெற்றது. 1963ஆம் ஆண்டு இந்தியா - சீனப் போரின்போது 'திராவிடநாடு திராவிடருக்கே', என்ற முதன்மையான முழக்கம் கைவிடப்பட்டது. எனினும் தமிழ்மொழியின் பழம் பெருமையைப் போற்றுதல், சநாதன் எதிர்ப்பு, சாதியம் எதிர்ப்பு, பார்ப்பனிய

எதிர்ப்பு, புராண எதிர்ப்பு, மூடநம்பிக்கை ஒழிப்பு, இந்தி எதிர்ப்பு, வடவர் ஆதிக்க எதிர்ப்பு போன்றன தி.மு.க.வினரின் அடிப்படைக் கொள்கைகளாக முவைக்கப்பட்டன.

1967ஆம் ஆண்டு நடைபெற்ற பொதுத்தேர்தலில் தி.மு.க. தமிழகத்தில் பெரும்பான்மை வாக்குகளைப் பெற்று ஆட்சியைக் கைப்பற்றியது. அறிஞர் அண்ணா முதலமைச்சரானார். அமைச்சரவையில் கலைஞர் இடம் பெற்றார். அண்ணாவின் மறைவிற்குப் பின்னர் 1969ஆம் ஆண்டு கலைஞர் முதலமைச்சராகப் பதவியேற்றார். 1971, 1989, 1996, 2006 ஆம் ஆண்டுகளில் நடைபெற்ற பொதுத்தேர்தல்களில் தி.மு.க. தமிழகத்தில் ஆட்சியைக் கைப்பற்றியது. அப்பொழுது தி.மு.க. வின் தலைவரான கலைஞர் தமிழ்நாட்டின் முதலமைச்சராகப் பொறுப்பேற்றார். தி.மு.க.வினரின் முயற்சிகள் காரணமாகப் பண்டைத் தமிழரின் மேன்மை, பழந்தமிழ் இலக்கியங்கள் மீட்டுருவாக்கப்பட்டு முக்கியத்துவம் பெற்றன. நாடகம், திரைப்படம், இசை போன்ற கலைகளிலும், இலக்கியப் படைப்புகளிலும் பல்வேறு மாற்றங்கள் ஏற்பட்டுள்ளன.

தி.மு.க.வும் நாடகங்களும்

தமிழகமெங்கும் திராவிட முன்னேற்றக் கழகம் வீச்சாகப் பரவிட இதழ்களும் நாடகங்களும் பெரிதும் துணைபுரிந்தன. ஐம்பதுகளில் மிகக்குறைவான எண்ணிக்கையினரே தமிழகத்தில் கல்வியறிவு பெற்றிருந்தனர். இந்நிலையில் படிக்காத பாமர மக்களிடம் தி.மு. கழகத்தின் கருத்துக்களைப் பிரச்சாரம் செய்திட நாடகம் வலுவான ஊடகமாக விளங்கியது. திராவிட நாடு திராவிடருக்கே என்று தொடக்கக்காலத்தில் தி.மு.க.வினர் முழங்கினர். திராவிட நாடு பற்றிய கருத்தியல் பிரச்சாரத்திற்கு நாடகம் வலுவூட்டியது. அறிஞர் அண்ணா, கலைஞர், ஏ.வி.பி. ஆசைத்தம்பி, சி.பி. சிற்றரசு, முரசொலிமாறன், கே.ஜி. இராதாமணாளன், ஏ. கே. வேலன், தில்லை வில்லாளன், ப.கண்ணன் போன்ற நாடக ஆசிரியர்கள், நாடகங்கள் மூலம் தி.மு.க.வின் வளர்ச்சிக்குப் பெரிதும் உதவினர்.

தி.மு.க.வின் தலைவரான அறிஞர் அண்ணா 1943 ஆம் ஆண்டு 'சந்திரமோகன்" என்ற பெயரில் நாடகமெழுதி அந்நாடகத்தில் நடிக்கவும் செய்தார். வேலைக்காரி, ஓர் இரவு, காதல் ஜோதி, நீதிதேவன் மயக்கம் போன்ற நாடகங்களும் அண்ணாவால் எழுதப்பட்டன. 'ஐநூறு அல்லது ஆயிரம் பேர் மட்டும் ஒருமுறை கண்டு நாடகங்களைச் சுவைத்த அந்தக் காலத்தில் மாநாடுகளில் அரசியல் விவாதங்கள்

எல்லாம் முடிந்த பிறகு, ஏறத்தாழ இருபதினாயிரம் பேரை, நள்ளிரவு வரை காக்கவைத்து நாடகங்களைக் காணுமாறு செய்து, வரலாற்றில் முக்கியமான திருப்புமுனை ஏற்படுத்தியவர் அண்ணா ஆவார்.[8] அரங்குகளில் பொழுதுபோக்கினுக்காக நடத்தப் பட்ட புராண சமூக நாடகங்களில் விடுதலை இயக்கக் கருத்துகள் பாடப்பட்ட பேசப்பட்ட நிலையை மாற்றி, கட்சி மாநாடுகளில் பிரச்சாரத்திற்கெனத் தனியே நாடகம் நிகழ்த்தப்பட்டது, தமிழ் நாடக வரலாற்றில் முக்கியமான அம்சம். வெறும் மன மகிழ்வுக்காகவும், பொழுதுபோக்கினுக்காவும் நாடகங்களைக் கண்ட பார்வையாளர்களை நடப்புப் பிரச்சினை குறித்து ஆழமாகச் சிந்திக்கின்றவர்களாக மாற்றும் பணியை இத்தகைய நாடகங்கள் செய்தன. பார்வையாளரிடம் ஏற்கனவே படிந்து கிடக்கும் மரபு வழிப்பட்ட கருத்துக்களை நொறுக்கிவிட்டு, அவ்விடத்தில் தி.மு.கழகத்தின் நோக்கங்களை நாடகங்கள்மூலம் புகுத்திய செயலானது, நாடகம் என்ற ஊடகத்தின் வலுவினைக் கழகத்தினர் நன்கு அறிந்திருத்தலைப் புலப்படுத்துகிறது.

தி.மு.க.வின் அரசியல் பணிகள் வளர்ச்சியடைந்தநிலையில் கட்சிச் செயலாளரான அண்ணாவின் நாடக முயற்சிகள் தடைபட்டன. இந்நிலையில் கலைஞரின் நாடகங்கள் தி.மு. கழகத்தினரிடமும் பொதுமக்களிடமும் பெரிய அளவில் செல்வாக்குப் பெற்றன. நாடகம் என்ற ஊடகம் மூலம் தி.மு.க.வினர் செய்த கருத்தியல் பிரச்சாரத்திற்கு ஐம்பதுகளில் மக்களிடையே பெரிதும் வரவேற்பிருந்தது. அன்று இந்திய நாட்டினையும் தமிழ்நாட்டினையும் ஆண்ட காங்கிரஸ் அரசாங்கத்தினுக்கு எதிராகத் தீவிரமான பிரச்சாரத்தினை நாடகங்கள்மூலம் மேற்கொண்டார், கலைஞர். இது ஆளும்கட்சிக்கு இடையூறாக இருந்தது. எனவே கலைஞர் எழுதிய தூக்கு மேடை, நாடகம் காங்கிரஸ் அரசினால் தடை செய்யப்பட்டது. அப்பொழுது 25.10.1950 அன்று தி.மு.க தலைமைச் செயற்குழு கூடிப் பின்வரும் தீர்மானத்தை நிறைவேற்றியது: “தடை செய்யப்பட்ட நாடகங்களைத் தடையை மீறி நடத்த, ஒவ்வொரு மாவட்டமும் திட்டம் வகுத்து நடிகர் குழு அமைத்து, தலைமை நிலையத்திற்கு நவம்பர் இறுதிக்குள் தெரியப்படுத்த வேண்டுமென்று மாவட்டச் செயலாளர்களைக் கேட்டுக்கொள்கின்றது”[10] நாடகத்திற்கான தடையை மீறுதல் குறித்தத் தீர்மானத்திற்குப் பின்னர் தி.மு.க. வினரின் நாடக முயற்சிகள் குறித்தத் தகவல்களை அறிய இயலவில்லை. பெரிய அளவில் இல்லையெனிலும் மாவட்டந்தோறும் நிச்சயம் தி.மு.க.வினர்

தடைசெய்யப்பட்ட நாடகங்களை நிகழ்த்தியிருக்க வாய்ப்புண்டு. இதன்மூலம் 'நாடகம் நடத்துதல்' என்பது அரசியல் செயற்பாடாக மாறியுள்ளதை அறிய முடிகிறது.

இந்தியா விடுதலையடைந்து நான்கு ஆண்டுகளுக்குள்ளாகவும் தி.மு.கழகம் தொடங்கப்பட்ட ஓராண்டிற்குள்ளும் நாடகம் நடத்தத் தடை ஆளும் அரசினால் விதிக்கப்பட்டது என்ற செய்தியானது, நாடகம் குறித்த காங்கிரஸ் அரசின் எதிர்மறையான அணுகுமுறையைக் காட்டுகின்றது. இந்திய நாடு விடுதலையடைந்த பின்னர், நாடகங்களைத் தடை செய்யும் சட்டமான '1954- நாடகம் நிகழ்த்துதல் சட்டம்' தமிழ்நாட்டில்தான் முதன்முதலாக நடைமுறைக்கு வந்தது. இது திராவிட இயக்கங்களின் நாடக முயற்சிகளுக்கு எதிராக அன்றைய காங்கிரஸ் அரசாங்கம் கொண்டிருந்த கருத்தியல் எதிர்ப்பின் வெளிப்பாடாகும். தி.மு.க.வினர் தடை செய்யப்பட்ட நாடகங்களை வேறு பெயர்களால் நடத்தினர். ஆளும் அரசாங்கத்தினுக்கெதிரான போராட்டத்தினை நாடகம் நடத்துவதன்மூலம் தி.மு.க.வினர் மேற்கொண்டனர். தி.மு.க. கூட்டமைப்புக் குழு 20.02.1955 அன்று கோவையில் கூடி, கட்சியின் கலைப்பிரிவினர் அனைத்து இடங்களிலும் தடை செய்யப்பட்ட நாடகங்களைக் கூடுதல் உற்சாகத்துடன் மேடையேற்ற வேண்டுமெனக் கேட்டுக்கொண்டது.[11] இது நாடகம் நிகழ்த்துதல், தி.மு.க.வினரின் போராட்ட ஆயுதமாக மாற்றியதைக் காட்டுகிறது.

கலைஞரின் நாடகங்கள்

1943ஆம் ஆண்டு 'பழனியப்பன்' நாடகம் மூலம் கலைஞர் தமிழ் நாடக உலகிற்கு அறிமுகமானார். அப்பொழுது அவருக்கு வயது பதினெட்டு. நாகப்பட்டினம் 'திராவிடர் நடிகர் கழகம்' என்ற குழுவினரால் அந்நாடகமானது தமிழகமெங்கும் வெற்றிகரமாக நடத்தப்பட்டது. அந்நாடகத்தில் கலைஞர் சிறப்பாக நடித்துப் பலரின் பாராட்டுக்களைப் பெற்றார். முதல் நாடகத்திலே நாடகம் எழுதுவதிலும் சிறப்பாக நடிப்பதிலும் கலைஞரின் திறமை, வெளிப்பட்டது.

"கலை - அரசியல் - இரண்டையும் இரு கண்களாகக் கருதுபவன் தான் நான். இவற்றில் எந்தக் கண் உயர்ந்தது. எந்தக் கண் தாழ்ந்தது என்ற ஆராய்ச்சிக்கு இடமில்லை',[12] என்று கலைஞர் குறிப்பிடுவதிலிருந்து நாடகத்திற்கு அவர் தந்துள்ள முன்னுரிமை புலப்படுகிறது.

கலைஞர் எழுதிய நாடகங்களைக் கருத்தியல் அடிப்படையில் பின்வருமாறு பகுக்கலாம். அவை:

'தூக்குமேடை', 'ஒரே முத்தம்', 'சாந்தா', 'மணிமகுடம்' போன்ற நாடகங்கள் சமுதாயச் சீர்திருத்தக் கருத்துக்களையும் பகுத்தறிவுப் போக்குகளையும் முதன்மைப்படுத்தின.

'காகிதப்பூ,' 'திருவாளர் தேசீயம் பிள்ளை', 'உதய சூரியன்' போன்ற நாடகங்கள் அரசியல்ரீதியில் காங்கிரஸ் அரசினைக் கடுமையாக விமர்சித்தன.

'பரப்பிரம்மம்' நாடகம், திராவிட நாடு உருவாக வேண்டியதன் தேவையை வலியுறுத்தியது.

'சிலப்பதிகாரம்', 'சேரன் செங்குட்டுவன்' போன்ற நாடகங்கள் தமிழ் மீட்புவாதத்தை முன்னிறுத்திப் பழம்பெருமை பேசின.

சாக்ரடீஸ் ஓரங்க நாடகம், பகுத்தறிவின் வலிமையைப் பிரச்சாரம் செய்தது.

புனித ராஜ்யம் நாடகம் அ.தி.மு.க. அரசாங்கத்தில் நிலவும் ஊழலையும் சமூக விரோதச் செயல்களையும் அம்பலப்படுத்தியது.

'நானே அறிவாளி' நாடகம், தி.மு.கவின் ஆட்சிக்கு எதிராகச் சொல்லப்பட்ட கருத்துகளை மறுப்பதற்காக எழுதப்பட்டுள்ளது.

பிற நாடக ஆசிரியர்கள் எழுதிய தி.மு.கழகப் பிரச்சார நாடகங்களுடன் ஒப்பிடும்போது கலைஞரின் நாடகங்கள் முதன்மையிடம் பெறுகின்றன. அவருடைய அரசியல் வாழ்க்கைக்கும் நாடக ஆக்கத்திற்குமிடையில் நெருங்கிய தொடர்பு உண்டு.

கலைஞர் எழுதியுள்ள நாடகங்களின் கருத்துக்களுக்கும் நாடகங்கள் எழுதப்பட்ட காலத்திற்குமிடையில் நெருங்கிய தொடர்புள்ளது. தி.மு.க.வின் அரசியலைப் பிரச்சாரம் செய்யும்வகையில் மேடைப்பேச்சின் மூலம் பலரையும் கவர்ந்த கலைஞர், கட்சியின் மாறிவரும் அரசியல் நிலைமை, சமூகச் சூழலுக்கேற்ப நாடகங்களின் பொருண்மையிலும் மாற்றத்தைச் செய்துள்ளார். கலைஞரின் நாடகங்களைக் கால அடிப்படையில் மூன்று பிரிவுகளாகப் பகுக்கலாம்.

1. 1940 முதல் 1957 வரையிலான காலகட்டம்
2. 1958 முதல் 1967 வரையிலான காலகட்டம்
3. 1968 முதல் 1979 வரையிலான காலகட்டம்

1940 - 1957 காலகட்டத்தில் பார்ப்பன எதிர்ப்பு, வடவர் எதிர்ப்பு, தமிழ்ப் பற்று, மூடநம்பிக்கை ஒழிப்பு போன்ற சமுதாயச் சீர்திருத்தக் கருத்துகளுக்கு முக்கியத்துவம் தந்து கலைஞர் நாடகங்கள் எழுதியுள்ளார். 'திராவிடநாடு திராவிடருக்கே' என்ற இனவெழுச்சிக் கருத்தினைப் பிரதிபலிக்கும் நாடகங்கள் இக்காலகட்டத்தில்தான் கலைஞரால் எழுதப்பட்டன.

1958 - 1967 காலகட்டத்தில் தி.மு.க. தேர்தலில் போட்டியிட்டதும், கலைஞர்உள்ளிட்ட பலர்சட்டப் பேரவை உறுப்பினரானதும் முக்கியமான மாற்றங்கள். தேர்தல் அமைப்புமூலம் ஆட்சியதிகாரத்தினைக் கைப்பற்றி தி.மு.க.வின் நோக்கங்களை அடையலாம் என்ற கட்சியின் முடிவானது, கலைஞரின் நாடக ஆக்கத்திலும் வெளிப்பட்டது. ஆளும் கட்சியான காங்கிரஸ் அரசாங்கத்தின் சீரழிவுகளையும் ஊழல்களையும் அம்பலப்படுத்துவதன்மூலம் பெரும்பான்மையான வாக்காளர்களின் வாக்குகளைப் பெற்றுவிடலாம் என்று நம்பிய கலைஞர், நாடகத்திலும் அதற்கான பிரச்சாரத்தை வெளிப்படுத்தியுள்ளார். பார்ப்பனர் எதிர்ப்பு பார்ப்பனிய எதிர்ப்பாக மாறியதும் திராவிட நாடு கோரிக்கை கைவிடப்பட்டதும் ஆகிய அரசியல் போக்குகள். கலைஞரின் நாடக ஆக்கத்திலும் தாக்கமேற்படுத்தியுள்ளன.

1968 - 1979 காலகட்டத்தில் தி.மு.கழகம் தமிழகத்தின் ஆட்சியைக் கைப்பற்றி அதிகாரத்திற்கு வந்தவுடன், கலைஞரின் நாடக முயற்சிகள் குறைந்துவிட்டன. தி.மு.க அரசினை நையாண்டி செய்து சோ எழுதிய 'முகமது பின்துக்ளக்' நாடகத்திற்கு எதிர்ப்பாக 'நானே அறிவாளி' (1971) என்ற நாடகமும் அ.தி.மு.க. அரசின் ஊழலையும் சீரழிவையும் அம்பலப்படுத்தும் புனித ராஜ்யம் (1979) என்ற நாடகமும் கலைஞரால் இக்காலகட்டத்தில் எழுதப்பட்ட நாடகங்கள் ஆகும். அரசியல் வாழ்க்கையில் தீவிரமாக ஈடுபட்டதால் கலைஞரின் நாடக முயற்சிகள் எழுபதுகளில் பெரிய அளவில் நடைபெறவில்லை. 1979 க்குப் பின்னர் அவர் நாடக முயற்சியில் ஈடுபடவில்லை.

தி.மு.க.வினரின் நாடக முயற்சிகள் இன்று மிகவும் குறைந்துவிட்டன. அவ்வப்போது நடைபெறும் கட்சி மாநாடுகளில் சில நாடகங்கள் நடத்தப்படுகின்றன. எனினும் அவை தொடக்ககால நாடகங்கள் போல ஆழமான கருத்துப் பிரச்சாரம் செய்யவில்லை. எழுபதுகளில் திமு.கவினரால் நடத்தப்பட்ட நாடகங்கள் கட்சியின் சாதனைகளையும் தலைவர்களின் புகழையும் முன்னிலைப்படுத்துவதுடன் எதிர்க்கட்சியினரை நையாண்டி செய்தன.

பொதுவாகத் தி.மு.க.வினர் தமிழகத்தின் ஆட்சியைக் கைப்பற்றியவுடன் நாடகங்கள் நிகழ்த்துவதில் அதிக அக்கறைகொள்ளவில்லை. இதற்குச் சமூகக் காரணங்களும் உண்டு. எழுபதுகளில் ஆதிக்கம் செலுத்திய வண்ணத் திரைப்படங்கள், எண்பதுகளில் வீடுகள்தோறும் பரவிய தொலைக்காட்சிப் பெட்டிகள் போன்றன நாடகத்தைக் காணும் பார்வையாளரிடம் மாற்றத்தைத் தோற்றுவித்தன. தொண்ணூறுகளில் செயற்கைக்கோள் தொலைக்காட்சிகளின் அணிவகுப்பு, தமிழ் நாடகம் என்ற ஊடகத்தினை முடக்கிவிட்டது. இந்நிலையில் கருத்தியல் பிரச்சாரத்தில் பெரிதும் அக்கறையுள்ள கலைஞர் நாடகம் என்ற ஊடகத்தினைவிட்டு விலகியது, இயற்கையானதுதான்.

சான்றாதாரம்

1. மணவாளன். அ.,அரிஸ்டாடிலின் கவிதை இயல், ப.38.
2. முருகேசபாண்டியன். ந., தமிழ் மொழிபெயர்ப்பில் உலக இலக்கியம், ப.134.
3. துரைக்கண்ணன். நாரண., தமிழில் நாடகம், ப.39.
4. *Theoder Baskaran,S., The Message Bearers,P.21.*
5. சிதம்பரநாதன் எம்.எம்., “நாடகப் பெரியார்கள்” நடிகன் குரல், 1965 (அக்டோபர்).
6. சுப்பிரமணியம், புத்தனேரி ரா., பாட்டும் கூத்தும், ப.67.
7. குமரவேலன். இரா., தமிழ் நாடக வளர்ச்சி, ப. 57.
8. மேலது, ப. 135.
9. பார்த்தசாரதி. பி.எம்., தி.மு.க வரலாறு, ப. 135.
10. குமரவேலன், இரா. மு.கு.நூ., ப. 111.
11. இராமசுவாமி, மு., தமிழ்நாடகம் நேற்று - இன்று - நாளை, ப. 36.
12. கருணாநிதி. மு., நெஞ்சுக்கு நீதி, பாகம்-1, ப. 457.

சமுதாயச் சித்திரிப்புகள்

சமுதாயம் என்பது மக்கள் தமக்குள் ஒருங்கிணைந்து வாழும் வழிமுறைகள், உறவுநிலைகள், செயற்பாடுகள் ஒருங்கிணைந்த கூட்டுத்தொகுதியாகும். அது மனிதர்களின் பல்வேறு அம்சங்களையும் உள்ளடக்கியதாகும். சமுதாயத்தில் குழுமமாகச் சேர்ந்து வாழ்கின்ற தொகுதியினரில், ஏதாவது ஒரு பிரிவினருக்குப் பாதிப்பு ஏற்பட்டால், அது ஒட்டுமொத்தச் சமுதாயத்திலும் பாதிப்பை ஏற்படுத்தும். தனிமனிதனின் ஆளுமையில் சமுதாயம் செல்வாக்குச் செலுத்துவதுபோல, சமுதாய இயக்கமும் தனிமனிதர்களின் ஆளுமையுடன் நெருங்கிய தொடர்புடையது. தனிமனித ஆளுமையானது பண்பாட்டு அடிப்படையிலானது. சமுதாயம், முன்னேறிய வழியில் செல்வதற்குப் பண்பாடுதான் தூண்டுகோலாக விளங்குகிறது.

சமுதாயப் பண்பாடு என்பது சமுதாய அறிவு, கலைகள், இலக்கியம், அறம், மரபு, நீதி, சட்டம் போன்றவற்றை உள்ளடக்கியதாகும். தனிமனிதனைக் கருத்தியல்ரீதியில் வளமடையச் செய்து சமுதாய மனிதனாக்குவதில் பண்பாடு முக்கியப் பங்கு வகிக்கிறது. பண்பாட்டு உருவாக்கத்தில் முதன்மையிடம் வகிக்கும் கலை, இலக்கியம் போன்றன மனிதனுக்கு மகிழ்வையும் அறிவூட்டலையும் அளிக்கின்றன. எனவேதான் போக்குவரத்து, அறிவியல், தொழில்நுட்பம், தகவல்தொடர்பு போன்றவற்றில் பிரமாண்டமான மாற்றங்கள் ஏற்பட்டபோதிலும் கலை, இலக்கியப் படைப்புகளில் உள்ளடக்கரீதியில் பெரிய மாற்றங்கள் நிகழவில்லை.

பண்பாட்டின் அங்கமான இலக்கியத்தின் ஒருவகையான நாடகம், அரங்கில் நிகழ்த்தப்படுகையில் நிகழ்த்துக்கலையாகின்றது. நிகழ்கலை வடிவப் பிரதியான நாடகமானது, வாசிப்பு, பார்த்தல், கேட்டல் ஆகிய மூன்று நிலைகளிலும் மனிதனுக்கு மிகவும் நெருக்கமான கலையாகும். சமுதாயத்திற்கும் நாடகத்திற்குமான தொடர்பு மிகவும் ஆழ்ந்த பாதிப்புகளை ஏற்படுத்தக்கூடியது. தனியொருவரின் உணர்ச்சியையும்,

முயற்சியையும்விடச் சமுதாயத்தின் உணர்ச்சிகளும், முயற்சிகளுமே நாடக அமைப்பில் மிகுதியாகப் பொதிந்திருக்கும். சமுதாய விவரணைகள் நாடகங்களில் கூடுதலாகப் பிரதிபலிக்கப்படலாம் என்று பிரதிபலிப்புக் கோட்பாடு வலியுறுத்தினாலும், குறிப்பிட்ட காலகட்டம் பற்றிய நாடகாசிரியரின் தேர்ந்தெடுத்த மனநிலையே நாடகப் பிரதியாக்கத்தில் முக்கிய இடம் பெறுகிறது. நாடகம் நிகழ்த்தப்படும் களமும் சூழலும்கூட முக்கியமானவை. அரசியல் போராட்டம், சமூகப் போராட்டம் நடைபெறும் காலகட்டத்தில் நிகழ்த்தப்படும் அரசியல் நாடகங்கள், உள்ளடக்கம் காரணமாக மக்களால் பெரிய அளவில் வரவேற்கப்படும். அதே நாடகம் சமூகச் சூழல் மாறிய சூழலில் சாதாரண நிலையே பெறும். மனித மனதின் நுட்பமான கூறுகளையும் செறிந்த சமூக அனுபவங்களையும் நாடகமாக்கினால், கருத்தின் வீச்சினுக்கேற்ப அவை காலங்கடந்து மதிப்புடன் விளங்கும். ஷேக்ஸ்பியரின் பல நாடகங்கள் காலங்கடந்த நிலையில் உலக மொழிகளில் மொழிபெயர்க்கப்பட்டு இன்றளவும் செல்வாக்குடன் விளங்குகின்றன. நாடகம் என்பது நம்மைப் பற்றியும் நாம் வாழும் உலகத்தைப் பற்றியும் மகத்தான உண்மைகளை உணர்த்துவதாக இருக்க வேண்டும். அதேவேளையில் மக்களின் மனச்சாட்சியைத் தூண்டக்கூடியதாகவும், எதிர்காலத்தை உருவாக்குகின்ற ஆற்றல் மிக்கதாவும் இருக்க வேண்டியது அவசியம்.

ஒரு நாடகப் படைப்பில் யதார்த்தமாகச் சமகாலச் சமுதாயம் அப்படியே சித்திரிக்கப்பட்டுள்ளது என்பது ஓரளவு புனைவானதாகும். நாடக ஆசிரியன் எதிர்கொண்ட சமூக அவலங்கள், அனுபவங்கள் அவனுக்குள் படிந்து உருவான வாழ்க்கை பற்றி மதிப்பீடே நாடகப் பிரதியாக வெளிப்படுகிறது. எனவே நாடகப் பிரதியை முழுமையான சமூக ஆவணமாகக் கருதவியலாது. இன்னொருநிலையில் நாடகாசிரியர் தான் வாழும் சமகாலத்திய சமுதாய, அரசியல் நிலைமை குறித்துத் தனது விமர்சனத்தை நாடகமாக்கியுள்ளார் என்று கருதவியலும். அதாவது நாடகாசிரியரின் சமூகப் பார்வை, பல்வேறு பாத்திரங்களின் செயற்பாடுகள் ஒரு குறிப்பிட்ட தளத்தில் இயங்குவதன்மூலம் வெளிப்படுகிறது. கலையானது மக்களிடையே ஆன்மிகத் தொடர்புக்கும் சமூக உறவுக்குமான கருவிகளில் ஒன்றாகும். எனவே நாடகம் சித்திரிக்கும் சமுதாயம் புனைவெனினும் ஏதோ ஒருநிலையில் அது உணர்த்த விரும்பும் கருத்துமூலம் பார்வையாளன் வாழ்க்கை பற்றிய மேலான அனுபவத்தை அடைகிறான். எல்லா நாடகங்களும் ஏதோ ஒரு கருத்தைப் பிரச்சாரம் செய்கின்றன. ஆனால்

எல்லாப் பிரச்சாரங்களும் நாடகமல்ல என்ற கருத்தின் அடிப்படையில் நாடகத்தின் கலைத்தன்மையையும் சமுதாயப் பயன்பாட்டினையும் அறிந்துகொள்ளலாம். தமிழ்நாட்டைப் பொறுத்தவரையில் நிகழ்கலை வடிவமான நாடகமானது, திரைப்படம் ஆதிக்கம் பெறும்வரை மக்களிடையே பரவலாக வரவேற்புப் பெற்றிருந்தமையினால், வலுவான கருத்தியல் பிரச்சாரக் கருவியாக விளங்கியது. இந்நிலையில் சமுதாயச் சூழலை நாடக ஆசிரியரின் மனநிலைக்கேற்ப நாடகமாக்குதலும், சமுதாயம் பற்றிய விமர்சனத்துடன் புதிய கருத்துகளை உள்ளடக்கியதாகவும் நாடகப் படைப்புகள் அமையும் என்று நாடகத்தை வரையறுக்கலாம். எல்லாப் படைப்புகளும் ஏதோ ஒருவகையில் நாடகாசிரியரின் கருத்தை வெளிப்படுத்துகின்றன. சமுதாயத்தில் அன்றாடம் நிகழ்கின்ற சம்பவங்களைத் தேர்ந்தெடுத்து நாடகப் படைப்பாக்கி இழந்த மெய்மையைப் புனைவாக்குதல் சமுதாய நாடகங்களின் முக்கியமான அணுகுமுறையாகும். இத்தகைய நாடகப் பிரதிகள், மக்களிடையே செல்வாக்குப் பெறுவதற்குக் கலைத்தன்மையும் கருத்தியல் வெளிப்பாடும் முக்கியமான அம்சங்களாக விளங்குகின்றன. நிகழ்கலையானது ஒருநிலையில் நாடகக் காட்சிகள்மூலம் சமகாலத்தியப் பிரச்சினைகள் பற்றிய புரிதலைப் பார்வையாளர்களுக்கு ஏற்படுத்துகின்றது.

பொதுவாகச் சமுதாயமானது ஆளும் வர்க்கம், ஆளப்படுகின்ற வர்க்கம் என இருபெரும் பிரிவுகளை உள்ளடக்கியது. இவ்விரு வர்க்கத்தினரின் நலன்களையும், தேவைகளையும் சமகாலக் கலை இலக்கியப் படைப்புகளில் கண்டறிந்திட முடியும். அதே காலகட்டத்தில் எதிர்நிலையினுள்ளோர் குறித்த விமர்சனரீதியிலான படைப்புகளும் வெளியாகின்றன. இவைதவிர தூய கலைவாதத்தை முன்னிறுத்தும் கலை கலைக்காகவே கோட்பாடுகூட, ஆழ்ந்து ஆராய்ந்தால் ஏதோ ஒருவகையில் ஏதேனும் ஒரு பிரிவினரின் நலனைச் சார்ந்ததாக இருப்பதை அறிய முடியும். எனவே நாடகம் மூலம் வெளிப்படும் கருத்தியலில் சமகால அரசியல், சமுதாயக் கருத்துகள் பொதிந்திருப்பது தவிர்க்கவியலாதது. இத்தகு சூழலில் நாடகமானது சமூக விமர்சனமாக வடிவெடுக்கிறது.

கலைஞரின் சமுதாய அணுகுமுறை

அரசியலைத் தன்னுடைய வாழ்வின் அடிப்படையாகக்கொண்டு செயற்பட்ட அரசியல்வாதியான கலைஞரின் சமுதாய அணுகுமுறை, பல்வேறு பரிமாணங்களைக் கொண்டது. அவரின் அரசியல்

வாழ்க்கையில் தொடக்கத்திலிருந்தே நாடகங்கள், அழுத்தமான பாதிப்புகளைத் தோற்றுவித்துள்ளன. தஞ்சை மாவட்டத்திலுள்ள திருக்குவளை என்ற குக்கிராமத்தில் மிகவும் பின்தங்கிய சமூகத்தில் பிறந்து வளர்ந்த கலைஞரின் இளமை வாழ்க்கையானது சாதிய அடக்குமுறை, பண்ணையார்களின் மேலாதிக்கம், தீண்டாமை, வருணாசிரமக் கொடுமை போன்ற சமூக அவலங்களின் பின்புலமாகக் கொண்டது. அவர் தனது குடும்பத் தொழிலான நாதசுரம் வாசிக்கப் பயிலுவதைக்கூட, சாதிய அடக்குமுறை காரணமாக மறுத்தார். இது இளமையிலே அவருக்குள் பொதிந்திருந்த சுயமரியாதைக் கருத்தினைக் காட்டுகிறது. அன்று திராவிட இயக்கத்தாரின் சார்பில் வெளியான பல்வேறு இதழ்களும், இலக்கியப் படைப்புகளும் அவரின் கருத்தியல் உருவாக்கத்தில் செல்வாக்குச் செலுத்தின. பள்ளி மாணவராக இருக்கும்போது இந்தி எதிர்ப்பு ஊர்வலம் நடத்தியது, மாணவர் மன்றம் என்ற அமைப்பை நடத்தியது போன்ற சம்பவங்கள் மாணவப் பருவத்தில் அவருக்கும் சமூகத்திற்குமான அழுத்தமான தொடர்பின் வெளிப்பாடாகும்.

தமிழ்நாட்டில் ஆங்கிலேயரின் காலனியாதிக்க ஆட்சியின்போது தனித்துச் செழிப்படைந்த கலை வடிவமான நாடகமானது, பல்வேறு வளர்ச்சிநிலைகளை அடைந்தது. அதிலும் இந்திய நாட்டு விடுதலைப் போராட்டத்திற்காகப் பல்வேறு தமிழ் நாடகக் கலைஞர்கள், ஆங்கிலேய அரசின் அடக்குமுறைக்கெதிராகப் பாடல்கள் மூலமாகவும் நாடகங்கள் மூலமாகவும் கருத்தியல் பிரச்சாரம் செய்தனர். இத்தகைய நாடகக் கலைஞர்களின் முயற்சிகளுக்கு மக்களிடையே வரவேற்பிருந்தது. இத்தகு சூழலில் திராவிட இயக்கத் தளபதி என்று அழைக்கப்பட்ட அண்ணா, 'சந்திரமோகன்' நாடகத்தை எழுதி நடித்தது, திராவிட இயக்கத்தாரிடம் பெரும் வரவேற்பைப் பெற்றிருந்தது. இந்நிலையில் பதினெட்டு வயதான கலைஞர் 1943ஆம் ஆண்டு 'பழனியப்பன்' என்ற நாடகத்தை எழுதி நடிக்கவும் செய்தார். அன்றைய காலகட்டத்தில் அவரைப் பாதித்த திராவிட இயக்கக் கருத்துகளுக்கு முக்கியத்துவம் தந்து காதலை மையமிட்ட நாடகமாக அது விளங்கியது. அரசியல் கருத்துகளை நாடகம்மூலம் சொல்லுவது எளிது என்று கலைஞர் கருதியிருக்க வேண்டும். மேலும் அவர் அன்றைய சமுதாயத்தைச் சித்திரிப்பதற்கும், தான் சார்ந்துள்ள திராவிடர் கழகத்தின் கொள்கையைப் பரப்பிடவும், நாடக வடிவத்தை அருமையான ஊடகமாகக் கருதினார். இதனால்தான் அவருக்கு அரசியல் பணியுடன் சமுதாயத்தைச் சித்திரிக்கும் அரசியல்

நாடகங்களை எழுதுவது சாத்தியப்பட்டுள்ளது. பொருளியல், சமுதாயம், அரசியல், பண்பாட்டு உணர்வு ஆகியன நாடகாசிரியனுக்குத் தேவை என்பதனைக் கலைஞரின் நாடகங்களிலிருந்து அறிய முடியும். "நாடக இலக்கியம் போல விரைந்து மனமாற்றம் உண்டாக்கக்கூடிய ஆற்றல் வேறு எதற்கும் அவ்வளவாக இல்லை"[1] என்ற கலைஞரின் கருத்து, சமுதாய சீர்த்திருத்த நாடகம் பற்றிய அவருடைய சிந்தனையை விளக்குகிறது.

கலைஞர் பன்னிரண்டு பெரிய நாடகங்களும், நான்கு ஓரங்க நாடகங்களும் எழுதியுள்ளார். இந்த எண்ணிக்கை மாறுபடலாம். அவற்றில் சமுதாய நாடகங்களின் எண்ணிகை எட்டு, வரலாற்று நாடகங்களின் எண்ணிக்கை மூன்று, காப்பியப் புனைவு நாடகம் ஒன்று. நான்கு ஓரங்க நாடகங்களும் வரலாறு, புராணத்தை மூலமாகக் கொண்டுள்ளன. அவர் சமுதாயச் சீர்திருத்த நாடகங்களுக்கே முக்கியத்துவம் தந்துள்ளார். வாழ்க்கைச் சிக்கல்களைக் காட்டுவதுடன் சமுதாயத் தீமைகளைச் சாடி, அவற்றை நீக்கும் வழியைச் சமுதாயச் சீர்திருத்த நாடகங்கள் சுட்டுகின்றன. கலைஞர் சமுதாயப் பிரச்சினைகளையும் அவற்றிற்கான தீர்வுகளையும் நாடகம் மூலம் தந்துள்ள செயல், அரசியல் பின்புலமுடையது.

கலைஞரின் நாடகங்கள் பன்னிரண்டில், எட்டுத் துன்பியல் நாடகங்கள், நான்கு இன்பியல் நாடகங்கள் ஆகும். சமுதாயப் பிரச்சினைகளை முன்னிறுத்தும்போது மனித இறப்பினை முடிவாகக்கொண்ட நாடகங்களை அதிகமாக எழுதியிருப்பதிலிருந்து அவருடைய லட்சியப் போராட்டத்தில் ஏற்படப் போகும் இழப்புகள் குறித்து முன்கூட்டியே ஊகித்துள்ளார் என்பதனை அறியமுடிகின்றது. நாடகம்மூலம் பார்வையாளர்களுக்கு வெறுமனே மகிழ்வூட்டுவது அவருடைய நோக்கமன்று; சமுதாயச் சீர்திருத்தக் கருத்துக்களைக் கருவாகக்கொண்ட நாடகங்களில் பார்வையாளனைச் சிந்திக்கத் தூண்டுவது அவருடைய நோக்கமாக அமைந்துள்ளது. சில நாடகங்களில் நாடகப்போக்கில் பார்வையாளனைத் தர்க்கரீதியில் விவாதிக்கத் தூண்டிவிட்டு, இறுதியில் நாடக முடிவினை ஏற்குமாறு படைத்துள்ளார். நாடகப் பார்வையாளன், நாடகக் காட்சிகளால் கவரப்பட்டு, எவ்விதமான பிரக்ஞையுமில்லாமல் நாடகத்தினுள் மூழ்குவதனால் நாடகப் பயன்பாடு எதுவுமில்லை. சமுதாயச் சீர்த்திருத்த நாடகத்திற்கும், பார்வையாளனுக்குமம் இடையிலான உறவு, அறிவுப்பூர்வமான நிலையில் அமைய வேண்டும். கலைஞரின்

நாடகங்கள் முழுக்கக் கருத்துப் பிரச்சாரத்திற்காக நிகழ்த்தப்பட்டதால், அவை பார்வையாளரிடம் பல்வேறு கேள்விகளை எழுப்பின. இத்தகைய சீர்திருத்த நாடகங்கள், கலைஞரின் எதிர்கால அரசியல் வாழ்க்கையின் வெற்றிக்கு மூலகாரணமாக விளங்கின.

கலைஞரின் அரசியல் செயற்பாட்டினுக்கேற்ப அவருடைய கருத்தியல் பிரச்சாரமும் மாற்றமுடைந்துள்ளது. அது, நாடக ஆக்கத்திலும் வெளிப்பட்டுள்ளது. சமுதாயம், அரசியல் பற்றிய கலைஞரின் கருத்துகள் மாறும்போது அந்தக் காலகட்டங்களில் எழுதப்பட்ட நாடகங்களின் உள்ளடக்கமும் மாறியுள்ளன. அரசியல்ரீதியில் மட்டுமில்லாமல் நாடக ஆக்கமுறையிலும் மாற்றமேற்பட்டுள்ளதை அவதானிக்க முடிகிறது. இது ஒருவகையில் கலைஞரின் அரசியலுக்கும் சமுதாயச் சீர்திருத்த நாடகங்களுக்குமான தொடர்பினைக் காட்டுகின்றது. அன்றாடம் நிகழும் பல்வேறு சம்பவங்களை விமர்சனரீதியில் கலைஞரின் நாடகங்கள் சுட்டியுள்ளன. அவற்றில் சில வழக்கொழிந்து போய்விட்டன; சில இன்றளவும் சிக்கலுக்குரியனவாக உள்ளன. தத்துவம், பகுத்தறிவு, நாத்திகம், சாஸ்திரம், கடவுள், புராணம், காதல், சமூக ஏற்றத்தாழ்வு, சாதி, மதம், தீண்டாமை போன்ற பல்வேறு சமுதாயக் கூறுகள் கலைஞரின் நாடகங்களில் பொதிந்துள்ளன. கலைஞரின் சமுதாய விமர்சனப் பார்வை, நாடகப் பாத்திரங்கள்மூலம் வெளிப்பட்டுள்ளது.

தத்துவம்

மனித சமுதாயம் செயற்படுவதற்குத் தத்துவம் அடிப் படையானதாகும். சமூக விலங்கான மனிதனை நெறிப்படுத்துவதும் வாழ்க்கை பற்றிய மதிப்பீடுகளை உருவாக்குவதும் தத்துவத்தின் பலமாகும். ஒவ்வொரு காலகட்டதிலும் ஆட்சியாளர்களுக்கும் ஆளப்படுகின்ற பெரும்பான்மை மக்களுக்கும் இடையிலான உறவை நியாயப்படுத்தும் பணியைத் தத்துவம் தொடர்ந்து செய்து வருகின்றது. சநாதனக் கோட்பாட்டு அடிப்படையில் சமூக அடுக்கில் ஆரியர்கள் உயர்ந்தவர்கள் என்ற கருத்தானது, தொடர்ச்சியான பிரச்சாரத்தின்மூலம் வலுவடைந்துள்ளது. மனுதர்ம சாஸ்திரம் உள்ளிட்ட பல்வேறு வழிகளிலும் வருணாசிரமக் கோட்பாடு, சமுதாயத்தில் தனது இருப்பைத் தக்கவைத்துக் கொண்டுள்ளது. பொதுவாக ஆள்கின்றவர்களின் நலனைக் காக்கும் தத்துவம், படைப்புகளில் முன்னிலைப்படுத்தும் செயல்பாடு, காலந்தோறும் நடைமுறையிலுள்ளது. அதேநேரத்தில்

அதற்கெதிரான தத்துவத்தை முன்னிலைப்படுத்தும் படைப்புகளும் சிறிய அளவில் வெளியிடப்படுகின்றன. அவை எதிர்காலத்தில் புதிதாகத் தோன்றவிருக்கும் சமூகத்தின் அடித்தளமாக விளங்குகின்றன.

வைதிக சநாதனத்தின் முதன்மைத் தத்துவமான வருணாசிரமம், விதியை அடிப்படையாகக்கொண்டது. மனிதர்களுக்குள் பிறப்பு அடிப்படையில் உயர்வுதாழ்வு, பால்ரீதியில் பெண்கள் சமத்துவமின்மை, தீண்டாமை போன்ற சமூக முரண்களுக்குத் தீர்வாக 'விதி' முன்னிலைப்படுத்தப்படுகிறது. கெட்டிதட்டி இறுகிப்போய் அடிமைகளாக வாழ நிர்பந்திக்கப்பட்டுள்ள மக்கள், விடுதலையை நேசிப்பதற்குத் தடையாக 'விதி' உள்ளது. 'விதி' தத்துவத்தை மடாதிபதிகளும் பார்ப்பனிய சமயக் குருக்களும் தொடர்ந்து வலியுறுத்துகின்றனர். சமுதாய விடுதலையைக் கொள்கையாகக்கொண்டுள்ள கலைஞர், மணிமகுடம் நாடகத்தில் "விதி என்பது சட்டம் தானே வலிமையுடையவன் வலிமையற்றவன்மீது அதிகாரம் வகுத்துக்கொண்ட முறைதான்..."[2] என்று விதியின் பின்புலத்தைப் புதுமைப்பித்தன் பாத்திரம்மூலம் குறிப்பிடுகிறார். சமூகத்தில் நிலவுகின்ற ஏற்றத்தாழ்வுகளை விதியின் பெயரால் நியாயப்படுத்துகின்ற வருணாசிரமத் தத்துவம் நாடகத்தில் தோலுரித்துக் காட்டப்பட்டுள்ளது. இரத்தக் கண்ணீர் நாடகத்தில் இடம் பெறும் சாமியார், அடிமைப்படுத்தியுள்ள வேங்கை நாட்டிற்கு ஆதரவாகப் படைவீரர்களைத் திரட்டுவதற்கு விதியைக் குறிப்பிடுகிறார். "விதி இருப்பவர் எங்கும் எப்படியும் மாள்வர். வாள் பிடிப்பதால் மட்டுமல்லாமல் வாழைப்பழத் தோல் சறுக்கி விழுந்து வாழ்வு முடிந்தோர் பலருண்டு'."[3] சமுதாய அடுக்கில் சிலர் மட்டும் உச்சியில் இருந்து அதிகாரத்தை அனுபவிப்பதற்காகத் தோதாக விதி, இன்றளவும் தொடர்ந்து வலியுறுத்தப்படுகின்றது. பொதுவாகக் கலைஞரின் நாடகங்களில் வரும் குருநாதர்கள், மதவாதிகள் செயலூக்கம் மிக்கவர்களாக உள்ளனர். கதைத்தலைவனை வீழ்த்துமளவு திட்டமும் சதியாலோசனையும் செய்யும் மடாதிபதிகள், நடைமுறையில் விதித் தத்துவத்தை நம்பாதவர்களாக உள்ளனர். ஆனால் அவர்கள் பிறருக்கு விதியைப் போதிக்கின்றனர்.

வைதிக சநாதனத்தை முன்வைத்துக் காலந்தோறும் சாமியார்கள் அரசியலில் ஆதிக்கம் செலுத்துகின்றவர்களாக இருக்கும் சூழல், இன்றைக்கும் பொருத்தமாக இருக்கின்றது. இன்று ஜக்கி வாசுதேவ், ரவிசங்கர் போன்ற கார்ப்பரேட் சாமியார்களின் நிழல் அரசியல் ஒருபுறம்

என்றால் ஆர்.எஸ்.எஸ். பின்புலமுடைய யோகி ஆதித்யநாத் போன்ற காவி அரசியல்வாதிகளின் நேரடி அரசியல் இன்னொருபுறம் ஆதிக்கம் செலுத்துகின்றன. வைதிக சநாதனம், சாமியார், அருளுரை போன்றவை பற்றிய துல்லியமான அரசியல் புரிதலும் அவை சமூகத்தில் எந்த அடிப்படையில் மேலாதிக்கம் செலுத்துகின்றன என்ற கண்டறிதலும் கலைஞருக்கு இருந்தன என்பதை அறிந்திட 1953 ஆம் ஆண்டில் கலைஞர் எழுதிய 'மணி மகுடம்' நாடகம் சான்றாக விளங்குகின்றது.

பகுத்தறிவு

எதையும் ஆராய்ந்து அதிலுள்ள வன்மை மென்மைகளை அறிந்து முடிவுக்கு வருவதே பகுத்தறிவின் சாரமாகும். முன்னோர்கள் சொன்னார்கள், உயர் பதவியிலிருப்போர் சொன்னார்கள், கடவுள் சொன்னார் என்பதாலேயே எதையும் அப்படியே நம்புவது பகுத்தறிவினுக்கு எதிரானதாகும். கடவுள், மதம், சாதி, மொழி, நாடு என்று எந்தப் பற்றுமின்றி மானுடப் பற்றுடன் அறிவைக்கொண்டு செயல்புரிவதே பகுத்தறிவாளரின் கடமையும் பொறுப்புமாகும்.

கலைஞரின் நாடகங்கள் பெரிதும் பகுத்தறிவை வலியுறுத்துகின்றன. அன்றைய காலகட்டத்தில் மனிதனுக்குத் தளையாக விளங்கிய சாதி, சமயம் போன்றவற்றைக் களைந்து புதிய பாதையை அடைவதற்குப் பகுத்தறிவை வழிகாட்டியாகக் கலைஞர் முன்னிறுத்தியுள்ளார். அவர் எழுதிய சாக்ரடீஸ் நாடகம் முழுக்கப் பகுத்தறிவை அடிப்படையாகக் கொண்டது. சமுதாயத்தில் ஏற்கனவே நிலவும் மதிப்பீடுகளைக் கேள்வி கேட்கத் தொடங்கிய சாக்ரடீஸ் அன்றைய ஆட்சியாளர்களால் குற்றம் சாட்டப்படுகிறார். அவருடைய கொள்கை, பகுத்தறிவை அடிப்படையாகக்கொண்டது. சாக்ரடீஸ், "எதையும் ஏன், எப்படி எதற்காக என்று கேள்... அவர் சொன்னார் இவர் சொன்னார் என்று நம்பி அறிவிழந்து தடுமாற்றம் அடைய வேண்டாம் - எவர் சொன்னாலும் அதனை உந்தன் இயல்பான பகுத்தறிவால் எண்ணிப்பார்"[4] என்று அறிவுறுத்துகின்றார். இங்கு சாக்ரடீஸ்மூலம் கலைஞர் குறிப்பிடுவது, அன்றைய தமிழ்நாட்டு இளைஞர்களுக்கான வேண்டுகோள். விண்ணிலும் மண்ணிலும் என்ன இருக்கிறது எனத் தேடிப்பார்த்த நாத்திகன் என்று சாக்ரடீஸ்மீது குற்றம் சுமத்தப்படுகிறது. பகுத்தறிவுடன் எல்லாவற்றையும் அலசி ஆராய்ந்த சாக்ரடீஸ், அன்றைய ஏதென்ஸ் அரசாங்கத்தினால் கொல்லப்பட்டாலும், பகுத்தறிவின் வலிமையை நாடகம் வலியுறுத்துகிறது.

'பரப்பிரம்மம்' நாடகத்தில் வேலைக்காரன் குல்லா தனக்குள்ளே பேசிடும் தனிமொழி அறிவியலுக்கும் ஆன்மீகத்துக்கும் இடையிலான முரண்பாட்டில் பகுத்தறிவின் பயன்பாட்டை முன்வைத்துள்ளது. "எவ்வளவு பெரிய அதிசயத்தையெல்லாம் கண்டுபிடிக்கிறானுங்க காதாரண மனுஷனுங்க! ஆயிரம் மைலுக்கு அந்தாண்ட பாடுறான் பேசுறான் - இங்கே காதிலே உழுவுது! உம்! இதைக் கண்டுபிடிச்சானே அவன்ல மனுஷன் 'வேப்பமரத்தைப் பார்க்கிறான் அவன் சோப்பு செய்றான் - நம்ப பூஜை பண்றோம் - ஆகாயத்திலே கருடனைப் பாக்கிறான் அவன் அதைப்போலவே விமானம் செஞ்சி பறக்கவிடுகிறான் - நம்ப கருடனைப் பாத்து கன்னத்திலே போட்டுக்கிறோம் - தண்ணிக்குள்ளே மீனைப் பாத்தான் சப்மரீன் செய்றான் நம்ம மச்சாவதாரம்னு கும்பிடுறோம் அப்படின்னுல்லாம் அந்தத் துரை பேசுனாரே- நல்லாத்தான் இருந்துது!- நியாயமாக்கூடத்தான் இருந்துது."⁵

'பரதாயணம்' நாடகத்தில் கதை சொல்லும் பாகவதர், கடைசியில் பரதாயணம் படித்தவர்கள் மோட்சத்திற்கும் மோசத்திற்கும் போகமாட்டார்கள் பகுத்தறிவு பெறுவார்கள் என்று முடிக்கிறார். இராமாயணக் கதையில் ஒரு சிறிய பகுதியை எடுத்துத் தன் விருப்பம்போல் மாற்றியமைத்து எழுதியுள்ள கலைஞர், அதிலும் பகுத்தறிவுப் பிரச்சாரம் செய்துள்ளார்.

பண்டைத்தமிழரின் சிறப்பினைச் சுட்டுவதற்காகச் சிலப்பதிகாரக் காப்பியத்தை நாடகமாக்கியுள்ள கலைஞர், தனது பகுத்தறிவுக் கொள்கையைச் சற்றும் தளர்த்தவில்லை. ஏனெனில், காப்பியத்தில் காப்பிய மரபினுக்கேற்ப இயற்கையிறந்த நிகழ்ச்சிகளும் சடங்குகளும் மத நம்பிக்கைகளும் இடம் பெறுவது இயற்கை. அவை தமிழரின் முன்னேற்றத்திற்குத் தடையாக இருப்பதாகக் கருதிய கலைஞர், சிலப்பதிகாரத்தை நாடகமாக்கியபோது பகுத்தறிவுக்கு ஒவ்வாத சம்பவங்களையும், மூடநம்பிக்கைகளையும் நீக்கிவிட்டார். இத்தகைய போக்குக் கலைஞரின் பகுத்தறிவு நோக்கில், மூடநம்பிக்கைக்கு எதிர்நிலையை அடிப்படையாகக் கொண்டதாகும். சிலப்பதிகாரக் காப்பியத்தில் பகுத்தறிவு அடிப்படையில் கலைஞர் செய்துள்ள முக்கியமான மாற்றங்கள் பின்வருமாறு:

கோவலன் - கண்ணகி திருமணம் வைதிக இந்து சமய நெறியில் பார்ப்பனர் வளர்த்திடும் வேள்வித் தீயின் முன்னர் நடப்பதால் அக்காட்சி நீக்கப்பட்டுள்ளது.

தேவந்தி சூரிய குண்டம், சோம குண்டம், மூழ்கிக் காமகோட்டம் தொழுமாறு கண்ணகிக்குக் கூறும் அறிவுரை நீக்கப்பட்டுள்ளது.

சோதிடனின் கூற்றைப் பொய்ப்பிப்பதற்காகவே இளங்கோவடிகளைப் பாத்திரமாக்கி, அவர் சோதிடனின் சோதிடத் தொழிலைக் கேலி செய்வதாகக் காட்சி சித்திரிக்கப்பட்டுள்ளது.

பாண்டியனிடம் வழக்குரைக்கும்போது கண்ணகி, சிபி, மனுநீதிச் சோழன் போன்ற புராண காலத்துச் சோழ மன்னர்களின் பெருமையை உரைப்பது நீக்கப்பட்டுள்ளது.

கோவலன் - கண்ணகியை இழிவாகப் பேசிய வம்பப் பரத்தயரை நரியாகுமாறு கவுந்தியடிகள் சபிக்கும் காட்சி நீக்கப்பட்டுள்ளது.

காடுறை தெய்வம் வசந்தமாலை வடிவில் வந்து கோவலனை மயக்க முயலுகிறது. கோவலன் துர்க்கை மந்திரத்தை உச்சரித்தவுடன் அது மறைகிறது. இக்காட்சி நீக்கப்பட்டுள்ளது.

கனவுகள், உற்பாதங்கள் நீக்கப்பட்டுள்ளன.

தேவந்தியும், சாலினியும் மானுடப் பெண்களாகக் காட்டப் பட்டுள்ளனர்.

கண்ணகி முலையைத் திருகியெறிவதால் மதுரை தீப்பற்றியெறியும் காட்சிக்குப் பதிலாகக் கோவலன் கொலையுண்ட செய்தியறிந்து ஓடும் கண்ணகியால் கீழே தட்டிவிடப்பட்ட எரியும் குத்துவிளக்கினால் குடிசை தீப்பற்றி எரிய... பின்னர் மதுரை நகரமே தீயினால் எரிகிறது.

கண்ணகி இந்திர விமானம்மூலம் வானுலகம் சென்றதாகக் குன்றக்குரவர்கள் குறிப்பிடும் காட்சி நீக்கப்பட்டுள்ளது.

சிலப்பதிகாரக் காப்பியத்தின் தமிழ்ச் சிறப்பைப் போற்றும் கலைஞர், அதிலுள்ள மூடநம்பிக்கைகளையும் பகுத்தறிவினுக்கு ஒவ்வாத காட்சிகளையும் நீக்கியிருப்பது, அவருடைய கருத்தியல் தெளிவைக் காட்டுகிறது. பண்டைக் காப்பியத்தின்மீது சுயமரியாதைக் கருத்தைப் பொருத்திப் புதிய நாடகமாக்கியிருப்பது காலத்தினுக்கேற்ற மாற்றமாகும்.

தூக்குமேடை நாடகத்தில் பாண்டியன், நச்சுக்கோப்பை நாடகத்தில் பழனியப்பன், பரப்பிரம்மம் நாடகத்தில் துரை, மணிமகுடம் நாடகத்தில் மணிமாறன், உதயசூரியன் நாடகத்தில் கறுப்பன், காகிதப்பூ நாடகத்தில் கண்ணன் போன்ற தலைமைப் பாத்திரங்கள் பகுத்தறிவு அடிப்படையில் சிந்திக்கிறவர்கள். அதனால்தான் அடக்குமுறைக்கு

எதிராகக் கிளர்ந்தெழுந்து கருத்தியல்ரீதியில் போராடுகின்றனர். பகுத்தறிவு காரணமாக மனிதன் கேட்கும் கேள்விகள் சாதி, மதம், கடவுள் நம்பிக்கைகளைச் சிதைத்து மனிதமையம் மிக்கதாகச் சமுதாயத்தை மாற்றி அமைக்கும் தன்மையுடைய. மனிதனை மனிதன் ஏய்க்கும் இழிநிலையை மாற்றிடப் பகுத்தறிவுக் கருத்தினைக் கலைஞர் நாடக ஆக்கத்தில் முன்வைத்துள்ளார்.

நாத்திகம்

பகுத்தறிவானது இதுவரை மதங்கள் உருவாக்கி வைத்துள்ள அடிப்படையான நம்பிக்கைகளைச் சிதைத்துவிடும் தன்மையுடையது. பின்னர் அவ்விடத்தில் இயல்பாகவே நாத்திகம் குடியேறும். திராவிடர் கழகத்தின் கொள்கையான நாத்திகமும் பகுத்தறிவும் கலைஞருடைய வாழ்க்கையில் பிரிக்கமுடியாத அளவில் இடம் பெற்றுவிட்டன. எனவேதான் அவருடைய நாடகங்களில் பெரும்பாலான தலைமைப் பாத்திரங்கள் நாத்திகக் கருத்துக்களைப் பேசுகின்றனவாகப் படைக்கப்பட்டுள்ளன.

'தூக்குமேடை' நாடகத்தில் வேணி, நாத்திகம் பேசும் பாண்டியனை விரும்புகிறாள். அதற்கு அவளுடைய தந்தை நாத்திகம் பேசி, நாத்தழும்பேறியவனை விரும்புகிறவள் நல்லபாம்பிலும் கொடியவள் என்று திட்டுகிறார். அப்போது அவள் "சக்தியையும் சிவனையும் பக்தியோடு பூசிப்பதாக நடித்து நாட்டை ஏமாற்றுவதுதான் ஆஸ்திகம். பச்சை அன்பு தவழப் பேசிவிட்டுப் பாட்டாளி மக்களை நச்சுப் பொய்கையில் தள்ளுவதுதான் ஆஸ்திகம். உலகம் பொய், வாழ்வு மாயை என உபதேசித்துவிட்டு ஊரை ஏய்த்து வாயில் போட்டுக் கொள்வதுதான் ஆஸ்திகம்"[6] என்று பதில் சொல்கிறாள். பகுத்தறிவுக்கு முரணாக மக்களை ஏமாற்றிப் பிழைக்கும் அற்பர்களின் செயல் ஆஸ்திகம் என்ற கருத்து நாடகத்தில் முன்னிலைப் படுத்தப்பட்டுள்ளது.

பாலகனுக்குப் பால் இல்லை; வாலிபருக்கு வேலை இல்லை. கோவிலில் முடங்கிக் கிடக்கும் முன்னூறு கோடி ரூபாய் எதற்கு? ஏற்கனவே உள்ள ஆறாயிரம் கோயில்கள் போதாதா? ஆயிரம் குடும்பங்களைக் காலிசெய்து விட்டு அங்கு எதற்காகக் கோவில் எழுப்ப வேண்டும் என்று மணிமகுடம் நாடகத்தில் புதுமைப்பித்தன் கேட்பது நாத்திகத்தின் அடிப்படையிலானது. "குருநாதரே! இறைவன் மறுப்பு, நாத்தீகம் என்கிற சில சொற்களை வைத்துக்கொண்டு, அறிவியக்கவாதிகளை வேட்டையாடாதீர்!

கோயில் தேவையில்லையென்பது நாத்திகம் என்று யார் சொன்னது? கூறும் கேட்போம் - மணிமகுடபுரியின் கோயில் எண்ணிக்கை எவ்வளவு? புள்ளிவிவரத்தோடு கூறட்டுமா? தலைநகரத்திலே மட்டும்-ஐநூறு ஆலயங்கள்! தேசம் முழுவதும் ஆறாயிரம் ஆலயங்கள்! இந்த ஆறாயிரம் ஆலயங்களுக்குச் செலவிடப்படும் மொத்தத் தொகை அறுபது கோடி ரூபாய் ஆண்டு ஒன்றுக்கு? அந்த ஆலயங்களிலே-நிலமாக, அணிமணிகளாக, வைரக்கிரீடங்களாக முடங்கிக்கிடக்கும் பணம் எவ்வளவு-முன்னூறு கோடி ரூபாய் குருநாதரே; முன்னூறு கோடி ரூபாய்! பாலின்றித் தவிக்கும் பாலகர்க்குப் பலனில்லாமல் - வேலையின்றி வாடும் வாலிபர்க்கும் பலனில்லாமல் எலும்பாய்த் தேய்ந்து, எறும்பாய் உழைத்து, இரும்பால் உள்ளங்கொண்ட சீமான்களிடம் சித்ரவதைப்படும் ஜீவன்களுக்கு உபயோகமில்லாமல்-தேர்களாய் தேவாலயக் கோபுரங்களாய், வெள்ளிக்கலசங்களாய், மேடிட்டுக்கிடக்கும் முன்னூறு கோடி ரூபாய்!- மணிமகுடபுரியின் பொக்கிஷத்திலும் இல்லாத பணம்! இது போதாதென்று இன்னும் ஒரு கோயிலா? - யார் கேட்டது? - யாருக்குத் தேவை புதிய கோயில்?"7 நாத்திகம் என்ற சொல்லுக்குப் புதிய விளக்கம் தந்துள்ள கலைஞர், கடவுளின் பெயரால் கட்டப்படுகின்ற கோவில்களில் குவிந்துகிடக்கின்ற சொத்துக்களைக் கேள்விக்குள்ளாக்குகின்றார். அறிவியக்கவாதியின் அறிவியல்பூர்வமான செயல்பாடுகளை நாத்திகம், இறைவன் மறுப்பு போன்ற சொற்களின்மூலம் குறுக்குவதன் பின்னர் பொதிந்திருக்கிற மத அடிப்படைவாத அரசியல், நாடகத்தில் கடுமையாக விமர்சிக்கப்பட்டுள்ளது.

கலைஞரின் இளமைக்காலத்தில் எழுதப்பட்ட தூக்குமேடை, மணிமகுடம் போன்ற நாடகங்களில் நாத்திகக் கருத்துக்கு முக்கியத்துவம் தரப்பட்டுள்ளது. பிந்தைய நாடகங்களில் நாத்திகக் கருத்துகள் பெரிதும் இடம் பெறவில்லை. திராவிடர் இயக்கத்திலிருந்தபோது நாத்திகக் கருத்தினுக்கு முதன்மை தந்த கலைஞர், பின்னர் தி.மு.க.வின் கருத்துகளுக்கு முன்னுரிமை தந்தபோது, அவருடைய நாத்திகக் கருத்து வெளிப்பாட்டில் மாற்றமேற்பட்டுள்ளது. 1957 ஆம் ஆண்டு தேர்தலில் தி.மு.கழகம் பங்கேற்றவுடன் கடவுள் பற்றிய அணுகுமுறையை மாற்றிக்கொண்டது. நாளடைவில் பரந்துபட்ட வாக்காளர்களைக் கருத்தில்கொண்டு, நாத்திகக் கொள்கையைக் கைவிட்டு 'ஒன்றே குலம் ஒருவனே தேவன்' என்ற முழக்கத்தை முன்வைத்தது. இத்தகைய அணுகுமுறை கலைஞரின் நாடக ஆக்கத்திலும் பிரதிபலித்தது.

எனவேதான் கலைஞரின் பிந்திய நாடகங்களில் நாத்திகக் கருத்துக்குப் பெரிய அளவில் முக்கியத்துவம் தரப்படவில்லை.

மூடநம்பிக்கை

எதையும் அப்படியே நம்பி ஏற்றுக்கொள்வது மூடநம்பிக்கையின் அடிப்படை. இது ஒருவகையில் பகுத்தறிவிற்கு எதிரானது. முன்னோர் சொன்னது, புராணம் சொன்னது என எதையும் ஆராய்ந்திடாமல் அப்படியே நம்புவதுதான் மூடநம்பிக்கை உருவாவதற்குப் பின்புலமாகும். சோதிடம், நோய், பல்லி கத்துதல், சகுனம், கருடன் பறத்தல், நல்ல நேரம், வாரசூலை, கண்ணேறு, தீட்டு ... இப்படிப் பல்வேறு மூடநம்பிக்கைகள் இன்றும் மக்களிடையே பெருவழக்கிலுள்ளன. இத்தகைய மூடநம்பிக்கைகளுக்கு ஆதாரம் வைதிக சநாதன சமயமாகும். தமிழகமெங்கும் பரவியிருந்த பல்வேறு மூடநம்பிக்கைகளுக்கு எதிராக வலுவாகத் தனது நாடகங்களில் குரலெழுப்பியுள்ளார் கலைஞர். மூடநம்பிக்கை என்னும் பகைவனை எதிர்க்க அழைக்கும் சாக்ரடீஸ் அதற்கெதிராக அறிவாயுதம் ஏந்தச் சொல்கிறார்.8 சமூக மாற்றத்தினுக்குப் பகையாக விளங்கும் மூடநம்பிக்கையை அறிவால் மட்டும் தகர்க்க முடியுமென்ற கருத்து, சாக்ரடீஸ் நாடகத்தில் பதிவாகியுள்ளது.

மனிதனுக்கு இயற்கையாகவே தனது எதிர்காலத்தில் நடக்க இருப்பது குறித்து அறியும் ஆவலுண்டு. அதைப் பயன்படுத்திச் சோதிடம், குறி சொல்லுதல், பெயர் பொருத்தம் பார்த்தல் என்று மக்களிடமிருந்து பணம் பறிக்கும் சோதிடர்களின் செயல் ஒருவகையில் ஏமாற்று வேலையாகும். நச்சுக்கோப்பை நாடகத்தில் சாந்தாவுக்கும், அழகப்பனுக்கும் பெயர் பொருத்தம் பார்த்து மிகவும் அற்புதமாகப் பொருந்தி வருகிறது என்று திருமணத்திற்கு அனுமதி வழங்குகிறார் அய்யர். "பரமசிவனுக்கும் பார்வதிக்கும், மகாவிஷ்ணுவுக்கும், லஷ்மிக்கும், சரஸ்வதிக்கும் பிரம்மாவுக்கும்கூட இவ்வளவு பொருத்தமாக அமையவில்லை."[9] என்று சாந்தா - அழகப்பன் ஆகிய இருவரும் திருணம் செய்துகொண்டு வாழ்வது உத்தமம் என அய்யர் சொல்வது, பின்னர் கேலிக்கூத்தாகிறது. நாளடைவில் அழகப்பன் குடிகாரனாகி நோய் வந்து இறந்துவிடவே, சாந்தா இளம் விதவையாகி அவலத்திற்குள்ளாகிறாள். திருமணத்திற்கு முன்னர் பெயர் பொருத்தம் பார்ப்பது மூடநம்பிக்கை என்ற கருத்து நாடகத்தில் சூட்சுமமாக வலியுறுத்தப்பட்டுள்ளது.

ஒரு செயலைச் செய்யும்போது, சுற்றிலும் இயல்பாக நடைபெறும் செயல்களைச் சகுனமாகக் கருதி நல்லது என ஏற்பதும், கெட்டது என்று ஒதுக்குவதும் வழக்கிலுள்ளன. அய்யர், வீட்டைவிட்டுக் கிளம்பும்போது வானில் கருடன் வட்டமிட்டது நல்ல சகுனம் என்று சொல்கிறார். சாந்தா - அழகப்பன் திருமண நாளைப்பற்றி அய்யர் சொல்லும்போது கவுளி (பல்லி) கத்தியதால் வேறு நாளைக் குறிக்கச் சொல்கிறார், மணியப்ப முதலியார். இத்தகைய சகுனத் தடைகளையெல்லாம் விலக்கிவிட்டு நல்ல நேரத்தில் நடைபெற்ற சாந்தா- அழகப்பன் திருமணம், இறுதியில் துன்பத்தில் முடிவடைந்தது. இளம் வயதில் அழகப்பன் இறந்துவிடவே, சாந்தா விதவையாகிச் சிரமப்படுகிறாள். இவைபோன்று நாள் நட்சத்திரம் பார்த்து, தீய சகுனத்தை விலக்கி நல்ல செயலைச் செய்தாலும், அதில் தோல்வி வர வாய்ப்புண்டு என்ற கருத்து, நச்சுக்கோப்பை நாடகத்தில் வலியுறுத்தப்பட்டுள்ளது.

மனிதனுக்கு இயற்கையாகவே உடல்நலம் குறைய வாய்ப் புண்டு. அதற்காக மருத்துவம் செய்துகொண்டால் உடல் நலமாகி விடும். ஆனால் நோயினைக் கடவுளுடன் தொடர்புபடுத்தி மூட நம்பிக்கைகளுக்குட்பட்டுச் சிரமப்படுவது இறைநம்பிக்கையாளரின் வழக்கமாக உள்ளது. இத்தகைய நோய் பற்றிய மூடநம்பிக்கை நச்சுக்கோப்பை நாடகத்தில் சித்திரிக்கப்பட்டுள்ளது. மணியப்ப முதலியார் தனது மருமகன் அழகப்பன் மரண தறுவாயிலிருக்கும்போது, சுப்ரமணிய சுவாமிக்கு தேங்காய் உடைத்துவிட்டு வந்தால் எல்லாம் சரியாகும் என்று நம்புகிறார். ஆனால் அழகப்பன் இறந்து விட்டான். மணிமகுடம் நாடகத்தில் பேதி நோயினால் மக்கள் கூட்டமாக அழியும்போது காளியம்மனுக்கும், மாரியம்மனுக்கும் பூசை நடத்தினால் எல்லாம் சரியாகவிடுமென்று குருநாதர் ஆலோசனை சொல்கிறார். இவைபோன்ற மூட நம்பிக்கைகளால் மனித உயிர் மலிவாகிவிடும் நிலையேற்படும் என்பதை உணர்த்தும்வகையில் கலைஞர் நாடகங்கள் படைத்துள்ளார்.

தூக்குமேடை நாடகத்தில் வகுப்பறையில், அறிவியல் ஆசிரியர் கிரகணம் ஏற்படுவதற்கான காரணத்தை அறிவியல்ரீதியில் விளக்கம் தந்துவிட்டுச் செல்கிறார். அடுத்த பாடவேளைக்கு வரும் தமிழாசிரியர், கிரகணத்திற்குப் புராணரீதியில் ராகு - கேது என்று விளக்கம் தருகிறார். மாணவர்கள் குழம்புகின்றனர். அப்பொழுது பாண்டியன், கிரகணம் ஏற்படுவதற்கு உண்மையான காரணமாக எதைக்கொள்வது என்று கேள்வி

எழுப்புகிறான். மூடநம்பிக்கை அடிப்படையிலான புராணத்திற்கும் அறிவியலுக்குமான முரண்பாட்டினை முன்னிறுத்தி நாடகப் பார்வையாளர்களின் மனத்தில் கலகக் குரலையும், விவாதத்தையும் எழுப்புவதாக நாடகப் பிரதியாக்கம் வடிவமைக்கப்பட்டுள்ளது.

மதம்

ஐம்பூதங்களால் ஆனது உலகம் என்று கண்டறிந்த சங்க காலத்தில் வாழ்ந்த தமிழர், இயற்கையைக் கடவுளாகப் போற்றினர். விண்ணுலகம் பற்றிய புனைவைக் கட்டமைத்த சிலர் தோறுவித்த மதம், நாளடைவில் பிரம்மம், சநாதனம் போன்ற கோட்பாடுகளுடன் இறுக்கமான நிறுவனமாகிவிட்டது. மதத்தின் பெயரால் கடவுள், மூடநம்பிக்கைகளை ஏற்படுத்திக்கொண்டு ஒரு குறிப்பிட்ட கூட்டம், பெரும்பான்மை மக்களைச் சுரண்டிக் கொழுப்பது தொடர்ந்து நடைபெற்று வருகின்றது. மக்களிடையே இறைவனின் பெயரால் தலைவிதித் தத்துவத்தைப் பரப்பி, சமூக ஏற்றத்தாழ்விற்கு அடிப்படைக் காரணம் கற்பித்தல் இன்றளவும் பெரிதும் வழக்கிலுள்ளது. கலைஞரின் நாடகங்களில் சித்திரிக்கப்படும் வைதிக சநாதன சமயக் கொள்கையினரான பார்ப்பனர், உயர்சாதிப் பணக்காரர்கள் செய்யும் அக்கிரமங்கள் அளவற்றவையாகும். மணிமகுடம் நாடகத்தில் மதகுரு, அரசனைக் கொன்று ஆட்சியைக் கைப்பற்றிட செய்யும் சதித்திட்டங்கள் முக்கியமானவை. அவர் செய்யும் அனைத்து மோசமான செயல்களும் மதத்தின் பெயரால்தான் நடைபெறுகின்றன. அரசகுரு ஆண்டவன் பெயராலும் மதத்தின் பெயராலும் மக்களிடம் உண்டு பண்ணும் சச்சரவுகளை 'மக்கள் தொண்டன்' இதழ் வெளியிடாமைக்கான காரணத்தைப் புதுமைப்பித்தன் கேட்கிறான். வைதிக சநாதனத்தின் கருத்துக்களைப் பரப்பும் பார்ப்பனியம் - பார்ப்பனர் குறித்துக் கடுமையான கருத்துக்களை நாடகத்தின்மூலம் வெளியிட்டுள்ள கலைஞர் பொதுவாக மதம் பற்றிய சர்ச்சைக்குள் சிக்கிக்கொள்ளவில்லை.

தமிழர்களிடையே கடவுள் நம்பிக்கை சங்க காலத்திலிருந்தே வழக்கிலுள்ளது. மனிதன் தான் கற்பித்த கடவுளுக்குத் தனக்கே தெரியாத இலக்கணங்களைக் கற்பித்துக்கொண்டு, அவற்றுக்குப் பயந்து வாழ்கிறான். உலகில் மக்களிடையே இருக்கும் அறியாமைகளில் முதன்மையானது, கடவுளைப் பற்றியதாகும். எனினும் கடவுளின் பெயரால் மக்களை ஏமாற்றிப் பிழைக்கும்

கூட்டம் அதிகாரத்திலிருப்பதைக் கண்டனம் செய்யும் மரபு, சித்தர்களால் தமிழில் முன்னிலைப்படுத்தப்பட்டது. எங்கும் நிறைந்து எல்லாம் அறிந்த கடவுள், இடி, புயல், பெருமழை, பசி, பட்டினி, பூகம்பம், ஒழுக்கக் கேடுகள் போன்றவற்றைப் படைத்தது ஏன்? என்று இறைமறுப்பாளர்கள் கேள்விகளை எழுப்புகின்றனர். கடவுள் பற்றிய கதைகள் மனிதனுக்குக் கற்பித்தவை என்ன? மனித வாழ்க்கையை நெறிப்படுத்தவியலாத கடவுளின் இடம் பூமியில் யாதுவென்ற குரல், பெரியாரால் எழுப்பப்பட்டது. திராவிடர் கழகப் பின்னணியுடையவரான கலைஞரும் தன்னுடைய நாடகங்களில் கடவுளின் இருப்பினைக் கேள்விக்குள்ளாக்கியுள்ளார்.

'இரத்தக் கண்ணீர்' நாடகத்தில் சாமியார் செய்கின்ற உபதேசம், மதத்தின்மூலம் மக்களை ஏய்க்கின்ற செயலுக்கு நியாயம் கற்பிக்கின்றது; ஏற்றத்தாழ்வான சமூகத்தையும் விண்ணுலகம் பற்றிய புனைவையும் முன்வைத்து மகான்களை உன்னதப்படுத்துகின்றது. "மகான்கள் அடிக்கடி தோன்றுவதில்லை. தோன்றவும் முடியாது! ஆனால் அப்படித் தோன்றும் மகான்களால் ஆகாதது எதுவுமேயில்லை! கடலை வற்றவைப்பர்- ககனத்தில் மிதந்திடுவர் கடவுளுடன் பேசுவர்- கரும்பிலே கசப்பு காட்டுவர்-காகத்தையும் கந்தர்வ கானம் எழுப்பச் செய்வர்- அத்தகைய அருட் சக்தி பெற்றவர்கள் அவர்கள்.வீரர்கட்கும், விவேகிகட்கும் மண்ணிலேதான் புகழ்! ஆனால் மகான்கட்கோ விண்ணிலும் புகழ். ஆகவேதான் சொல்லுகிறேன், வாளையும் வேலையும் தொடாதே! வைகுந்தவாசனைத் தொழு! கையினிலே கேடயம் ஏந்தாதே! கைலாசநாதனின் திருநீறை ஏந்து! நீ யார்-நான் யார்? தாய், தந்தை, அண்ணன், தம்பி - எல்லாம் வீண்-முடிவில் ஒரு பிடி மண் ! மாயப் பிரபஞ்சம் - காயமெடுத்தோர்கோ ஆண்டவனிடம் செல்லவேண்டும் நெஞ்சம்!"[10] சாமியார் பாத்திரப் படைப்பின் மூலம் கடவுள் பற்றிய மதிப்பீட்டைக் கலைஞர் கேள்விக்குள்ளாக்கியுள்ளார்.

அண்மையில் புது தில்லி மாநகரில் 20,000 கோடி ரூபாய் செலவில் கட்டப்பட்ட புதிய நாடாளுமன்றக் கட்டடத் திறப்புவிழாவில் செங்கோலை நிறுவுதல் என்ற பெயரில் தமிழ்நாட்டுப் பண்டார சந்நிதானங்களை அழைத்துப் பிரதமர் மோடி செய்த கூத்துகள், மத அடிப்படைவாதப் பின்புலமுடையன. தமிழகப் பண்டார சந்நிதி சுதந்திர இந்தியாவின் முதல் பிரதமர் நேருவுக்குச் செங்கோல் அனுப்பியது ஏன் என்ற கேள்வி, இன்று பலருக்கும் தோன்றியது. அதற்கான விடையைக் கலைஞர் 1953 ஆம் ஆண்டு எழுதிய

'பரப்பிரம்மம்' நாடகத்தில் குறிப்பிட்டுள்ளார். டில்லியப்பர் என்ற காங்கிரஸ் ஆட்சி இருக்கும்வரையில் சநாதனத்திற்கு அழிவில்லை என்று கருதுகின்ற பண்டார சந்நிதி, தன்னுடைய சிஷ்யனிடம் "அவருக்கு (டில்லியப்பர்) நமது ஆதீனத்தின் சார்பாகத் தங்கச் செங்கோல் அனுப்பினோம்" என்கிறார். அதற்குச் சிஷ்யன், "ஆனால் ஸ்வாமி – அங்கிருந்து ஒரு இரும்பு உலக்கைகூட நமக்கு வரவில்லை... "[11] என்று பகடியாகப் பதில் அளிக்கிறான். கலைஞர், அரசியலுக்கும் வைதிக சநாதனத்திற்குமான தொடர்பை நுணுக்கமாகக் கண்டறிந்து தான் எழுதிய நாடகத்தில் பதிவாக்கியுள்ளார்.

'ஒரே முத்தம்' நாடகத்தில் விபீஷணனிடம், அவனது மனைவி சித்ரா, 'ஆண்டவன் கேட்பதாயிருந்தால் கொடுமையே முளைக்காதே. ஆண்டவன் - குருடன் அல்லது செவிடன் அல்லது ஊமையாக இருக்க வேண்டும்'' என்று கடவுளை மறுத்துப் பேசுகிறாள்.[12] விபீஷணனின் அக்கிரமச் செயல்கள் தொடர்ந்து நடக்கும்போது அவற்றைத் தடுக்கவியலாது கையறுநிலையிருக்கும் கடவுளின் இருப்பு, சித்ராவால் கேள்விக்குள்ளாக்கப்பட்டுள்ளது.

கோவிலில் இறைவனை வழிபட வரும் இறையன்பர்களின் பக்திநிலையும் ஆய்விற்குரியது. நச்சுக்கோப்பை நாடகத்தில் திருவாதிரை உற்சவத்தைப் 'பட்டுப்புடவை நடமாட வாலிபக் கண்கள் தாண்டவமாட பஸ்ட் கிளாஸ்' காட்சியானது பேப்பரில் போட்டிருக்கு என்று கந்தன் சொல்ல, சிவகுரு எது பஸ்ட் கிளாஸ் என்று கேட்டவுடன் "பார்வதி பருவம் அடைஞ்சிட்டாள்னு அந்தப் பரமசிவம் நெற்றியில் வழியுது பாருங்க திருச்சாந்து"[13] என்று பதிலளிக்கிறான். கோவிலுக்கு வந்து இறைவனை வழிபடும் மக்களுக்கு இறைவனின் தோற்றம் பற்றிய கற்பிதம் எதிர்மறையான காட்சியைப் புலப்படுத்துகின்றது.

'மழை கூடாது' என்று பிள்ளையாருக்குத் தேங்காய் உடைப்பதாகச் சின்னையா பிள்ளையும், அவசியம் மழை வேண்டுமென அதே பிள்ளையாருக்குத் தேங்காய் உடைப்பதாகக் கன்னையா செட்டியும் வேண்டிக்கொள்கின்றனர். கடவுள் யாருடைய வேண்டுகோளை ஏற்றுக்கொள்வார்? என்று பழனி இருவரையும் விமர்சித்து "மேலைநாட்டில் மனிதன் இயந்திரத்துடன் போராடிட, நாம் களிமண்ணில் பிள்ளையார் பிடிக்கிறோம்'[14] என்று கேலி செய்கிறான். இதுபோன்ற காட்சிச் சித்திரிப்பு, பார்வையாளரிடம் ஆழமான கேள்வியை எழுப்பும் வல்லமையுடையது.

'தூக்குமேடை' நாடகத்தில், செய்யாத கொலைக் குற்றத்திற்காகக் கந்தனுக்கு நீதிமன்றம் தூக்கு தண்டனை விதிக்கிறது. அப்பொழுது அவன் அரைவயிற்றுக் கஞ்சி கிடைத்தபோதும் வெள்ளிக்கிழமைதோறும் அர்ச்சனை செய்தபோதும் கடவுள் மறந்து விட்டாரே என்ற கதறியழுகிறான். பொதுவாகக் கடவுள், அவரது பக்தர்கள் துன்பத்தினால் சிக்கி அல்லல்படும்போது, அவர்களைக் காப்பாற்றுவார் என்ற நம்பிக்கை வழக்கிலுள்ளது. ஆனால் இங்கு அப்பாவி கந்தன், அவனது முதலாளி அபிநயசுந்தரரால் அநியாயமாகக் கொலைப் பழி சுமத்தப்பட்டு, அதன் காரணமாகக் கொலைகாரனாகித் தூக்குமேடைக்குச் செல்லவிருக்கிறான். அப்பொழுது கதறியழும் பக்தனான கந்தனைக் காப்பாற்றக் கடவுள் முன்வரவில்லை. இதுதான் கடவுளின் இயல்பு. கடவுளுக்கும் மனிதனுக்கும் இடையிலான உறவு என்பது முழுக்கக் கற்பிதம் செய்யப்பட்டது என்ற பெரியாரின் கொள்கை, தூக்குமேடை நாடகம் மூலம் வெளிப்பட்டுள்ளது.

ஆயிரம் ஏழைகள் குடியிருக்கும் கொடிக்கால் பகுதியை அழித்துவிட்டுப் பெரியஅளவில் கோவில் கட்டத் திட்டமிடும் குருநாதரின் யோசனையைப் பொன்னழகன் எதிர்த்துப் பேசுகிறான். அன்றாடம் உழைத்து வாழும் மக்களின் வாழ்க்கை, வறுமையான சூழலில் இருக்கும்போது கோவில் ஒரு கேடா என்ற கேள்வியானது, மணிமகுடம் நாடகத்தில் முன்வைக்கப்பட்டுள்ளது. அமைச்சர் குருநாதர், பத்திரிகை ஆசிரியருடன் சேர்ந்து மன்னனை ஒழித்துவிட்டுத் தானே அதிகாரத்தைக் கைப்பற்ற முயலுகிறார். சீமான்கள் சபையில் குருநாதர் பேசுகிறார்: "...மணிமகுடபுரியை நாஸ்திக பூமியாக ஆக்கவந்த நாசகாரன் யார்? பக்தர்களைக் கிண்டல் செய்யும் பாவி-மதத்தைக் கேலி புரியும் மண்டூகம் கடவுள் கட்டளைகளுக்குக் காரணம் கேட்கும் கயவன் - பகுத்தறிவுக்கு மிஞ்சியது எதுவுமில்லையென்று கதையளக்கும் பாதகன்-புதுமை- புரட்சி - பொதுவுடமை - என்றெல்லாம் பொதுமக்களைத் தூண்டிவிடும் பொல்லாத ஐந்து - புதுமைப்பித்தன்! புதுமைப்பித்தன்!! பயங்கரவாதி புதுமைப்பித்தன் பட்டத்தரசைக் கொல்லமுயன்ற புதுமைப்பித்தன் உடனடியாகச் சுட்டுத் தள்ளப்படவேண்டும்! கண்ட இடத்திலே அவன் சுடப்படவேண்டும்! அந்தப் படுநாஸ்திகனின் பிணத்தைக் கொண்டு வருகிறவர்களுக்குப் பத்தாயிரம் மோகராக்கள் பரிசு தரப்படும் என்று பறை அறிவிக்க வேண்டும். தெய்வீக அவதாரம்-தேசம் புகழ் மன்னன் மணிமாற வேந்தனையல்லவா மரணக்குழியிலே தள்ளப் பார்த்தார்கள்,

மதோன்மத்தர்கள்! ஆண்டவன் அரசனைக் காப்பாற்றினான்! நாம் அக்ரமக்காரர்களை அழித்துத் தீரவேண்டும். இல்லாவிட்டால், அடிக்கடி அரசனைக் காக்க வேண்டிய அவசர வேலை ஆண்டவனுக்கு ஏற்பட்டுக் கொண்டேயிருக்கும்! இந்தச் சங்கடத்தை சர்வேஸ்வரனுக்கு ஏற்படுத்தாமல் இப்போதே துஷ்டர்களை அடக்குவோம்! ... இது தெய்வத்தின் கட்டளை - ஆண்டவனின் விருப்பம்!"[15] சாமியார்களுக்கும், அரசியல் அதிகாரத்திற்கும் இடையில் காலந்தோறும் நிலவுகின்ற உறவு, அபாயகரமானது என்பதை மணிமகுடம் நாடகத்தில் மதகுரு பாத்திரம்மூலம் கலைஞர் விளக்குகியுள்ளார்.

கலைஞரின் நாடகங்களில் பிறருக்குத் தீங்கு செய்வதையே அன்றாடக் கடமையாகக்கொண்ட தீயவர்கள் கடவுளின் பக்தர்களாகச் சித்திரிக்கப்பட்டுள்ளனர். 'பழனியப்பன்" நாடகத்தில் அய்யர், 'தூக்குமேடை" நாடகத்தில் அபிநயசுந்தரர், 'ஒரே முத்தம்" நாடகத்தில் விபீஷணன், 'இரத்தக் கண்ணீர்" நாடகத்தில் சாமியார், 'மணிமகுடம்' நாடகத்தில் மதகுரு, 'உதயசூரியன்' நாடகத்தில் ஆனைமுகம் பிள்ளை, 'புனிதராஜ்யம்' நாடகத்தில் பாலம்மா போன்றோர் கடவுள் நம்பிக்கையுடையவர்கள். ஆனால் அவர்கள் நடைமுறையில் ஒழுங்கற்ற வாழ்க்கையையும், சமுதாய நலனில் அக்கறைகொண்டவர்களின் வாழ்க்கையைச் சீரழிப்பதையும் தொடர்ந்து செய்கின்றனர். கடவுள் நம்பிக்கை அல்லது கடவுள், மனிதர்களின் மோசமான குணத்தைச் சீர் செய்யவில்லை என்பது கலைஞரின் நாடகங்கள் உணர்த்தும் நுட்பமான கருத்து.

கடவுளின் அருள் பெற்று, உலகில் அல்லலுறும் மக்களை உய்விக்க வந்ததாகக் கூறும் சாமியார்கள், பற்றி இன்றுவரை பல்வேறு மதிப்பீடுகள் நிலவுகின்றன. சாமியார்கள் மதத்தைக் கடந்து செல்ல உதவும் தோணி; இறைவனுக்கும் பொதுமக்களுக்கும் இடையில் இருக்கும் பாலம்; பாவப்பட்ட மக்களை ரட்சிக்க வந்த இறைத்தூதன் போன்ற கருத்துகள் மக்களிடையே பரப்பப்பட்டு வருகின்றன. இன்னொருபுறம் கடவுளின் பெயரால் அக்கிரமம் செய்யும் சாமியார்களின் செயற்பாடுகள் பற்றிய வெறுப்பு மக்களுக்கு உண்டு. கடவுளின் நேர்வாரிசு என்ற பெயரால் மக்களை ஏமாற்றிப் பிழைப்பதுடன் அரசியலதிகாரத்தில் அமர்ந்து ஆளுகிறவர்களை ஆட்டிப் படைப்பதும் நடைபெற்று வருகிறது. இத்தகையவர்கள் முன்னர் போலிச்சாமியார்கள் என்று அடையாளப்படுத்தப்பட்டனர்; இன்று கார்ப்பரேட் சாமியார்கள் எனப்படுகின்றனர். எனினும் பெரும்பான்மையான மக்கள் நெற்றி

வியர்வை நிலத்தில் விழக் கடினமாக உழைக்கும்போது, ஆண்டவன் பெயரால் மஞ்சத்தில் உல்லாச வாழ்க்கை வாழும் சாமியார்கள், சமூக வளர்ச்சிக்குத் தடையானவர்கள் என்ற திராவிடர் இயக்கக் கருத்து, கலைஞருக்கு உண்டு. எனவேதான் மணிமகுடம் நாடகத்தில் குருநாதரையும், இரத்தக் கண்ணீர் நாடகத்தில் சாமியாரையும் தீமையின் மொத்த உருவமாகப் படைத்துள்ளார். இருவருமே சுயலாபத்திற்காக அரசியலில் புகுந்து குழப்பம் விளைவிக்கின்றனர். இரத்தக் கண்ணீர் நாடகத்தில் பொன் விஷம் போன்றது எனக்கூறும் சாமியார், அதை உண்டியலில் போடுவதை விரும்புகிறார். பொன்னை விரும்பாதவவர் போல நடிக்கின்ற சாமியாரின் இரட்டை வேடம் அம்பலமாகியுள்ளது. மணிமகுடம் நாடகத்தில் குருநாதர் தன்னுடைய கழுத்தில் தொங்கும் ருத்திராட்ச மாலையில் உள்ள பதக்கம் போன்ற டப்பாவைத் திறந்து ஆண்டவனின் விபூதிப் பிரசாதம்- இதைச் சாப்பிடு" என்று விஷம் கலந்த விபூதியைக் கையாளுக்குக் கொடுகின்றார். குருநாதர், கடவுளின் பெயரால் கொலை செய்வார் என்பதற்கு விபூதிச் சம்பவம் சிறந்த எடுத்துக்காட்டு.

தூக்குமேடை நாடகத்தில் பூசாரி, "வியாதியுள்ள பெண்களைத் தொடலாமென்று டாக்டர்களுக்கு உரிமை இருக்கிற மாதிரி... ஆண்டவனுடைய பிரதிநிதிகளான எங்களுக்கும் பெண்களைத் தொட உரிமை உண்டு" என்று தனது பொறுக்கித்தனத்தை நியாயப்படுத்த முயலுகிறான். மேலும் அவன் கோவிலுக்கு அம்பாளை வழிபடவந்த மாரியாத்தாளை வன்புணர்ச்சிக்குள்ளாக்கிவிட்டு, கடவுள் அருள் வந்ததுபோல, பூசாரி பேசுகிறான்: *"பயப்படாதே! பத்தினித் தங்கமே பயப்டாதே. உன் கற்பைச் சோதிக்கவே நாம் இந்தக் காரியம் செய்தோம். நாம் ஒரு பெண் தெய்வம் என்று உனக்குத் தெரியாதா? நாம் உன்னை என்ன செய்ய முடியும்? நாம் நேராக வந்து சோதிக்கக் கூடாது, காலம் கலிகாலம் என்பதற்காகவே பூசாரி மேல் ஆவேசமாக வந்து உன் கற்பைப் பரிட்சை செய்தோம், பூசாரி உன்னைச் கற்பழித்ததாக நினைக்காதே நாம் உன்னைச் சோதிக்கவே இக்காரியம் செய்தோம். இயற்பகை நாயனாருடைய மனைவியைப் பரமசிவன் சோதிக்கவில்லையா? ஓ! பெண்ணே! உன் கற்பைப் பூசாரி அழித்ததாக யாரிடமாவது சொன்னால் உன் தலை வெடித்துவிடும்."*[16] என்று பயமுறுத்துகிறான்.

'தூக்குமேடை' நாடகத்தில் வீரப்பன் அம்மன் சிலைக்குப் பின்னால் இருந்து பேசியவுடன், பூசாரி யாரது அம்பாளா பேசுகிறது என்கிறான். அப்போது வீரப்பன் "அம்பாள் எந்தக் காலத்தில்

பேசினாள்" என்று கூறிச் சிலையைத் தள்ளிவிட்டு வெளியே வந்து "பேசாது .... கல்... தங்கையின் கற்பைச் சூறையாடியபோது தடுத்திருக்கும்" என்கிறான். கோவிலில் அம்பாளை வழிபட வந்த இளம்பெண்ணை வன்புணர்ச்சிக்குள்ளாக்கிய பூசாரியின் கொடிய செயலைத் தடுக்கவியலாத கடவுள், வெறும் கல் என்று நாடகத்தின் மூலம் கலைஞர் அழுத்தமாகக் குறிப்பிட்டுள்ளார். கோவிலில் பூசை செய்யும் பூசாரிக்கே கடவுளைப் பற்றிய எதிர்மறையான கருத்து இருப்பது தூக்கு மேடை நாடகத்தின் சிறப்பாகும். கடவுளின் உயிர் அந்தரத்திலிருக்கும், அதை இந்தச் சிலையில் கொண்டு வந்து உயிர் கொடுத்தது அவனே என்று நினைக்கிறான், பூசாரி. மேலும் அவன் பிழைப்பிற்காக அம்பாளை ஏற்படுத்தினேன். சுட்ட செங்கல்லைச் சோறு என ஏமாற்றினேன். எனினும் அவள் அசைய மாட்டாள் என்று மனத்திற்குள் எண்ணியவாறு வீரப்பனின் தங்கையான மாரியாத்தாளைப் பலவந்தப்படுத்தத் திட்டமிடுகிறான். நாள்தோறும் அம்பாளைப் பூசை செய்து வழிபடும் பூசாரி, நடைமுறையில் கடவுளின் பெயரால் எல்லாவிதமான அயோக்கியத்தனமும் செய்யலாம் என்று புரிந்து வைத்திருக்கிறான். பூசாரி பாத்திரத்தைப் படைத்ததன் மூலம் கடவுள் பற்றிய மதிப்பீட்டைக் கலைஞர் கேள்விக்குள்ளாக்குகியுள்ளார்.

ரதி - மன்மதன், கண்ணன் லீலைகள், வள்ளி - முருகன், விசுவாமித்திரர் - மேனகை. போன்ற பாலியல் கவர்ச்சி மிக்க புராணக் கதைகளைப் பால சந்நியாசி மூலம் தொடர்ந்து கேட்டதால் உள்ளம் தடுமாறி, சந்நியாசியிடம் கற்பிழந்தேன் என்று வேதனைப்படுகிறாள், பஞ்சவர்ணம்.[18] இறைவனுடைய பாலியல் லீலைகள் இளம் உள்ளங்களைக் காமவயப்படச் செய்து சீரழித்துவிடும் என்பது இரத்தக் கண்ணீர் நாடகத்தில் பதிவாகியுள்ளது. கடவுளின் பெயரைச் சொல்லிப் பாலியல் வன்முறைச் செயலில் ஈடுபடும் பூசாரிகள் பற்றிய விழிப்புணர்வை மக்களிடம் ஏற்படுத்துவதற்காக இத்தகைய பாத்திரங்கள் கலைஞரால் உருவாக்கப்பட்டுள்ளன. சாமியார்களின் இழிவான நிலையை அம்பலப்படுத்துவதில் கலைஞரின் பேனா உற்சாகத்துடன் செயல்பட்டுள்ளது.

சாதி

மக்களிடையே பிறப்பு அடிப்படையில் உயர்வுதாழ்வு கற்பிக்கப்பட்டுத் தோற்றுவிக்கப்பட்டதுதான் சாதி. வருணாசிரமத் தத்துவத்தின் காரணமாகச் சமூக மதிப்பீட்டில் பார்ப்பனர் உயர்நிலை வகிப்பதையும் உழைக்கும் மக்களைச் சூத்திரர்

என்று இழிவுபடுத்துவதையும் சநாதனம் நியாயப்படுத்துகிறது. சாதியமைப்பின் கொடூரமான விளைவுதான் தீண்டாமை. நாய், பன்றி போன்ற விலங்குகளைக்கூட ஒதுக்காத மனிதன், சகமனிதனை ஒதுக்கும் இழிந்தநிலைக்குச் சாதி காரணமாக உள்ளது. "சாதி என்பது சுத்தப்புரட்டு, அயோக்கியர்களால் கற்பிக்கப்பட்டு, முட்டாள்களால் ஒப்புக்கொள்ளப்பட்டு, மானமற்ற மக்களால் நடைமுறையில் பின்பற்றச் செய்யப்பட்டு வருகின்றது"[19] என்ற பெரியாரின் சிந்தனை வழிநின்று கலைஞரும் சாதியைக் கடுமையாக மறுக்கிறார்.

சாதிய அமைப்பைப் பார்ப்பனியத்தின் விளைவாகக் கருதும் கலைஞர், பார்ப்பனியம் பற்றிய கடுமையான கருத்துகளைத் தன்னுடைய நாடகங்களில் பதிவாக்கியுள்ளார். சாப்பிடுகிற சோற்றில் குழம்பு, கறி, ரசம், சோறு மாதிரி சாதி என்று பரமார்த்த அய்யங்கார் உபதேசம் செய்கிறார். இருபதாம் நூற்றாண்டிலும் சாதியின் இருப்பைப் பார்ப்பனியம் நியாயப்படுத்துவதைத் தூக்கு மேடை நாடகத்தில் கலைஞர் சித்திரித்துள்ளார்.

தூக்குமேடை நாடகத்தில் திராவிடர் கழகக் கொடியேற்றிய பாண்டியன், சாதியரீதியில் மாணவர்கள் பிரிக்கப்படுவதற்கு எதிர்ப்புத் தெரிவித்துக் கண்டனக்குரல் எழுப்புகிறான். பாட்டாளிகளான சண்டாளர், சக்கிலி, பறையர், பள்ளர் ஆகியோருக்கு விடுதலை வாங்கித் தரும் புரட்சிக்கொடி என்று திராவிடர் கழகக் கொடியைக் குறிப்பிடுவதிலிருந்து சாதி பற்றிய கலைஞரின் கருத்தினை அறியமுடிகிறது

பிறப்பால் தாழ்த்தப்பட்ட பட்டியல் சாதிப்பிரிவைச் சார்ந்தவர்கள், விலங்கைவிட இழிந்த நிலையினராகக் கருதப்பட்ட காலம் அன்று நிலவியது. வருணாசிரம முறையின் கொடிய விளைவே தீண்டாமை. பார்ப்பனரைத்தவிரப் பிறர் தொட்டால் கோவில் சிலை தீட்டாகிவிடும் என்று கற்பிக்கும் பார்ப்பனியம், இன்றுவரை மனிதர்களில் 97% பேரைத் தீண்டத்தகாதவர்களாக்கிவிட்டது. மேல்சாதிக்காரன் - கீழ்சாதிக்காரன் என மனிதர்களை வெவ்வேறு அடுக்குகளாகப் பிரித்து உயர்வுதாழ்வு கற்பித்து அதிகாரத்துவத்தைச் சாதிய அமைப்பு நிலை நாட்டுகிறது. இதனால் உருவாகும் பெருங்கேடான தீண்டாமையானது, தொட்டால் தீட்டு, பார்த்தால் தீட்டு என்று மனிதனை இழிவுபடுத்துகிறது. இந்நிலையை எதிர்த்துத் திராவிடர் கழகத்தினர் குரல் கொடுத்தனர். பெரியாரின் வழியில் வந்த கலைஞரும் தீண்டாமைக்கு எதிரான காட்சிகளை நாடகங்களில் எழுதியுள்ளார்.

'ஒரே முத்தம்' நாடகத்தில் மலையின மக்களின் தலைவனான மலையன் தன்னைத் தீண்டத்தகாதவன் என்று கூறவும், புத்தன் "தீண்டத்தகாதவர் நீங்களில்லை; தூய உள்ள படைத்த நீங்களில்லை. தங்கள் வயிறு நிறைவதற்காக உங்களை ஜாதிவாரியாகப் பிரித்தாளும் வஞ்சகர்கள் தீண்டத்தகாதவர்கள்; நாய்களுக்கு அளிக்கும் உரிமைகூட காட்டுமக்களுக்கு அளிக்க மறுக்கும் நச்சுக்கொள்ளையினர் தீண்டத்தகாதவர்கள்" என்று பதிலளிக்கிறான். மனிதர்களைச் சாதிரீதியில் பிரித்துத் தீண்டாமை கற்பித்தவர்கள்தான் தீண்டத்தகாதவர்கள் என்ற கலைஞரின் நோக்கு, சமூக நோய்க்குத் தரப்பட்ட அதிர்ச்சி மருத்துவமாகும். இளவரசனான புத்தன், மலையன் மகளான பொன்னியை விரும்புகிறான். அவள் இழிகுலத்தவள் என்று தீண்டாமை கற்பிக்கப்படுகிறது. விபீஷணன் "இன்பபுரி சாம்ராஜ்ய சட்டப்படி ஒரு இழிகுலப் பெண்ணை மேல் ஜாதி ஆடவர்கள் நேசிப்பது குற்றம். அதிலும் இளவரசன் நேசிப்பது மாபெரும் குற்றம்" என்று குற்றம் சாட்டப்படுகிறான். இளம் பெண்ணுக்கும் வாலிபனுக்கும் இடையில் உருவான தூய அன்பைத் தீண்டாமை என்ற சமூகக்கொடுமையைக் காட்டிப் பிரிக்கும் முயற்சி நடைபெறுகின்றது. ஆனால் இதே விபீஷணன் பொன்னிமீது காமவயப்பட்டு அவளுடன் உறவுகொள்ளத் துடிக்கின்றான். அதிகாரத்திலிருப்பவர்கள் தங்களுடைய காம விருப்பத்திற்குப் பெண்களை வற்புறுத்தும்போது தீண்டாமை பார்க்காத சாதிய அமைப்பு, திருமணம், காதல் என்று வரும்போது கடும் எதிர்ப்பைத் தெரிவிக்கிறது. இது பெண்களை வெறும் உடல்ரீதியாகப் பார்க்கும் ஆண் மேலாதிக்கப் பார்வையின் வெளிப்பாடு. தீண்டத்தகாத குலத்தில் பிறந்த பெண்ணுக்கு அவளது உடம்புகூடச் சொந்தமில்லை என்று தீண்டாமை அறிவிக்கின்றது. பொய்க்குற்றம் சுமத்தப்பட்டுப் புத்தனும், பொன்னியும் தூக்கு மேடைக்கு அழைத்துச் செல்லப்படுகின்றனர். அப்பொழுது புத்தன், "இதோ ஒரு தீண்டத்தகாதவன்; சாதி கெட்டவன்; அவளும் நானும் ஒன்றாக உயிர் விடுகிறோம். எங்கள் பிணங்களைக் கண்ட பிறகாவது சாதி உணர்ச்சி ஒழியட்டும்"[20] என்று ஆவேசமாகக் கூறுகிறான். தீண்டாமைக் கொடுமையினை அம்பலப்படுத்தும் வகையில் இளங்காதலர்கள், காதலுக்காகத் தூக்கு மேடை ஏறவும் முன்வருவதாகச் சித்திரிக்கப்பட்டுள்ள ஒரே முத்தம் நாடகமானது, ஐம்பதுகளில் பெரும் கலகத்தை ஏற்படுத்தியிருக்க வேண்டும். திராவிடர் கழகக் கருத்தியல் பின்புலமுடைய கலைஞரின் தீண்டாமை எதிர்ப்புக் குரல் அழுத்தமானது; சிறிதும் சமரசமற்ற தன்மையுடையது.

பாம்பையும் பார்ப்பனையும் கண்டால் பார்ப்பானை அடியென்று மேடைகளில் முழங்கிய பெரியார், பார்ப்பனர் எதிர்ப்பில் தீவிர அக்கறையுடையவர். அவருடைய வழியினரான தி.மு. கழகத்தினர், 1957 ஆம் ஆண்டு நடைபெற்ற பொதுத் தேர்தல் பங்கேற்பினுக்குப் பின்னர், பார்ப்பனர் எதிர்ப்பு என்பதைப் பார்ப்பனிய எதிர்ப்பு என்று மாற்றிக்கொண்டனர். பார்ப்பனிய அமைப்புதான் சமூகத்தடையேதவிர, தனிப்பட்ட பார்ப்பனர்கள் அல்ல என்ற கருத்துப் பின்னர் தி.மு.க.வில் வலுப்பெற்றது. இது ஒருவகையில் ஏற்றுக்கொள்ளக் கூடியதே. கலைஞரின் தொடக்ககால நாடகங்களிலே பாத்திரங்களின் செயற்பாடுகள் மூலமாகவும், சம்பவங்கள் மூலமாகவும் பார்ப்பனர் மிகவும் மோசமானவர் என்ற கருத்து வலியுறுத்தப்பட்டுள்ளது. கலைஞரால் இளம்வயதில் எழுதப்பட்ட பழனியப்பன் நாடகத்தில், சமூகச் சீர்திருத்தவாதியான பழனியப்பன் அநியாயமாகக் கொல்லப்படுவதற்குக் காரணம் அய்யர் என்பவரே என்று காட்டியுள்ளார். மேலும் அய்யர் பிறரைச் சுரண்டி வாழ்கின்றனர் என்பதையும் நுட்பமாகக் குறிப்பிட்டுள்ளார். அய்யரின் உதவியாளராக வரும் அய்யரான பிச்சுமணி, திருமண வீட்டில் வெள்ளிக் கிண்ணம் திருடுகிறான். அதைக் கண்டுபிடித்துக் கேட்டபோது அய்யர், "பிராமணர் எதை வேண்டுமானலும் எந்த இடத்தில் இருந்தாலும் எடுத்துக் கொள்ளலாம்னு மனுதர்ம சாஸ்திரத்திலே எழுதியிருக்கு" [21] என்கிறார். சாத்திர, சம்பிரதாயங்கள் மூலம் சுத்தம் என்ற கருத்தை வலியுறுத்தும் பார்ப்பனர், திருட்டைக்கூட நியாயப்படுத்தும் தன்மையினர் என்று கலைஞர் தனது நாடகத்தில் சித்திரித்துள்ளார்.

1949ஆம் ஆண்டு கலைஞரால் எழுதப்பட்ட 'தூக்குமேடை நாடகத்திலும் பார்ப்பனர் எதிர்ப்புப் பற்றிய கருத்துகள் பதிவாகியுள்ளன. அபிநயசுந்தரர் நடத்தும் மாணவர் விடுதியில் பார்ப்பனர் சாதியைச் சார்ந்த மாணவர்களுக்கு நல்ல வசதியும் சிறந்த உணவும், பார்ப்பனர் அல்லாத மாணவர்களுக்கு மோசமான வசதியும் மட்டமான உணவும் அளிக்கப்படுவதைக் கண்டித்துப் பாண்டியன் போராடுகிறான். இது ஒருவகையில் அன்று தமிழகத்தில் நிலவிய சாதிய பிரிவினைக்கெதிரான குரல். பார்ப்பனர், மன்னருக்கு மேற்பட்ட மரபினர் என்று சொல்லும் பரமார்த்த அய்யங்கார், பதினாயிரம் பார்ப்பனர்களுக்குக் கோவில் கும்பாபிஷேகத்தில் சாப்பாட்டுக்கு அபிநயசுந்தரர் மூலம் ஏற்பாடு செய்கிறார். தனது மனைவியைக் கொலை செய்த அபிநயசுந்தரருடன் பரமார்த்திக அய்யங்கார் கூடிக், குலாவுகிறார்; அவருடைய கொடிய செயல்களுக்கெல்லாம் ஆதரவு தந்து தனக்கு ஆதாயம் தேடிக்கொள்ள

முயலுகிறார். அதிகாரத்துடன் பார்ப்பனியம் எப்பொழுதும் கைகோர்த்துக் கொண்டு இயங்கும் என்பதற்கு எடுத்துக்காட்டாக அய்யங்கார் பாத்திரம் படைக்கப்பட்டுள்ளது.

பாண்டியனை விரும்பும் வேணி, பார்ப்பனப் பெண்ணான வனிதாவுடன் நட்புடையவள். அவளுக்கு வனிதா நம்பிக்கைத் துரோகம் செய்கிறாள். அப்பொழுது வனிதாவை 'சாத்தானின் குஞ்சு, தேளின் குஞ்சு, பாம்பு கடிக்காமலிருக்குமா? பாஷாணம் கொல்லாமலிருக்குமா?[22] என்று அவளைப் பார்ப்பனப் பெண் என்ற ரீதியில் திட்டுகிறாள்.

'இரத்தக் கண்ணீர்' நாடகத்தில் அனைத்துக் கொடிய செயல்களின் மூலவரான வேதாளம், இறுதியில் ஈட்டியில் கொல்லப்படுகிறான். இறந்து கிடக்கும் வேதாளம் பற்றிக் கலைஞர் தரும் சித்திரம் பின்வருமாறு: "அவனது மேலங்கி தாறுமாறாக் கிழிந்து கிடந்தது. அந்தக் கிழிசலின் இடையே பூணூல் மின்னுகிறது."[23] இங்குப் பூணூல் என்ற சொல்மூலம் அனைத்துச் சதி வேலைகளுக்கும் பார்ப்பனரே காரணம் என்பது நுட்பமாக உணர்த்தப்பட்டுள்ளது.

கருணாநிதியின் இளமைக்கால நாடகங்களில் மேலோங்கியிருந்த சமூகச் சீர்திருத்தக் கருத்துகளில் பார்ப்பன எதிர்ப்பைக் காண முடிகிறது. அறுபதுகளில் தேர்தல் பிரச்சாரத்தை முதன்மைப்படுத்தி எழுதப்பட்ட நாடகங்களில் தனிப்பட்ட பார்ப்பனர் மீதான வெறுப்பு இல்லை. ஏறக்குறைய இருபது ஆண்டுகளுக்கும் மேலாகத் தீவிரமாகச் செய்யப்பட்ட பார்ப்பன எதிர்ப்புப் பிரச்சாரம் காரணமாகச் சமூகத்தில் மாறுதல்கள் ஏற்பட்டிருக்க வேண்டும். இது கலைஞரின் நாடக ஆக்கத்திலும் வெளிப்பட்டிருக்கலாம்.

பார்ப்பனர்கள் சமயக் கற்பனைகளை, சடங்குகள், மூட நம்பிக்கைகள், சாஸ்திரங்கள், புராணங்கள், திருவிழாக்கள் முதலானவற்றைத் தமிழர்மீது திணித்துத் தமிழரின் தன்மான அறிவைச் சிதைத்து, தமிழரின் காலம், பணம், சக்தி ஆகியவற்றைப் பயன்படுத்திக்கொண்டு. சூத்திரப் பட்டம் தந்து, சுமரியாதையை இழக்கச் செய்துள்ளனர் என்பது பெரியாரின் கருத்து.[24] பெரியாரின் பார்ப்பன எதிர்ப்பில் சாஸ்திர எதிர்ப்பு முக்கிய இடம் வகிக்கிறது. சாஸ்திர சம்பிரதாயம் என்ற பெயரில் சமூக அடுக்கில் தொடர்ந்து தமது இடத்தைத் தக்கவைக்கப் பார்ப்பனர்கள் முயன்று வந்தனர். எனவேதான் திராவிடர் இயக்கத்தினர் சாஸ்திர சம்பிரதாயங்களை மறுத்துக் கேள்விக்குள்ளாக்கினர். கலைஞரின் முதல் நாடகமான நச்சுக்கோப்பை

நாடகத்திலே சாஸ்திர எதிர்ப்புக் காணப்படுகிறது. அய்யர் 'ராதா கல்யாணம்' விழா நடத்துவதற்காகப் 'பகவானுக்குத் தூத்தி வண்ணம்" செய்ய மூணு மரக்கால் பச்சரிசியை மணியப்ப முதலியாரிடம் கேட்கிறார். அவரும் தருவதாக ஒப்புக்கொண்டவுடன், விழாவிற்கு வரும்முன்னர் வீட்டிலேயே சாப்பிட்டுவிட்டு வருமாறு கூறுகிறார் அய்யர். அதற்கான காரணத்தை மணியப்ப முதலியார் கேட்டவுடன் அங்கே பிராமணனுக்குத்தான் போடணும், சூத்திரனுக்குக் கிடையாது என்று விளக்குகிறார். சூத்திரனிடமிருந்து அரிசியைத் தானமாகப் பெற்று அதை உனவாக்கிப் பார்ப்பனர் மட்டும் சாப்பிட வேண்டுமென விதிப்பது சாஸ்திரத்தின் பெயரால் நடக்கும் மோசடியாகும்.

1949 இல் எழுதப்பட்ட தூக்குமேடை நாடகத்தில் கோவிலில் பிரசங்கம் செய்யும் பராமர்த்திக அய்யங்காரிடம் பாண்டியன் கேள்விகள் கேட்கிறான். அப்பொழுது கோவில் கும்பாபிஷேகத்திற்காகக் கோடிகோடியாகச் செலவு செய்கிறவர்களால் கோபுரக் கலசத்தில் ஒரு கரண்டி தண்ணீர் ஊற்றாமைக்குக் காரணமென்ன என்று கேட்கிறான். அதற்குப் பதிலளிக்கும் அய்யங்கார் அதற்குச் சாஸ்திரம் இடம் கொடுக்காது என்கிறார். மனிதனை மனிதனாக மதிக்காத நூல், சாஸ்திரமாகுமா? என்ற பாண்டியனின் கேள்விக்கு அது ஆண்டவன் கட்டளை என்று பதிலளிக்கிறார். அதையும் மறுத்துப் பாண்டியன் விரிவுரையாற்றுகிறான்.

அரியும் சிவனும் ஒன்று என்று பிரசங்கம் செய்யும் அய்யங்காரிடம் நெற்றியில் நாமமும் திருநீறும் கலந்து பூசாமைக்குக் காரணம் கேட்கிறான் பாண்டியன். மத முரண்பாடுகள் குறித்த சிந்தனையானது, ஒருநிலையில் மத நடைமுறையின் ஆதாரமான சாஸ்திரத்தை அசைத்துவிடும் தன்மையுடையது. அன்றைய சமூகத்தில் நிலவிய சாஸ்திர சம்பிரதாயங்களைக் கேள்வி கேட்கும்வகையில் கலைஞரின் சீர்திருத்த நாடகங்கள் விளங்கின.

வைதிக சநாதன நெறியின் கருத்தியல் வெளிப்பாடான இதிகாசங்களும், புராணங்களும் அதியற்புத நிகழ்ச்சிகளின் தொகுப்பாகவும் இன்றைய வாழ்வியல் நெறிகளுக்கு முரணாகவும் உள்ளன. பார்ப்பனர்களை மேன்மைப்படுத்திடவும் கடவுள் வழிபாடு, கடவுள் பற்றிய புனைகதைகள், சடங்குகள், சம்பிரதாய நடைமுறைகள் பற்றிய தொகுப்பாகவும் புராணங்கள் உள்ளன. இதிகாசங்களில் ஒன்றான ராமாயணம் ஆரியர் தமிழரை அடிமைப்படுத்திய கதையென்றும், ராமன் தீய ஒழுக்கமும், கெட்ட குணங்களும்,

பேடித்தனமும் மிக்கவனென்றும் குறிப்பிடுகின்ற பெரியார், அது தமிழர்கள் படிக்கவோ பின்பற்றவோ ஏற்றதல்ல என்கிறார்.[25] மகாபாரதத்தில் வரும் பாத்திரங்கள் எவ்விதமான ஒழுக்கநெறிகளையும் பின்பற்றவில்லை. காட்டுமிராண்டிக் காலக் கதையை இன்று படிக்கத் தேவையில்லை என்பது திராவிட இயக்கத்தினர் கருத்து. கலைஞர் எழுதிய 'பரதாயணம்' நாடகத்தில் தசரதன் மனைவியர், புத்திர காமேஷ்டி யாகம்மூலம் வெட்டப்பட்ட குதிரையுடன் உறவுகொண்டு, பின்னர் ரிஷிகளுடன் உறவுகொண்டு கருவுற்றனர். ஆனால் கற்பு போகவில்லை என்று பாகவதர் கூறுகிறார். ராமன் பட்டத்திற்கு வந்தமைக்கு மூலகாரணம் தசரதனின் சதி என்று வாதிடும் கைகேயி அது பரதனுக்குப் போகவேண்டும் என்கிறாள். இக்கூற்றில் உள்ள தர்க்க நியாயங்கள் ஏற்புடையதே. அரசைத் துறந்து காட்டிற்குச் செல்லும் இராமன் விலை மதிப்பில்லாத மாணிக்கத்தைத் தனது செருப்பில் எடுத்து வைத்துச் சென்றான் எனவும் அதைக் கைப்பற்ற கைகேயி தந்த ஆலோசனையின் பேரில் பரதன் இராமனின் செருப்புக்களை வாங்கி வந்தான் எனவும் இராமாயணக் கதையைக் கலைஞர் மறுவாசிப்புச் செய்துள்ளார். ஏற்கெனவே வழக்கினிலுள்ள இராமாயணக் கதையில் சிறப்பித்துச் சொல்லப்படும் பாதுகா அரியணை ஏறிய சம்பவத்தில் தனது கருத்துக்களைக் கேலியாக வெளிப்படுத்தியுள்ளார் கலைஞர்.

'புனித ராஜ்யம்' நாடகத்தில் விபச்சார விடுதி நடத்தும் பாலம்மாள் அஞ்சு பேருக்கும் அழியாத பத்தினி திரௌபதி - அவளுக்குக் கோயில் கட்டி கும்பிடவில்லையா என்று கேட்கிறாள். இது மகாபாரதம் பற்றிய பெரியாரின் கருத்தாகும்.

'தூக்குமேடை' நாடகத்தில் பாண்டியனை விரும்பும் வேணியை அவளது தந்தை கண்டிக்கிறார். அப்பொழுது அவள், பாஞ்சாலியின் விபச்சாரம் பாடமாக்கப்பட்டுள்ளது. குந்திதேவியின் கோணல் நடத்தை நீதி நூலாக்கப்பட்டுள்ளது. சீதையின் சிதைந்த கற்பு - இவைகளைக் கண்டு கொதிக்காத மனம் எனது காதலைக் கண்டு கொதிப்பதா என்கிறாள். தந்தைக்கும் மகளுக்கும் இடையில் நடைபெறும் உரையாடலில் இதிகாச எதிர்ப்புக் கருத்துக்களைக் கலைஞர் பதிவாக்கியுள்ளார்.

பகுத்தறிவுக்கு எதிராக மூடநம்பிக்கையை உண்டாக்கும் புராணங்கள், அறிவியலுக்கு முரண்பாடானவை என்பது திராவிட இயக்கத்தின் கருத்தாகும். புராணம் மனிதனை நெறிப்படுத்தாமல் ஆபாசக் குப்பைகளைச் சமூகத்திற்கு வாரி வழங்குகிறது என்ற

கருத்துடைய பெரியாரின் வழிவந்த கலைஞர், நாடக ஆக்கத்தில் புராண எதிர்ப்புக் கொள்கையைப் பரவலாகக் கையாண்டுள்ளார். இரத்தக் கண்ணீர் நாடகத்தில் ஆசிரமத்தில் முனிவர்கள் அழைத்தாலே வருகின்ற ரம்பை, ஊர்வசி போன்றவர்கள் அரண்மனைவாசிகள் அழைத்தால் மறுப்பா சொல்லப் போகிறார்கள் என்கிறான் திருசங்கு. இது புராண மாந்தர்களைக் கிண்டல் செய்வதாகும்.

'பழனியப்பன்" நாடகத்தில் தாராசசாங்கம் திரைப்படத்திற்குச் செல்வது குறித்த விவாதம் வந்தபோது அழகப்பன், யாரோ என்ணெய் தேய்க்கிறாங்களாம் அதுக்கா போறது என்கிறான். தனது முதல் நாடகத்திலேயே புராண எதிர்ப்பைக் கலைஞர் வெளிப்படுத்தியுள்ளார்.

'தூக்குமேடை' நாடகத்தில் சம்புகன் தலையை ராமன் வெட்டியதற்காக ராமஜெயந்தி என்றும், பெண்களின் சேலையைக் கண்ணன் திருடியதற்காகக் கிருஷ்ண ஜெயந்தி என்றும் புராணக் கதைமாந்தர்களை இழிவாகப் பாண்டியன் குறிப்பிடுகின்றான். நாடகத்தில் அறுபத்து மூன்று நாயன்மார்களில் ஒருவரான சுந்தரமூர்த்தி நாயனாரைப் பகவான் தாசி வீட்டிற்கு அழைத்துச் சென்றதாகக் கூறி, அபிநயசுந்தரர் தான் தாசி வீட்டிற்குச் செல்வதை நியாயப்படுத்துகிறார். புராணங்கள், கட்டுக்கதைகள்மூலம் வெளிப்படும் சீரழிவானது சமூக ஒழுங்கிற்கு எதிரானதாகவும் மனிதனைக் கீழ்மைப்படுத்துவதாகவும் இருப்பதைக் கலைஞர் நாடகங்கள்மூலம் அம்பலப்படுத்தியுள்ளார். கிருஷ்ணபகவான், ருக்மணி, பாமா, கோபிகா ஸ்திரீகளுடன் கொட்டமடித்ததுபோல அபிநயசுந்தரர் வீட்டில் மனைவியை வைத்துக்கொண்டு வெளியில் தாசிகளுடன் உல்லாசமாயிருக்கிறார் என்று வேலைக்காரனான முனியன் குறிப்பிடுகிறான். இழிந்த போக்குடைய அபிநயசுந்தருக்குக் கிருஷ்ணபகவான் உவமையாகச் சொல்லப்பட்டுள்ளது, கலைஞரின் புராணம் பற்றிய மதிப்பீட்டைப் புலப்படுத்துகிறது. அபிநயசுந்தரின் வேலைக்காரன் தாசிக்கு யானைக்காலா என்று கேட்க, பிள்ளையாருக்கே யானைத்தலை, தாசிக்கு யானைக்கால் என்றால் என்னடா? என்கிறார் அபிநயசுந்தரர். மனிதனுக்கு யானைக்கால் வெறுப்பூட்டக்கூடிய அம்சம். யானைத்தலையும் அது போன்றது என்ற கலைஞரின் அங்கதத்தில் புராண எதிர்ப்பு அழுத்தமாக வெளிப்பட்டுள்ளது.

'புனித ராஜ்யம்' நாடகத்தில் விபச்சார விடுதி நடத்தும் பாலம்மாள் நெற்றியில் திருநீற்றைப் பட்டையாகப் பூசிக்கொண்டு முருகன், சிவன் படங்களைக் கும்பிட்டுவிட்டுப் புராணப் புத்தகத்தைக் கையில் எடுத்துப்

படிக்கத் தொடங்குகிறாள். 'உதய சூரியன்' நாடகத்தில் கொடியவரான ஆனைமூஞ்சிப்பிள்ளை கண்ணன் காட்டிய வழி என்ற நூலைப் படித்துக்'கொண்டிருக்கிறார். சமூகச் சீரழிவுகளுக்குக் காரணமாக விளங்குகிறவர்கள் புராணப் புத்தகங்களைப் படிக்கின்றவர்களாக நாடகங்களில் காட்டப்பட்டிருப்பது புராணம் பற்றிய கலைஞரின் மதிப்பீட்டை வெளிப்படுத்துகிறது.

பார்ப்பனியம் போலவே உயர்சாதியினரால் போற்றப்பட்ட சைவ சமயமும் பெரும்பான்மைத் தமிழரின் இழிநிலையை நியாயப்படுத்தும் வினைக்கோட்பாட்டை வலியுறுத்துகிறது. பெரிய புராணம் சொல்லும் கதைகள் குறித்த மாற்றுக் கருத்துக்களைக் கலைஞர் தனது நாடகங்களில் பதிவாக்கியுள்ளார். தூக்குமேடை நாடகத்தில் காதலனைச் சந்தித்தால் கண்ணைத் தோண்டிவிடுவதாக வேணியிடம் அவளது தந்தை கூறுகிறார். அப்பொழுது அவள், "கண்ணைத் தோண்டுவதும் கழுவேற்றுவதும்தானே உங்கள் சைவ மதத் திட்டம்"[26] என்று கடுமையாக மறுத்துரைக்கிறாள். இது சைவம் பற்றிய கலைஞரின் மதிப்பீடு.

'பழனியப்பன்" நாடகத்தில் சிவகுரு, "ஆபாசத்தை அழகுத் தட்டில் ஊற்றிப் பாயாசம் என்றால் பருகுவரோ பண்டிதர்? கம்பரும் கிழாரும் நம்மருந்தமிழ்நாட்டில் வெம்பிய கலை வகுத்தார்கள்" என்று சேக்கிழாரும் கம்பரும் படைத்துள்ள படைப்புகள் பற்றிய தனது கருத்தைக் கலைஞர் கூறுகிறார். கம்பராமாயணம், பெரியபுராணம் போன்ற படைப்புகளில் இலக்கியச் சிறப்பினைப் புலவர்கள் போற்றிப் புகழ்வதற்கு எதிரான கருத்து இங்கு வெளிப்பட்டுள்ளது.

பெண்கள்

மக்கள் தொகையில் சரிபாதியாக உள்ள பெண்கள் காலந்தோறும் அடக்கி ஒடுக்கப்பட்டவர்களாக வாழுமாறு நிர்பந்திக்கப்பட்டுள்ளனர். இதைப் பண்டைய அறநூல்களும், புராணங்களும், காப்பியங்களும், இதிகாசங்களும் நியாயப்படுத்துகின்றன. பெண் தனித்துச் சுயமாக வாழ இயலாது என்றும், எப்பொழுதும் ஆணைச் சார்ந்தே இயங்கவேண்டிய பலவீனமான தன்மையுடையவள் என்றும் தொடர்ந்து சமுதாயத்தில் பெண்கள் பற்றிய பொதுக்கருத்தியல் உருவாக்கப்பட்டிருக்கிறது. ஆணைப்போலவே, தனித்தியங்கும் வலிமையுடைய பெண்ணைக் குடும்பம், தாய்மை, குழந்தை, கற்பு போன்றவற்றைக் காட்டி, பால் நிலையில் தொடர்ந்து இரண்டாம் நிலைக்குத் தள்ளப்படுவது நடைபெற்றுக் கொண்டிருக்கின்றது.

பெண்ணுக்கான அறிவுரைகளும் கற்பு பற்றிய போதனைகளும் தொடர்ந்து கற்பிக்கப்பட்டு வருகின்றன. ஆண்கள் விருப்பம்போல் கூத்தியாளுடன் உறவு கொண்டு எப்படி வேண்டுமானால் வாழலாம் என்று சமுதாயம் அங்கீகரிக்கின்றது. இருபதாம் நூற்றாண்டின் முற்பகுதியிலும் பெண்களுக்குக் கல்வி மறுக்கப்பட்ட நிலை தமிழகத்தில் இருந்தது. ஒருவயதில்கூட பெண் சிசு விதவையாகும் அவலநிலை இந்தியாவில் நிலவியது. கணவன் இறந்தவுடன் மனைவியையும் உயிருடன் உடன் எரித்துக் கொல்லும் காட்டுமிராண்டித்தனமான செயல், நடைபெற்று வந்தது. பெண்களுக்கு மாதந்தோறும் ஏற்படும் இயற்கை நிகழ்வான வீட்டுவிலக்கைக் காரணம் காட்டி பெண் அசுத்தமானவள் என்று ஒதுக்கப்பட்டாள். இவைபோன்று பெண்களுக்கு இழைக்கப்பட்ட பல்வேறு கொடுமைகளும், அநீதிகளும் வைதிக சநாதனத்தின் பெயராலே நடத்தப்பட்டன. இவை குறித்துக் கண்டனக் குரல் எழுப்பி பெண்களுக்குச் சார்பாகக் கருத்தை முன்வைத்த பெரியார், இந்தியப் பெண்ணிய வரலாற்றில் முக்கியமானவராவர். ஆணும் பெண்ணும் சமம்; ஆணைப் போலவே பெண்ணுக்கும் எல்லா உரிமையும் உண்டு; பெண்ணடிமை ஒழிய வேண்டும் என்று திராவிட இயக்கத்தினர் முழங்கி வந்தனர். பெரியாரின் வழிவந்த கலைஞரும் தமிழ்நாட்டுப் பெண்கள் பட்ட அவலங்களை நாடகங்களில் வெளிப்படுத்திள்ளார்.

பொதுவாகக் கலைஞரால் படைக்கப்பெற்றுள்ள பெண்கள், விழிப்புணர்ச்சி மிக்கவர்களாகச் சித்திரிக்கப்பட்டுள்ளனர். சமூகத்தில் நிலவும் கொடுமைகளுக்கு எதிராகக் குரல் கொடுப்பவர்களாகவும், மாறிவரும் புதிய சமுதாயத்தைப் புரிந்து நடக்கின்றவர்களாகவும் படைக்கப் பெற்றுள்ளனர். ‘நச்சுக் கோப்பை’ நாடகத்தில் சாந்தா, ‘தூக்குமேடை’ நாடகத்தில் வேணி, ‘ஒரேமுத்தம்’ நாடகத்தில் சித்ரா, ‘உதயசூரியன்’ நாடகத்தில் கண்ணம்மா, ‘காகிதப்பூ’ நாடகத்தில் காவேரி, மரகதம், ‘மணிமகுடம்’ நாடகத்தில் அல்லி, ‘புனித ராஜ்யம்’ நாடகத்தில் சொக்கி எனப் பெண்கள் முற்போக்குக் கருத்துடையவர்களாகப் படைக்கப்பட்டுள்ளனர். திராவிடர் இயக்கத்தாரின் கொள்கைகளைப் பெண்கள் ஏற்றுக்கொண்டது போன்று நாடகங்களில் சித்திரிப்பது, நடைமுறை வாழ்க்கையில் கலைஞர் ஏற்படுத்த விரும்பிய மாற்றத்தின் வெளிப்பாடாகும். சமூகத்தில் சரிபாதியாக விளங்கும் பெண்களின் ஒத்துழைப்பு இல்லாமல் சமுதாய மாற்றமில்லை என்பதனை நன்குணர்ந்த கலைஞர், சமுதாயச் சீர்த்திருத்த நாடகங்களிலும் அரசியல் பிரச்சார நாடகங்களிலும் பெண்களுக்கு முக்கியத்துவம் தந்துள்ளார்.

கலைஞர் தனது முதல் நாடகமான பழனியப்பனில், சாந்தா தன்னுடைய தந்தையுடன் விவாதிக்கும்போது, லாயத்திலே தள்ளி அடைக்கப்படும் குதிரைக்குக் கூடச் சிறிது கனைத்திட உத்தரவு உண்டு. அதுகூட இல்லையே இந்நாட்டுப் பெண்களுக்கு என்கிறாள். பெண் சுயமாக முடிவெடுப்பதற்கும் சிந்திப்பதற்கும்கூட மறுக்கப்பட்டிருந்த சூழல் நிலவிய காலகட்டத்தில் சாந்தாவின் குரல் புரட்சிகரமானதாகும்.

'தூக்குமேடை' நாடகத்தில் வேணி தனது தந்தையை எதிர்த்துப் பேசியதால் அவர் வெகுண்டெழுகிறார். அப்பொழுது அவர், "சும்மாவா சொல்கிறார்கள் பெண்களுக்குப் படிப்புக் கூடாது என்று... படிக்க வைத்ததால்தான் நீ தடிப்பயல் மாதிரி பேசுகிறாய்... இனிமேல் நீ இந்த விட்டைவிட்டுக் கீழே இறங்கக்கூடாது. பள்ளிக்கூடமும் போகக்கூடாது... "[27] என்று மகளுக்குத் தடைவிதிக்கிறார். தலைமையாசிரியராகப் பணியாற்றுகிறவரே மகளின் சுய சிந்தனைக்குக் காரணம் பள்ளிப்படிப்பு தான் என்று முடிவெடுக்கும் சூழலானது, அன்று பெண்களுக்கு இருந்த சமூக மதிப்பீட்டைக் காட்டுகிறது.

ஒரே முத்தம் நாடகத்தில் விபீஷணன், தனது மனைவி சித்ராவை ஏமாற்ற நளாயினி போன்ற கதைகளைச் சொல்கிறான். அதைக் கேட்ட அவளும் மனம் மாறி அவனது கூற்றை ஏற்றுக்கொள்கிறாள். அப்பொழுது அவன், அக்கதைகளைப் பற்றிப் பெண்களை ஏமாற்ற பொருத்தமான கதைகள் என்று தனது மனதிற்குள் நினைத்துக் கொள்கிறான். விபச்சாரி வீட்டுக்குச் சென்றாலும் கணவனின் சந்தோஷத்தைக் கண்டு களிப்பது கற்புடைய பெண்ணின் இலக்கணம் என்று தூக்குமேடை நாடகத்தில் அபிநயசுந்தரர் கூறுகிறார். கோவில் கும்பாபிஷேகம் நடத்தும் ஊர்ப் பெரிய மனிதரான அபிநயசுந்தரர், தாசி வீட்டில் கும்மாளமிடுகிறார். ஆனால் தனது மனைவி மீது சிறிய சந்தேகம் வந்தவுடன் அவளை அடித்துக் கொல்கிறார். இத்தகைய ஆண் மேலாதிக்கப் போக்குகளைக் கதைப்போக்கில் கலைஞர் நுணுக்கமாகப் படைத்துள்ளார்.

பெண் மீதான ஆணின் ஆதிக்கத்தை எதிர்த்துக் குரல் கொடுத்த பெரியாரின் வழித்தோன்றலான கலைஞரின் பெண்விடுதலை உணர்வு, முதல் நாடகமான நச்சுக்கோபையிலே வெளியாகியுள்ளது தற்செயலானது அல்ல. மணியப்ப முதலியார் தனது மகள் சாந்தாவை அழகப்பனுக்கு மணம் முடிக்கத் திட்டமிடுகிறார். அப்பொழுது சாந்தாவின் அண்ணனான சுயமரியாதைக் கொள்கையுடைய பழனியப்பன், மாப்பிள்ளை, தந்தை, ஜோசியர், முப்பத்து முக்கோடித்

தேவர்கள், நவக்கிரகங்கள், நாற்பத்தொள்ளாயிரம் ரிஷிகள் சம்மதிக்கலாம்; ஆனால் திருமணம் செய்யவிருக்கும் சாந்தாவின் சம்மதம் வேண்டாமா? என்று தனது கருத்தைக் கூறுகிறான். மணப்பெண்ணின் சம்மதம் கேட்டல் என்பது அன்றைய சமுதாயச் சூழலில் புரட்சிகரமானது. பெண் விடுதலைச் சிந்தனைக் கருத்தினைப் பதினெட்டு வயதில் தான் எழுதிய நாடகத்தில் வெளியிட்டுள்ளதன் மூலம் கலைஞர் பெண் சார்புப் படைப்பாளராகிறார்.

ஒத்த வயதும் பருவமும் மிக்க ஆணுக்கும் பெண்ணுக்கும் இடையில் தோன்றும் இனக்கவர்ச்சியான காதல் பற்றிப் பல்வேறு விளக்கங்கள் தரப்பட்டுள்ளன. தத்துவவாதிகளும், இலக்கியவாதிகளும் காதலின் கூறுகளை விளக்கியுள்ளனர். நச்சுக்கோப்பை நாடகத்தில் காதல் வயப்பட்ட ஏகாம்பரம் கூறுகிறார்: "…. கடலிலே எழும் அலை போன்றது காதல். அதன் சொற்களிப்பில் சிக்கியவர் எவரும் தப்பியது இல்லை; காதல் ஆணையும் பெண்ணையும் ஒன்றாக்கிக் காட்டும் ஒரு வசீகரமான வானவில்." இளவயதில் கலைஞரின் சொந்த காதல் அனுபவம், பழனியப்பன் நாடக ஆக்கமானது என்று வாழ்க்கை வரலாற்றில் குறிப்பு உள்ளது. எனவே ஏகாம்பரத்தின் காதல் புலம்பலில் கலைஞரின் அனுபவம், ஏதோ ஒருவிகிதத்தில் கலந்திருக்க வாய்ப்புண்டு.

மணிமகுடம் நாடகத்தில் புதுமைப்பித்தன் - அல்லி, தூக்குமேடை நாடகத்தில் பாண்டியன் - வேணி, ஒரே முத்தம் நாடகத்தில் புத்தன் - பொன்னி, பழனியப்பன் நாடகத்தில் சாந்தா - ஏகாம்பரம், இரத்தக் கண்ணீர் நாடகத்தில் முத்தன் - முத்தாயி, உதயசூரியன் நாடகத்தில் கறுப்பன் - கண்ணம்மாள், புனித ராஜ்யம் நாடகத்தில் சுந்தரம் - சொக்கி என்று பல்வேறு காதல் இணைகளை நாடகத்தில் கலைஞர் படைத்துள்ளார். அனார்கலி ஓரங்க நாடகத்தில் காதலுக்காக உயிருடன் சமாதியான அனார்கலி பற்றி அவலச்சுவை ததும்பிட எழுதியுள்ளார். பொதுவாகச் சமூகச் சீர்திருத்த நாடகத்திலும் பிரச்சார நாடகத்திலும் காதலுக்கான இடம் மிகக்குறைவு. கலைஞர் சித்திரிக்கும் காதல், சமூக அக்கறையுள்ள இளைஞனுக்கும், இளம்பெண்ணுக்குமான உறவில் தோன்றுகிறது. அது சூழல் காரணமாகச் சில நாடகங்களில் நிறைவேறாமலும், சில நாடகங்களில் நிறைவேறியும் உள்ளது. காதலைக் கிளுகிளுப்பூட்டும் கருவியாகவும் பார்வையாளர்களுக்கு மகிழ்வூட்டும் அம்சமாகவும் கலைஞர் பயன்படுத்தவில்லை. சமுதாய மாற்றத்தின் அங்கமாகக் காதல், நாடகங்களில் வெளிப்பட்டுள்ளது.

ஆணும் பெண்ணும் இணைந்து வாழ்வதற்கான சமூக ஒப்பந்தமே திருமணம். இது நாளடைவில் புனிதம் என்ற பெயரில் பெண்ணுக்கு விலங்காக மாறியது. புரோகிதர்மூலம் திருமணம் செய்யும் வழக்கத்தைப் பெரியார் கடுமையாகக் கண்டித்தார். வடமொழி மந்திரங்களைச் சொல்லி வேள்வித் தீ வளர்த்து, சாதகப் பொருத்தம் பார்த்து நடத்தப்படும் திருமணத்தைத் தவிர்த்துச் சுயமரியாதைத் திருமணத்தைத் தமிழரிடையே பெரியார் அறிமுகம் செய்தார். இத்தகைய முறை அன்றைய தமிழகத்தில் பெரும் விவாதத்தை ஏற்படுத்தியது. உதயசூரியன் நாடகத்தில் கண்ணம்மாள் கயிறு வேண்டாம்; மாலை போதும் திருமணத்திற்கு என்கிறாள். மேலும் இத்தகைய திருமணத்தைச் சுயமரியாதை திருமணம் என்று சொல்வதைவிடப் பழந்தமிழ் மணமுறை என்று கூறுவது பொருத்தமாயிருக்கும் என்று கண்ணம்மா கூறுவது முற்போக்கானது. பொதுவாக மாறிவரும் சமுதாயப் பிரச்சினைகளை மையமிட்டதாகக் கலைஞரின் நாடகங்கள் அமைந்திருப்பதால் திருமணத்திற்கு அவ்வளவாக முக்கியத்துவம் தரவில்லை என்று தோன்றுகிறது. ஏற்கனவே திருமணமாகி வாழ்ந்துகொண்டிருக்கும் வயதானவர்கள்கூட குழந்தைகளுக்காக இளம்பெண்ணை மறுமணம் செய்து கொள்வதும், மனைவி இறந்தவுடனே வேறு பெண்ணை மணம் செய்துகொள்வதும் நடைமுறையிலிருக்கின்றன. ஆனால் ஒரு பெண்ணின் கணவர் இறந்தவுடன், அவளது இன்ப வாழ்க்கை முடிவடைந்தது என்று அவளைத் தீயிலிட்டுக் கொளுத்துவது அல்லது கைம்பெண்ணாக்கி ஒதுக்கி வைப்பது வைதிக சநாதனத்தின் நடைமுறை வழக்கமாக இருந்தது. பெண்ணுக்கும் ஆணைப்போல் விருப்பு/ வெறுப்பு உண்டு என்ற கருதிய பெரியார் விதவை மறுமணத்தை வலியுறுத்தியதோடு, அதை நடைமுறைப்படுத்தினார். இத்தகைய மறுமணம் பற்றிய சிந்தனைகள் அன்றைய திராவிட இயக்கப் படைப்பாளர்களைப் பெரிதும் பாதித்தன. கலைஞரும் தனது நாடகங்களில் விதவை மறுமணத்திற்கு ஆதரவான கருத்துகளைப் பதித்துள்ளார்.

நச்சுக்கோப்பை நாடகத்தில் வைதிக சநாதனச் சமயச் சடங்கு காரணமாகக் கைம்பெண்ணான சாந்தாவை நினைத்து அவளுடைய முன்னாள் காதலன் புலம்புகிறான். “வைதிகம் காதலை மறுத்தது. சாஸ்திரம் திருமணத்தை நடத்தியது. இன்று வைதிகம் அவளுடைய தாலியை அறுத்தது. சாஸ்திரம் அவளை விதவையாக்கிவிட்டது.” இங்கு சாஸ்திரமும் வைதிகமும் பெண்ணுக்கு எதிராகச் செயற்படுவதை அறியமுடிகிறது. அதே நாடகத்தில் சாந்தாவிடம் அவளது அண்ணன்

பழனியப்பன், கைம்பெண் பற்றிக் கூறுவது முக்கியமானது. "உலகம் ஒரு பொறாமைப் பூச்சாண்டி. அநீதியும் அகங்காரமும் சூழ்ந்த இந்த உலகத்தில் நீ அஞ்சுவதும் அடங்குவதும் மடமை.... உன்னைப் போன்ற கோடிக்கணக்கான விதவைகளும் இந்த உலகத்திற்காகத்தான் அஞ்சிச் சாகிறார்கள். ஆற்றங்கரை மேட்டிலும், நாணற் காட்டிலும், குப்பைத் தொட்டிகளிலும் காணப்படும் சிசுக்களின் சவங்கள் விதவைகள் பெற்றெடுத்தவையல்லவா? இந்த உலகம் எத்தனை பெண்களின் கழுத்தை முறித்திருக்கிறது."[28] விதவைகள் மறுமணம் செய்து கொள்ள வேண்டியதன் அவசியத்தை நாடகம் வலியுறுத்துகிறது.

சாந்தாவின் கணவன் அழகப்பன் இறக்குந்தருவாயில், தனது மனைவியிடம் மறுமணம் செய்துகொள் என்று கூறிவிட்டு இறந்தான். ஆனால் அவளது தந்தையான மணியப்ப முதலியார் மறுமணம் என்றவுடன் சாந்தாவை விபச்சாரியெனக் கேவலமாகத் திட்டுகிறார். அப்பொழுது சாந்தா, மனைவியை இழந்தவனுக்கு மட்டும் நெற்றியில் பொட்டு, வாசனைத் திரவியங்கள், உல்லாச வாழ்க்கை, பெண்களுடன் சல்லாபம்... இது விபச்சாரம் இல்லையா என்று மனதிற்குள் நினைக்கின்றாள். இறுதியில் சீர்திருத்தவாதியான சிவகுரு, கைப்பெண்ணான சாந்தாவிற்கும் ஏகாம்பரத்திற்கும் திருமணம் செய்து வைக்கின்றார். ஆணும், பெண்ணும் எல்லாவகையிலும் சமம் என்ற கொள்கையின் அடிப்படையில், கைம்பெண் திருமணம் செய்துகொள்வதற்கு உரிமையுண்டு என்ற கருத்தை 1943 ஆம் ஆண்டில் நாடகம்மூலம் வெளியிட்ட கலைஞரின் சீர்திருத்த நோக்கமானது திராவிட இயக்கத்தின் கொள்கையை அடிப்படையாகக்கொண்டது.

பொருளியல் ஏற்றத்தாழ்வு

மக்களிடையே நிலவும் பொருளாதார ஏற்றத்தாழ்வுகள் நீங்கிடும்போது சமுதாயக் கொடுமைகள் அழிந்திடும். மனிதரை மனிதர் நேசிப்பது வழக்கமாகும். இந்திய சமுதாயத்தைப் பொறுத்தவரை உழைக்காத கூட்டம் வளமடைந்திடவும், உழைத்த கூட்டம் வறுமையில் நலிவடைந்திடவும் ஆன நிலையானது கடவுளின் பெயராலும், விதியின் பெயராலும் நியாயப்படுத்தப்படுகின்றது. கடந்த நூற்றாண்டுகளில் சாதியரீதியில் மனிதனைப் பிரித்துப் பெரும்பான்மை மக்களின் உழைப்பைப் பார்ப்பனரும் உயர்சாதியினரும் சுரண்டினர். கிராமப்புறங்களில் நிலப்பிரபுக்கள் செல்வாக்குச் செலுத்தினர். ஆங்கிலேயர் வருகைக்குப் பின் இங்கு நிறுவப்பெற்ற உற்பத்தி அடிப்படையிலான தொழிற்சாலைகள் முதலாளி, தொழிலாளி என்ற

பாகுபாட்டை உருவாக்கின. பொருளாதார ஏற்றத்தாழ்வுகளுக்குச் சாதி ஒருவகையில் காரணமென்பது பெரியாரின் கொள்கை. இது ஓரளவே ஏற்புடையது. திராவிட நாடு அமைக்க முயன்ற திராவிட இயக்கத்தாரின் பொருளியல் சிந்தனைகள் முக்கியமானவை. வடக்கிலுள்ள முதலாளிகளின் சுரண்டலால் தமிழகம் அல்லல்படுகிறது. பொருளாதார ஏற்றத்தாழ்வைவிடச் சமுதாய ஏற்றத்தாழ்விற்கே முன்னுரிமை அளித்தனர் திராவிட இயக்கத்தினர். கலைஞர் தனது நாடகங்களில் ஏழை - பணக்காரர் வேறுபாடு குறித்து அழுத்தமான கருத்துகளை வெளிப்படுத்தியுள்ளார். தூக்கு மேடை நாடகத்தில் பாண்டியன், நாட்டில் முதலாளியக் கொடுமையை ஒழித்து மதவாத மடமையை அழித்து தொழிலாளர் உடைமை கொழிக்கத் தொண்டாற்றுவது என் கடமை என்று முழங்குகிறான். சமூக ஏற்றத்தாழ்வின் மூலமாக விளங்கும் முதலாளித்துவத்தை அழிப்பது என்ற கருத்தானது 1949 களில் மிகவும் புரட்சிகரமானது.

நச்சுக்கோப்பை நாடகத்தில் வேலைக்காரன் கந்தன்"... குச்சுவீட்டில் ஏழை உணவின்றி ஓய்ந்து கிடக்க, மச்சு வீட்டில் பணக்காரன் மதுரகீதம் பாடும் நிலையை உண்டாக்கிய பணமே ... உலகத்தின் உயிரே! இன்னும் எத்தனை நாளைக்கு இந்தச் சோம்பேறிகளின் வீட்டில் வாழப் போகிறாய்! வரப்போகிறது பாட்டாளிகளின் படையெடுப்பு" என்கிறான்.

பொருளாதார ஏற்றத்தாழ்வை நியாயப்படுத்தும் மதத்தின் செல்வாக்கைத் தவிர்க்க வேண்டியது அவசியம் என்பது கலைஞருக்கு நன்கு தெரியும். எனவேதான் நெற்றி வியர்வை நிலத்திலே விழ வேலை செய்து வாழும் உழைப்பாளிகளையும், பற்றிட ஏதுமில்லை பராபரமே என்று பகற்கொள்ளையடிக்கும் பராமார்த்தியர்களையும் உலவ விடுவது ஆண்டவனா என்று தூக்குமேடை நாடகத்தில் பாண்டியன் கேட்கிறார். உழைக்கக் கைகால் இருக்கையில் ஊரார் சொத்தைக் கொள்ளையடிக்கும் பார்ப்பனர்களுக்கு இலவச போஜனம் ஏன் என்ற கருத்து நச்சுக்கோப்பையில் முன்வைக்கப்பட்டுள்ளது. ஏழை - பணக்காரர் வேறுபாட்டிற்கு வர்க்க முரண்பாட்டைச் சுட்டும்வேளையில், அன்றைய தமிழகத்தில் நிலவிய சாதிய முரண்பாட்டையும் கணக்கில் எடுத்துக்கொண்டுள்ளது கலைஞரின் தனித்தன்மையாகும்.

நச்சுக்கோப்பையில் மணியப்ப முதலியார், தூக்கு மேடையில் அபிநய சுந்தரர், பரப்பிரம்மம் நாடகத்தில் பரப்பிரம்மம், உதயசூரியன்

நாடகத்தில் ஆனைமூஞ்சிப் பிள்ளை, காகிதப்பூ நாடகத்தில் திரவியம்பிள்ளை, திருவாளர் தேசீயம்பிள்ளை, புனித ராஜ்யம் நாடகத்தில் முருகுசாமி போன்ற பாத்திரங்கள் பணக்காரர்களாகச் சித்திரிக்கப்பட்டுள்ளனர். அவர்கள் நாட்டில் நடைபெறும் அக்கிரமச் செயல்களுக்கும் மூலமாக விளங்குகிறார்கள். அவர்களது கொடிய செயலை எதிர்த்துப் போராடுகின்ற இளைஞர்களும் இளம்பெண்களும் கலைஞரின் சீர்திருத்த நாடகங்கள், அரசியல் நாடகங்கள் போன்றவற்றில் லட்சிய மாந்தர்களாகப் படைக்கப்பட்டுள்ளனர். சமுதாயத்தைப் பிடித்திருக்கும் பொருளாதார ஏற்றத்தாழ்வு தூக்கியெறியப் படும்பொழுதுதான் சமுதாய விடுதலை சாத்தியம் என்பது கலைஞரின் நாடகங்களில் நுட்பமாக விளக்கப்பட்டுள்ளது.

அன்றைய காலகட்டத்தில் கைத்தறி நெசவாளர்கள் தங்கள் கைத்தறித்துணிகளை விற்க மிகவும் சிரமப்பட்டனர். அவர்களுடைய குடும்ப வாழ்க்கை நொறுங்கிச் சிதைந்துகொண்டிருந்தது. காங்கிரசார் கதருக்குச் சலுகை என அறிவித்துக் கதர் உற்பத்தியை ஊக்கப்படுத்தினர். கைத்தறித் துணிகளுக்கு எவ்விதமான சலுகையும் இல்லாமலிருந்தது. ஊரெல்லாம் பொங்கல் கொண்டாடும்போது ஒரு நெசவாளர் குடும்பம் வறுமையில் சிக்கித் தவிக்கிறது. மனைவி கட்டியிருந்த சேலையை விற்பதாக வாங்கிக்கொண்டு சென்ற கணவனைத் தடுத்த தி.மு.க. தோழர்கள் நிதி வழங்குகின்றனர். அதைப் பெற்றுக்கொண்ட நெசவாளர் குடும்பத்துப் பெண்ணின் துயர வாழ்க்கையைச் கலைஞர் படைத்துள்ளார்.[29] இக்காட்சி காகிதப்பூ, பரப்பிரம்மம் ஆகிய இரு நாடகங்களிலும் இடம் பெற்றுள்ளது. தி.மு.க.வினர் கைத்தறித் துணியைப் புகழ்ந்து பாடுவது குறிப்பிடத்தக்கது. காங்கிரஸ் அரசாங்கத்தில் கைத்தொழில் சிறந்த நெசவாளர்கள் படும் துயரநிலையை உருக்கமாகக் கலைஞர் நாடகமாக்கியுள்ளார். இதனால் அன்று கைத்தறி துணி பற்றிய விழிப்புணர்வு மக்களிடையே பெருகியிருக்க வாய்ப்புண்டு.

மது ஒழிப்பு

சமூக சீர்த்திருத்த இயக்கமான தி.மு.க. அக்கறை செலுத்திய சமூகப் பிரச்சினைகளில் மது ஒழிப்பும் ஒன்று. அறச் சிந்தனையானது, மது மக்களின் நல்வாழ்க்கைக்கு எதிரானது என்ற கருத்தை வலியுறுத்துகிறது. மது, மனித வாழ்க்கையைச் சீரழிக்கும் பொருள் என்ற கருத்தின் அடிப்படையில் கலைஞர் மதுவுக்கு எதிரான கருத்தினைத் தனது நாடகங்களில் முதன்மைப்படுத்தியுள்ளார். பழனியப்பன் நாடகத்தில்

மதுவினால் ஒழுக்கம் கெடும்; குடும்பம் அழியும், அறிவைப் பாழக்கும், மனிதனை அடிமையாக்கிவிடும் என்று மதுவின் கொடிய விளைவுகள் குறிப்பிடப்பட்டுள்ளன.

உதயசூரியன் நாடகத்தில் கண்ணன், காங்கிரஸ் கொள்கையில் வேரூன்றியவன். காங்கிரஸ் விடுதலை இயக்கக் கொள்கைகளிலிருந்து தடம் மாறிச் செல்வதைக் கண்டு வருந்திக் குடிகாரனாக மாறிவிடுகிறான். காங்கிரஸ் மேல்மட்டத் தலைவர்கள் குடிகாரர்களாக இருக்கின்றனர். அவர்களுக்காகப் பிரச்சாரம் செய்யும் கண்ணனும் குடிகாரனாகிறான். காங்கிரஸ் இயக்கத்தின் போலித்தனமான செயற்பாடுகள் குறித்துக் கேள்விகளையெழுப்பும் கண்ணன், கண்ணம்மாவுடன் பேசும்போது தெளிவு பெறுகிறான். குடிகாரன் குஷ்டரோகியைவிட மோசமானவன். இருவரிடமும் நெருங்க முடியாது? ஆனால் குஷ்டரோகி ஒழுங்காகப் பேசுவான் என்று கண்ணம்மா உதயசூரியன் நாடகத்தில் பேசுவது, மது பற்றிய கேவலமான சித்திரத்தைக் காட்டுகிறது. இறுதியில் கண்ணன் விஷத்திலும் கொடிய மதுவைத் திருப்பியும் பார்க்க மாட்டேன் என்று உறுதிகொள்கிறான்.

புனித ராஜ்யம் நாடகமானது அகில இந்திய அண்ணா தி.மு.கழகம் தமிழ்நாட்டில் ஆட்சியிலிருந்தபோது எழுதப்பட்டது. நாடகத்தின் தொடக்கத்தில் அண்ணாச்சி, மதுவை ஒழித்திடப் பேசும் வசனம் முக்கியமானது, 'எடுத்தேன் பாட்டிலைக் கவிழ்த்தேன் என் வாயில்! மது ஒழிந்தது! மது ஒழிகவே.' அதே வழியைப் பின்பற்றப் போவதாக அவனது கூட்டாளி நொண்டியும் சபதமேற்கிறான். கள்ளச் சாராயம் காய்ச்சி விற்கும் நொண்டி, பாட்டில்கள்மீது புனித ராஜ்யம் லேபிள் ஒட்டியிருப்பதால் காவல்துறை அதிகாரிகள் நடுங்குவார்கள் என்று கூறுவது, கள்ளச் சாராயத்திற்கும், அன்றைய ஆட்சியாளர்களுக்கும் இடையிலான உறவைக் காட்டுகிறது. தமிழ்நாட்டு அரசின் நிதிநிலை அறிக்கையில் இந்தியாவில் விற்கப்படும் வெளிநாட்டு மது வகைகளுக்கான ஆயத்தீர்வை பதினாலு ரூபாயிலிருந்து பதினேழு ரூபாயாக உயர்த்தியதால், கள்ளச் சாராயத்திற்குக் கிராக்கி என்று பொடியன் கூறுவதும் ஆராயத்தக்கது. கள்ளச்சாராயம் காய்ச்சி விற்கும் நொண்டியின் கையில் அ.தி.மு.க. என்ற பச்சை குத்தியுள்ளதால் காவல்துறை அவனை விட்டுவிடும் என நம்புகிறான். கள்ளச் சாராயத்திற்கும் அன்றைய ஆட்சியாளர்களுக்கும் இடையிலான நெருங்கிய உறவை அங்கதத் தொனியில் புனித ராஜ்யம் நாடகம் விவரிக்கிறது. நாடகத்தின் தலைப்பான புனித ராஜ்யம் என்பதே பகடியாக உள்ளது.

இதழ்கள்

திராவிட இயக்கத்தாரின் பலம், தொடர்ந்து இதழ்கள் நடத்தியதுதான். இதழ்களின் மூலம் சமுதாய மாற்றத்திற்கான கருத்துக்களைத் துணிந்து சொல்லியுள்ளனர். கலைஞர், இளம் வயதில் திருவாரூரில் முரசொலி ஏட்டைத் தொடங்கி நடத்தியுள்ளார். அத்துடன் திராவிட நாடு போன்ற இதழ்களுக்கு எழுத்தோவியம் அனுப்பியுள்ளார். பெரியாரின் குடியரசு இதழில் உதவி ஆசிரியராக ஈரோட்டில் சிறிது காலம் பணியாற்றியவர். எனவே சீர்திருத்தக் கருத்துக்களையும் அரசியல் பிரச்சாரத்தையும் இதழின் மூலம் பிரச்சாரம் செய்வதின் சிறப்பை நன்கறிந்திருந்தார் கலைஞர். மணிமகுடம் நாடகத்தில் அரிஹரநாதர் ‘மக்கள் தொண்டன்’ என்ற இதழின் ஆசிரியராகப் பணியாற்றுகிறார். அவ்விதழ் மூலம் தொடர்ந்து அரசாங்கத்தின் பொய்ச் செய்திகள் மக்களிடம் பரப்பப்பட்டன. இதை எதிர்த்துப் புதுமைப்பித்தன் குருபீடம், அதிகார பீடம், பிரச்சார பீடம் ஆகிய மூன்று ஆதிக்கச் சக்திகளையும் தகர்த்திட மணிமகுடம் என்ற இதழைத் தொடங்குகிறான். இந்த இதழின் மூலம் ஆளும் வர்க்கத்தாரின் அநியாயங்களை அம்பலப்படுத்தலாம் என்னும் வேளையில், இதழ் குறித்த எதிர்ப்புக் கருத்தும் முக்கியமானது. அச்சிலே வருவதை உண்மை என்று நம்புவது தவறு. அதனால்தான் அணிப்பிள்ளை பாலங்கட்டுது, அல்லித்தண்டிலே அனுமார் புகுந்தார்; ஆதிசேஷன் உலகத்தைச் சுமக்கிறார் என்பன போன்ற புரட்டுக்கதைகளும் வெளியாகின்றன என்று கறுப்பு ரோஜா கூறுவது ஆய்விற்குரியது. சமூக சீர்திருத்த இயக்கத்தின் போர் வாளாக விளங்கிய இதழ் பற்றிக் கலைஞருக்குக் கூடுதல் அக்கறை உண்டு. இதனால்தான் திராவிட இயக்கக் கொள்கைகளைப் பேசுகிறவரைப் பிறர் திராவிட நாடு படிக்கிறவன் என்று குறிப்பிடுவது அன்று வழக்கிலிருந்தது.

சமுதாயம் பற்றிய கலைஞரின் எதிர்வினை அவருடைய நாடகங்களில் அழுத்தமாகப் பதிவாகியுள்ளது. அவர் எழுதியுள்ள நாடகங்களில் பெரும்பாலானவை துன்பியலாக முடிகின்றன. இலட்சிய நோக்கத்திற்காக இன்னுயிரைத் துறக்கும் இளைஞர்கள் பெரும்பாலும் நாடகங்களின் நாயகர்களாக விளங்குகின்றனர். சமூக சீர்த்திருத்தவாதியான பழனியப்பன், அய்யரின் சதியினால் அநியாயமாகக் கொல்லப்படுகிறான். அப்பொழுது வெகுண்டெழும் சிவகுரு பேசுவது முக்கியமானது. பத்தொன்பது வயது நிரம்பிய கலைஞரின்

சமூகம் பற்றிய பார்வை கூர்மையானது. 'உபயோகமற்ற சமூகமே! உலுத்துப்போன பிசாசே! கொன்றுவிட்டாயா பழனியப்பனை? அவன் என்ன தவறு செய்தான்? ஏன் இந்தப் பழிகார வேலை? பள்ளந்தனில் விழும் பழமைச் சமூகமே! சாகப்போகும் சாதிக்கட்டுப்பாடே பொட்டுப் பூச்சியே!... புன்மைத் தேரையே! அழு, இளி, அஞ்சு! குனி, பிதற்று!... இது ஒரு உலகம்! இது ஒரு வாழ்வு! இதற்கொரு சமுதாயம்! கட்டியாள ஒரு கடவுள்! தூ வெட்கமில்லை!... நின்று தடைபுரிந்த சமூகமே! நீ நிச்சயம் தோல்விகொள்வாய்.[30] சமுதாயத்திற்கும் கலைஞருக்கும் இடையில் முரண் தோன்றியுள்ளதைச் சிவகுருவின் பேச்சுமூலம் அறியமுடிகிறது. அன்று ஆங்கிலேய ஏகாதிபத்திய ஆட்சி இருந்தபோதிலும், தமிழ்ச் சமுதாயத்தைச் சீரழித்துக்கொண்டிருந்த சமுதாயச் சீர்கேடுகள்தான் கலைஞருக்கு முக்கியமானவை. எனவேதான் அவர் தன்னுடைய முதல் நாடகமான நச்சுக்கோப்பையில் சமுதாய விமர்சனத்தைக் கடுமையாக முன்வைத்துள்ளார். அவருடைய பிந்தைய சமுதாயச் சீர்த்திருத்த நாடகங்களிலும் அரசியல் நாடகங்களிலும் வெவ்வேறு பாத்திரங்களின்மூலம் சமுதாயம் பற்றிய கூர்மையான கருத்துகள் தொடர்ந்து முன்வைக்கப்பட்டுள்ளன. அவை, குறிக்கோள் நோக்குடைய தனிமனிதனுக்கும் பிழைப்புவாதத்தைப் போதிக்கும் ஆதிக்கச் சமூகத்திற்கும் இடையில் நிலவுகின்ற முரண்பாடுகளின் வெளிப்பாடுகள்.

சான்றாதாரம்

1. கருணாநிதி. மு., நெஞ்சுக்கு நீதி, தொ.I, ப.657.
2. கருணாநிதி. மு., மணிமகுடம், ப.26.
3. கருணாநிதி. மு. இரத்தக் கண்ணீர், பக்.51-52.
4. கருணாநிதி. மு.,'சாக்ரடீஸ்', பரதாயணம், ப.41.
5. கருணாநிதி, மு., பரப்பிரம்மம், ப. 13.
6. கருணாநிதி,மு., தூக்குமேடை, ப.108.
7. கருணாநிதி,மு., மணி மகுடம், ப. 25.
8. கருணாநிதி. மு.,'சாக்ரடீஸ்', பரதாயணம், ப.28.
9. கருணாநிதி. மு. ,நச்சுக்கோப்பை, ப.16.
10. கருணாநிதி,மு.,இரத்தக் கண்ணீர், ப.15.
11. கருணாநிதி, மு., பரப்பிரம்மம், ப. 23.
12. கருணாநிதி. மு.,ஒரே முத்தம், ப.39.
13. கருணாநிதி. மு., நச்சுக்கோப்பை, ப.28.
14. மேலது, ப.35.
15. கருணாநிதி,மு., மணி மகுடம், ப. 116.
16. கருணாநிதி. மு., தூக்குமேடை, ப.17.
17. கருணாநிதி. மு. இரத்தக்கண்ணீர், பக். 175-176.
18. பெரியார், உண்மை, 14-01-1979, ப.47.
19. கருணாநிதி. மு., ஒரே முத்தம், ப.104.
20. கருணாநிதி. மு. நச்சுக்கோப்பை, ப.121.
21. கருணாநிதி. மு., தூக்குமேடை, ப.112.
22. கருணாநிதி. மு., இரத்தக் கண்ணீர், ப.165.
23. பெரியார், குடி அரசு, 09-01-1927, ப.1.
24. பெரியார், ராமாயணப் பாத்திரங்கள், பக்.11-17.
25. கருணாநிதி. மு., தூக்குமேடை, ப.108
26. மேலது, ப. 111
27. மேலது, ப.55
28. கருணாநிதி,மு., ப.62-63
29. கருணாநிதி,மு., ப.63

அரசியல் வெளிப்பாடுகள்

சமுதாயமாகக் கூடி வாழும் இயல்புடைய மனித வாழ்க்கை, அரசியலை அடிப்படையாகக்கொண்டது. மனிதனின் ஒவ்வொரு செயலுக்குப் பின்னரும் அரசியல் பொதிந்துள்ளது. சமுதாய இயக்கத்தின் மூலச்செயற்பாடாக அரசியல் விளங்குகிறது. பண்டைக்காலத்தில் காடுகளில் வாழ்ந்த ஆதி மனித சமுதாயம் மாற்றமடைந்தது, சொத்துடைமைப் பின்புலத்தில்தான். உடைமையானது மனிதனுடைய இருப்பையும், வாழ்நிலையும் தீர்மானிக்கக்கூடிய சமூகத்தில் மக்கள் திரளானது ஆளுவோர், ஆளப்படுவோர் என்ற இருபெரும் பிரிவுகளாகப் பிரிக்கப்படுகின்றது. இருவேறு முரண்பட்ட பிரிவினரும் தமக்குள் ஒருங்கிணைந்து வாழ்வதற்கான சூழலை அரசியல் ஏற்படுத்தினாலும், ஆட்சியதிகாரம் ஆளப்படுவோரின் நலன்களைப் பிரதிபலிக்காதபோது, அரசியல் மாற்றம் ஏற்பட வேண்டிய நிலையேற்படுகிறது. ஆளுகின்ற அதிகாரத்துவ வர்க்கத்தினரின் நிலையை உறுதிப்படுத்துகின்ற அரசியலானது, பெரும்பான்மை மக்களின் இயல்பு வாழ்க்கைக்கு ஏற்றதாக இல்லையெனில், அரசியலில் மாற்றங்களைக் கோரும் கோரிக்கைகள் வலுவடைகின்றன. பொதுவாக ஆட்சியிலிருக்கும் அரசு என்பது நாட்டு மக்களின் நன்மைக்காக ஏற்படுத்தப்பட்ட சமூக நிறுவனமாகத் தன்னை அடையாளப்படுத்திட முயலுகின்றது. சுருங்கக்கூறின் அரசியல்தான் எந்த முறையிலான ஆட்சிமுறை அதிகாரத்தில் இருக்கவேண்டும் என்பதைத் தீர்மானிக்கின்றது.

அரசியலும், சமூகப் பொருளாதாரமும் நெருங்கிய தொடர்புடையன. பொருளாதார மாற்றமேற்படும்போது சமுதாய அமைப்பும் பண்பாடும் மாற்றமடைகின்றன. சமுதாயம் முன்னேற்றமடைய வேண்டுமெனில், மக்களிடையே ஏற்றத்தாழ்வற்ற பொருளியல்நிலை நிலவ வேண்டும். சமூக வாழ்நிலையே மனிதனுடைய பல்வேறு அம்சங்களையும் தீர்மானிப்பதால், அரசியல் என்பது ஒவ்வொரு மனிதனுக்கும் தேவையான அடிப்படை அம்சமாகும். "ஒரு வர்க்கத்தின்,

பொதுமக்களின் தேவைகளை, அரசியல் மூலமாகத்தான் ஒரு வடிவமாகத் திரட்டிச் செல்ல முடியும்"[1] என்று மாசேதுங் குறிப்பிடுவது இங்கு ஒப்புநோக்கத்தக்கது.

சமூக மாற்றத்தினுக்கான முக்கியமான காரணியாக விளங்கும் அரசியல், மக்கள் வாழ்க்கையில் எல்லா மட்டங்களிலும் ஊடுருவியுள்ளது. சமுதாயத்தின் அடித்தளமாக விளங்கும் பொருளியல் அம்சத்தை நியாயப்படுத்தும்வகையில் கலையும் இலக்கியமும் முதன்மைப்படுத்தப்படுகின்றன. சமுதாயத்தின் கீழ்க்கட்டுமானமாகக் கருதப்படுகின்ற பொருளாதார அமைப்பு, மாறிக்கொண்டிருக்கும் இயல்புடையது. பொருளாதார மாற்றம் மெல்ல நடைபெறும் தன்மையடையது. இந்நிலையில் பொருளாதார மாற்றத்தைக் கோரும் அமைப்புகள் அதற்கான அரசியலை முதன்மைப்படுத்தும்போது, கலை இலக்கியத்திலும் மாற்றத்தை ஏற்படுத்த முயலுகின்றன. "இலக்கியமும் கலையும் அரசியலுக்குட்பட்டவைகளாக இருந்தாலும், அவை அரசியலுக்கு முதன்மையான செல்வாக்கைத் தருகின்றன."[2] இந்நிலையில் சமூகத்தில் நிலவும் சீரழிவான போக்குகளை அம்பலப்படுத்துவது மட்டும்தான் கலை, இலக்கியத்தின் பணியல்ல. சமூக மாற்றத்தை விரும்பும் அரசியல் தலைவர்கள், மக்களை அடக்கியொடுக்கும் ஆட்சியாளர்கள், பொருளியல்நிலையில் சுரண்டுபவர்கள், சாதி, சமயத்தின் பெயரால் மக்களைத் தொடர்ந்து மூடநிலைக்குள் வைத்திருப்பவர்கள் போன்றவர்களை அம்பலப் படுத்துவதுடன் சமுதாயத்தின் இழிந்தநிலையையும் படைப்புகளாக்க வேண்டிய தேவையேற்படுகின்றது. இங்கு இலக்கியமானது சமூக மாற்றத்திற்காகப் போராடும் போராளிக்குப் போர்வாளாக மாறுகிறது. அது, இன்னொருநிலையில் அடிமைப்பட்டிருக்கும் மக்களுக்கு விழிப்புணர்ச்சியைத் தருவதுடன் போராட்டத்திற்கு உந்துசக்தியாகவும் விளங்குகிறது.

தமிழ் இலக்கியத்தைப் பொறுத்தவரையில் அரசியலுக்கும் இலக்கியத்திற்குமான நெருங்கிய தொடர்பு, சங்க இலக்கியத்திலிருந்தே தொடங்குகிறது. புறநானூறு தொகை நூலில் தொகுக்கப்பட்டுள்ள பாடல்கள், அன்றைய அரசியலை முன்னிலைப்படுத்துகின்றன. ஒவ்வொரு காலகட்டத்திலும் இலக்கியப் படைப்புகள், சமுதாயத்தின் கருத்தியல் வெளிப்பாடாக உள்ளன. இந்நிலையில் படைப்பாளி எந்த அரசியலுக்குச் சொந்தக்காரன் என்பதே அவனுடைய படைப்பின் உள்ளடக்கத்தை நிர்ணயிக்கிறது. ஒவ்வொரு படைப்பாளியின்

ஆக்கத்திலும் ஏதோ ஒருநிலையில், அரசியல் செல்வாக்கு நுண்ணியஅளவில் பதிவாகியிருப்பது தவிர்க்கவியலாதது.

அரசியல் தளத்தில் கலைஞரின் நாடகங்கள்

1943 ஆம் ஆண்டு கலைஞரின் முதல் அரசியல் நாடகமான நச்சுக்கோப்பை நிகழ்த்தப்பட்டது. அப்பொழுது இந்தியாவை ஆங்கிலேயர்கள் ஆண்டு வந்தனர். வைதிக சநாதனத்தின் ஆதிக்கம் காரணமாக வருணாசிரமம், சாதியரீதியில் மக்களைப் பாகுபடுத்தி, உருவாக்கியிருந்த ஏற்றத்தாழ்வு, நடைமுறையில் வலுவாக இருந்தது. நாட்டின் அரசியல் விடுதலைக்காகக் காங்கிரஸ் இயக்கமும், சாதி, சமயரீதியில் அடிமைப்பட்டுக் கிடந்த மக்களை விடுவிக்கத் திராவிடர் இயக்கமும், போராடிக்கொண்டிருந்தன. இந்நிலையில் கலைஞர், திராவிட இயக்கப் பகுத்தறிவுக் கருத்துக்களினால் ஈர்க்கப்பட்டுச் சமுதாய ஏற்றத்தாழ்வுக்கு எதிராகப் போராட முனைந்தார். அப்பொழுது அரசியல், சமுதாயக் கருத்துக்களைப் பிரச்சாரம் செய்ய நாடகங்கள் பொருத்தமான ஊடகமாக அவருக்குத் தோன்றியதால், நாடகம் எழுதியதுடன் நடிக்கவும் தொடங்கினார்.

“கலை இலக்கியத்தின் பணி எப்பொழுதும் அம்பலப்படுத்தும் வேலையைச் செய்து கொண்டிருப்பதுதான்”[3] என்ற கருத்தினுக்கேற்பப் பகுத்தறிவு இயக்கத்தினருக்கு எதிரானவற்றைத் தனது நாடகங்கள்மூலம் கலைஞர் அம்பலப்படுத்தினார். கலைஞரால் எழுதப்பட்ட சமுதாயச் சீர்திருத்த நாடகங்கள் கட்சியினராலும், பொதுமக்களாலும் விரும்பி வரவேற்கப்பட்டன. இந்நிலையானது தமிழகத்தில் அவருடைய அரசியல் நுழைவைத் துரிதப்படுத்தியதுடன், அவருக்கான அரசியல் வழியையும் சுட்டியது. கலைஞரால் எழுதப்பட்ட எல்லா நாடகங்களும் அரசியலை முதன்மைப்படுத்துகின்றன. சிலப்பதிகாரக் காப்பியத்தை நாடகமாக்கும்போதுகூட பிரதியில் அவருடைய அரசியல் நோக்கினுக்கேற்ப மாற்றங்களைச் செய்துள்ளார். அரசியலற்ற தூய கலைப்படைப்பு என்பது அவருடைய கற்பனை வரம்பிற்கு எட்டாதது. சுருங்கக்கூறின் கலைஞரின் நாடகங்கள் முழுக்க அரசியல் நோக்கத்திற்காக எழுதி நடிக்கப்பட்டவை.

கலைஞர் தனது பதினாறாவது வயது முதலாகத் திராவிட இயக்க அரசியல் கருத்துக்களால் ஈர்க்கப்பட்டு அரசியல் நடவடிக்கைகளில் ஈடுபட்டுள்ளார். நாற்பதுகளின் முற்பகுதியில் அரசியல் பற்றிய பிம்பம் அவருக்குள் படியத் தொடங்கியிருந்தது. அவருடைய நாடகங்கள்

அரசியல் ஆயுதங்கள்; நாடகம் எழுதுவது அவருக்கு ஓர் அரசியல் நடவடிக்கை. பிறப்பினால் இசை வேளாளர் சாதியிலிருந்து வந்த சமுதாயப் பின்னணி, பார்ப்பனர் உள்ளிட்ட உயர்சாதியினரின் ஆதிக்கப் போக்கு, பெரியாரிடம் கற்ற பகுத்தறிவு, தமிழ்ப்பற்று ஆகியன அவரைச் சமூகப் பொறுப்புமிக்க அரசியல் நாடக ஆசிரியராக்கியதுடன், தொடர்ந்து நாடகத்தளத்திலும் அரசியல்தளத்திலும் செயற்படத் தூண்டின. அவருடைய நாடகங்களில் சமூக மாற்றம், உடனடியாக நிகழ வேண்டும் என்ற ஆர்வத்தின் காரணமாகத் தீவிரத்தன்மையும், சமுதாயச் சீரழிவுகள்மீது கோபமும் அப்பட்டமாக வெளிப்பட்டன. நாடகங்களில் பிரச்சார நெடி வீசுகிறது என்பதற்காக அவர் தனது நாடக ஆக்கமுறையை மாற்றிக்கொள்ளவில்லை. தொடர்ந்து அதுபோன்ற அரசியல் முக்கியத்துவமுள்ள நாடகங்களை எழுதுவதிலே அக்கறை காட்டினார். இத்தகைய நாடகங்களின் ஆக்கமும், நடிப்பும் அவரை முழு நேர அரசியல்வாதியாக மாற்றியமைத்தன என்று சொல்வதற்கு இடமுண்டு.

நாடகாசிரியர்கள், சிலவேளை மறைமுகமாகவும், சிலவேளை நேரடியாகவும் தங்களுடைய படைப்புக்களில் சமகால அரசியலை விமர்சிக்கின்றனர். ஒரு நாட்டில் பாசிசம் அல்லது சர்வாதிகாரம் ஆட்சி செலுத்தும்போது, நாடக ஆசிரியரின் குரல் பூடகமாவும், மறைமுகமாகவும் தொனிக்கிறது; யதார்த்தக் கதைகளை விடுத்து, உவமைக்கதைகளின் மூலம் சமகால அரசியலை வெளிப்படுத்தப்படும் நிலையேற்படுகிறது. ஜனநாயகம் செழித்திருக்கும் காலகட்டத்தில், வெளிப்பாட்டுச் சுதந்திரம் முழுமையாக இருக்கும் போது, படைப்பாளி மேடையைக் கருத்து மோதுதல் களமாக அல்லது வழக்காடு மன்றமாக மாற்றுகிறான். எனவேதான் திராவிட இயக்க அரசியலைத் தனது வாழ்க்கையின் அங்கமாகக் கருதிய கலைஞர் போன்றவர்கள் முழுக்கக் கருத்தியல் பிரச்சாரமாக நாடகக் கலையை மாற்றினர்.

கலைஞர் நாடகம் எழுதத் தேர்ந்தெடுத்த கருக்கள், சமுதாயச் சீர்திருத்த நோக்கமுடையதெனினும், ஒட்டுமொத்தநிலையில் அரசியலடிப்படையில்தான் அவருடைய நாடக ஈடுபாடு அமைந்திருந்தது. அவை, ஏதாவது அரசியல் ஆதாயம் கருதி எழுதப்பட்டவையல்ல. அவருடைய தொடக்ககால நாடகங்கள், எதிர்காலத்தில் தமிழகத்தின் முதலமைச்சராகத் தான் வர வாய்ப்புக் கிடைக்கலாம்; சமூகத்தில் உயர்நிலை அடையலாம் என்ற வாய்ப்புகள் கருதி எழுதப்பட்டவையல்ல. அவர் முதலமைச்சராகப் பதவியேற்ற

பின்னர் எழுதப்பட்ட 'நானே அறிவாளி' என்ற நாடகமும், 1978 இல் எதிர்க்கட்சித் தலைவராக இருந்தபோது எழுதப்பட்ட 'புனித ராஜ்யம்' நாடகமும் அவருடைய வழமையான அரசியல் நாடகங்களிலிருந்து மாறுபட்டுள்ளன. அவருடைய அரசியல் நிலைப்பாடு மாறியுள்ளதன் வெளிப்பாடாக அவற்றைக் கருத வேண்டும். அவை, முந்தைய நாடகங்களில் இருந்த கருத்தியல் பிரச்சாரமும் அரசியல் அழுத்தமும் நீர்த்துப்போய் வேறுவகைப்பட்ட அரசியல் நாடகங்களாக உள்ளன.

கலைஞரின் தொடக்ககால நாடகங்கள், கட்சி மாநாடுகளிலும் பொதுமக்கள் காண்பதற்காகப் பொது அரங்குகளிலும் நிகழ்த்தப்பெற்றன. நச்சுக்கோப்பை, தூக்கு மேடை, மணிமகுடம், ஒரேமுத்தம் போன்ற நாடகங்கள் நூற்றுக்கணக்கான தடவைகள் நடிக்கப்பட்டுள்ளன. தொழில்முறை நாடகக் குழுவினரும் கலைஞரின் நாடகங்களைத் தமிழகமெங்கும் வெற்றிகரமாக நடத்தியுள்ளனர். அதன்மூலம் நாடகக் கம்பெனிகள் பொருளீட்டின. இத்தகைய நாடகங்கள் சுட்டும் அரசியல் அம்சங்களுக்காகவும், கதைப்போக்கினுக்காகவும் மக்கள் விரும்பிப் பார்த்தனர். இந்நிலை தி.மு.கழகம் ஆட்சிக்கு வந்த காலகட்டத்தில் மாற்றமடைந்தது. எழுபதுகளில் கலைஞரின் நாடகங்கள் கட்சி மாநாடுகளில் மட்டும் நடத்தப்படுகின்றனவாகச் சுருங்கின. 1979 ஆம் ஆண்டில் எழுதப்பட்ட புனித ராஜ்யம் நாடகத்திற்குப் பின்னர் கலைஞர் நாடகமெதுவும் எழுதவில்லை. அதற்குப் பின்னர் ஆட்சியில் இருந்தாலும், ஆட்சியில் இல்லாமலிருந்தாலும் அவர் நாடக முயற்சியில் ஈடுபடாமைக்குக் காரணம், பொதுவாகத் தமிழ்நாட்டில் நாடகங்களுக்குப் பெரிய அளவில் வரவேற்பு இல்லை என்பதுதான். எழுபதுகளில் வண்ணத்தில் வெளியான திரைப்படங்களும் எண்பதுகளில் அறிமுகமான வண்னத் தொலைக்காட்சி பெட்டிகளில் மிளிர்ந்த தூரதர்ஷன் ஒளிபரப்பும் மக்களிடம் செல்வாக்குடன் விளங்கின. தொண்ணூறுகளில் செயற்கைக்கோள்மூலம் ஒளிபரப்பான சேனல்கள், நாடகங்களையும் துரதர்ஷன் ஒளிபரப்பினையும் ஓரங்கட்டின. அப்புறம் மின்னணு வெளியில் காட்சிப்படுத்தும் ஊடகங்கள் பெருகிவிட்டன. இன்று தி.மு.கழகத்தினர் அரசியலைப் பிரச்சாரம் செய்திட நாடகம் என்ற நிகழ்கலை வடிவத்தைப் பயன்படுத்துவது இல்லை.

1885 ஆம் ஆண்டு தொடங்கப்பட்ட காங்கிரஸ் இயக்கமானது, இருபதாம் நூற்றாண்டின் தொடக்கத்தில் இந்திய மக்களிடையே பரவத் தொடங்கியது. அப்பொழுது சாதி சமயரீதியில் மக்கள்

அடக்கியொடுக்கப்பட்டிருந்தனர். கல்வியறிவும் வேலைவாய்ப்பும் உயர்சாதியினர் மட்டும் அனுபவித்து வந்தனர். 1919 ஆம் ஆண்டு பெரியார் காங்கிரசில் சேர்ந்தார். அவர், வகுப்புரிமைப் போராட்டம், கோவில் நுழைவுப் போராட்டம், மது ஒழிப்புப் போராட்டம் போன்ற சமுதாயச் சீர்திருத்தங்களை முன்னின்று நடத்தினார். 1925ஆம் ஆண்டு காஞ்சிபுரத்தில் நடைபெற்ற காங்கிரஸ் மாநாட்டில் முரண்பட்டு வெளியேறிய பெரியார், சுயமரியாதை இயக்கத்தைத் தோற்றுவித்தார். பெரியார், நீதிக்கட்சியின் தலைவராகப் பொறுப்பேற்று, அக்கட்சியை 1944 ஆம் ஆண்டு திராவிடர் கழகம் எனப் பெயர் மாற்றம் செய்தார். 1940 ஆம் ஆண்டு 'திராவிட நாடு திராவிடருக்கே' என்ற கோரிக்கை பரவலாகி, தமிழரின் நிலைக்கு வடவரின் ஆதிக்கமும், பார்ப்பனியத்தின் கொடுங்கோன்மையும்தான் காரணம் என்ற கருத்து, வலுப்பெற்றது. ஆரிய ஆதிக்கத்தினால் தமிழரின் சிறப்பும் மேன்மையும் வீழ்ச்சியடைந்தன என்று திராவிடர் கழகத்தினர் நம்பினர். 1949 ஆம் ஆண்டு அறிஞர் அண்ணா தலைமையில் திராவிடர் முன்னேற்றக் கழகம் தொடங்கப்பட்டது. அக்கட்சி 1957 ஆம் ஆண்டு நடைபெற்ற பொதுத்தேர்தலில் பங்கேற்கத் தொடங்கி, 1967 ஆம் ஆண்டு தமிழகத்தின் ஆட்சியைக் கைப்பற்றியது. 1963 ஆம் ஆண்டு ஒன்றிய அரசினால் பிரிவினைத் தடைச்சட்டம் அமுலாக்கப்பட்டபோது, திராவிட நாடு கோரிக்கை கைவிடப்பட்டது. பின்னர் அதற்கு மாற்றாக தி.மு.க. மாநில சுயாட்சி என்ற கோரிக்கையை முன்வைத்தது.

திராவிட இயக்க நாடக வரலாறு 1943 ஆம் ஆண்டு அறிஞர் அண்ணா எழுதி நடித்த சந்திரமோகன் நாடகத்திலிருந்து தொடங்குகிறது. கலைஞரின் நச்சுக்கோப்பை, எம்.ஆர்.ராதாவின், இரத்தக் கண்ணீர் போன்ற நாடகங்கள் திராவிட இயக்கத்தின் அரசியல் கருத்துக்களைச் சொல்வதன்மூலம் மக்களிடையே பிரபலமடைந்து செல்வாக்குப் பெற்றன.

திராவிடர் - ஆரியர் வேறுபாடு

திராவிட இயக்கத்தின் அடிப்படைக் கொள்கை இன அடிப்படையிலானது; திராவிட இனத்தின் தனித்தன்மையைப் பேணுவதாகும். தமிழ், தெலுங்கு, மலையாளம், கன்னடம் ஆகிய நான்கு மொழிகள் பேசும் மக்கள் முன்னர் ஒரே இனமாக வாழ்ந்து வந்தனர் எனவும், சங்க காலத்தில் அது தமிழ் மொழியாக இருந்தது எனவும், பின்னர் வடக்கிலிருந்து வந்த ஆரிய இனத்தினரால் சிதைவுக்குள்ளானது எனவும் கருதப்படுகிறது. இக்கருதுகோளினுக்குக்

கால்டுவெல் எழுதிய 'திராவிட மொழிகளின் ஒப்பிலக்கணம்' நூல், வலுவான அடித்தளமிட்டது.

ஆரியர்கள் தமிழ் மொழியைச் சிதைத்துப் பல்வேறு மொழிகள் உருவாகக் காரணமாக இருந்தனர் என்றும், திராவிடர்களின் சமுதாயம், நாகரிகம், பண்பாடு போன்றவற்றை அழித்தனர் என்றும் தமிழறிஞர்களிடையே கருத்துகள் நிலவிவந்தன. வைதிக சநாதன சமயத்தைப் பின்பற்றிய பார்ப்பனர்கள், அவ்வடிப்படையில் தமிழர்களிடையே ஒற்றுமையைச் சீர்குலைக்கச் சாதி வேறுபாடுகளை உண்டாக்கியதுடன் அவற்றை மக்கள் நம்புவதற்காகப் புராணக் கதைகளைப் பரப்பினர்; சாதி, பாவ புண்ணியம், கர்மவினை என்று கூறித் தமிழர்களைக் கருத்தியல்ரீதியில் அடிமைப்படுத்தினர். இதன்மூலம் பார்ப்பனர்கள் சமூக அடுக்கில் உயர்நிலை வகித்தனர். மன்னர்களைவிடப் பார்ப்பனர்களே பிறப்பின் அடிப்படையில் உயர்ந்தவர்கள் என்ற கருத்தைத் திட்டமிட்டுப் பரப்பி, அதைத் தமிழர்களை ஏற்க வைத்தனர். தமிழர்களின் பொருளியல், பண்பாட்டுச் சீரழிவுகளுக்குக் காரணம் ஆரியர்களே என்ற கருத்தானது, திராவிடர் இனக்கோட்பாட்டின் மையமாகும். ஆரிய எதிர்ப்பு என்பது தமிழகத்தில் களப்பிரர்கள் காலத்தில் வேரூன்றியது. பின்னர் அது பக்தி இலக்கிய காலகட்டத்தில் வளர்ந்து, சித்தர்களின் பாடல்களில் உச்சநிலை அடைந்தது. சம்ஸ்கிருதம் கடவுள்மொழி என்று கற்பிக்கப்பட்டதற்கு எதிராகத் தமிழையும், தமிழ்க் கடவுள் முருகனையும் உயர்த்திப் பிடிப்பதன் வெளிப்பாடுதான் சைவ சமய மடங்கள். பரஞ்சோதி முனிவரும் சிவப்பிரகாசரும் சம்ஸ்கிருத மொழியைவிடத் தமிழ்மொழி உயர்ந்தது என்று பாடியுள்ளனர்.

ஆரிய இனமக்களான பார்ப்பனர்களும் அவர்களுடைய கருத்தியல்நிலையான பார்ப்பனியமும் தமிழர்களைத் தொடர்ந்து இழிவுபடுத்துகிறது என்ற கருத்தானது இருபதாம் நூற்றாண்டின் தொடக்கத்தில் வலுப்பட்டது. ஆங்கிலேய ஏகாதிபத்திய அரசில் பார்ப்பனர்கள் பெரும் செல்வாக்குப் பெற்று விளங்கினர். அரசின் அதிகார மையங்களாக விளங்கும் உயர்பதவிகளைப் பார்ப்பனர் வகித்து வந்தனர். கலை பண்பாட்டு அம்சங்களிலும் தகவல்தொடர்பு ஊடகங்களிலும் பார்ப்பனர்கள் ஆதிக்கம் பெற்றிருந்தனர். 1892 ஆம் ஆண்டு முதல் 1904 ஆம் ஆண்டு வரை மாநில சிவில் பணியில் 16இல்15 பேர் பார்ப்பனராகவும், உதவிப் பொறியாளர்களில் 21 இல்17 பேர் பார்ப்பனராகவும், துணை மாவட்ட ஆட்சியர்களில்

140 இல் 77 பேர் பார்ப்பனராகவும், 128 மாவட்ட முன்சீப்புகளில் 98 பேர் பார்ப்பனராகவும் இருந்தனர்.[4] இப்புள்ளிவிவரம் அன்று அரசு நிர்வாகத்தில் பார்ப்பனர்கள் வகித்த மேலாதிக்க நிலையைக் காட்டுகிறது. இது பார்ப்பனரல்லாத பிற உயர்சாதியினருக்கு எதிர்ப்பு உணர்ச்சியைத் தந்தது. இதே காலகட்டத்தில் வளர்ச்சியடைந்து வந்த காங்கிரஸ் இயக்கத்திலும் பார்ப்பனர்கள் செல்வாக்குடன் விளங்கினர். பார்ப்பனர்கள் தேசிய இயக்கத்தில் சேர்ந்த பின்னணி ஆய்விற்குரியது. இந்தியாவிற்குப் பிரிட்டிஷ் அரசாங்கம் கடவுளால் அனுப்பப்பட்டது என்றும், இந்தியர்கள் ராஜவிசுவாசிகளாக இருக்க வேண்டும் என்றும் கூறிய பார்ப்பனர்கள், ஆங்கிலேய ஆட்சியில் உயர் பதவிகள் வகித்தனர். அதற்காகவே காங்கிரசில் பார்ப்பனர்கள் சேர்ந்தனர் என்று கூறும் பெரியார், பார்ப்பனரல்லாதாரும் போராடி அரசு நிர்வாகத்தில் பங்கேற்கவும், காங்கிரசில் சேரவும் தொடங்கியவுடன், பார்ப்பனர்கள் ஆங்கிலேயருக்கெதிரான தேசியவாதிகளாகப் பரிணமித்தனர் என்கிறார்.5 பார்ப்பனரின் தேசபக்தி என்பது ஆரிய இனநலமே என்று பெரியார் கருதுவது ஆய்விற்குரியது.

வைதிக சநாதனம் ஆதிக்கம் செலுத்திய சமூகச் சூழலில் தென்னிந்திய நல உரிமைச் சங்கம் தோற்றுவிக்கப்பட்டு, நாளடைவில் அது நீதிக்கட்சியாக மாற்றம் பெற்றது. சுருங்கக்கூறின் தமிழர்கள்மீது வடக்கிலிருந்து வந்த ஆரியர்களான பார்ப்பனர்கள், தமது சூழ்ச்சித்திறனால் ஆதிக்கம் செலுத்தி அடிமைப்படுத்தினர்; இத்தகைய அடிமை நிலைக்கெதிராகச் சிலிர்தெழுந்து சுயமரியாதையுடன் விளங்குவதன்மூலம் திராவிட இனத்தின் சிறப்பைப் போற்ற முடியும். இக்கருத்தின் வளர்ச்சிநிலையில்தான் திராவிட நாடு திராவிடருக்கே என்ற முழக்கம், திராவிட இயகத்தாரால் முன்வைக்கப்பட்டது. பொருளியல்நிலையில் புரட்சி செய்து சமுதாயத்தை மாற்றுவதைவிடக் கருத்தியல்ரீதியில் அடிமைப்பட்டுக் கிடக்கும் திராவிடர்களை விடுவிக்கச் சமுதாயப் புரட்சியே உடனடித் தேவையென்ற கருத்து, திராவிட இயக்கத்தினருக்கு உண்டு. இத்தகைய திராவிடர் - ஆரியர் முரண் அன்றைய கலை இலக்கியத்திலும் வெளிப்பட்டது.

நாற்பதுகளில் திராவிடர் இன எழுச்சி பற்றிய அரசியல் கட்டுரைகள், பல்வேறு இதழ்களில் வெளிவந்தன. திராவிடர் இன எழுச்சியைக் கருவாகக்கொண்ட இலக்கியப் படைப்புகளும் வெளிவரத் தொடங்கின. இத்தகைய கருத்துப் பரவலுக்கு நாடகத்தைப் பயன்படுத்துவது நாற்பதுகளில் தொடங்கியபோது அவை மக்களிடையே பெரும்

வரவேற்பைப் பெற்றன. கலைஞரின் நாடகங்கள், திராவிடர் இயக்கத்தினருக்கு ஆயுதமாகவும், அடிமைப்பட்டிருந்த திராவிடருக்குத் கருத்துக் கண்ணைத் திறந்திடும் கருவியாகவும் விளங்கின. திராவிட நாடு அமைய வேண்டுமெனில் அதற்குக் தடைக்கற்களாக விளங்கும் பல்வேறு முரண்களைக் கலைஞர் தன்னுடைய நாடகங்களில் வெளிப்படுத்தியுள்ளார். குறிப்பாக ஆரியரின் சூழ்ச்சித் திறன், வடமொழி ஆதிக்கம், பார்ப்பனியத்தின் மோசமான கூறுகள் போன்றன நாடகங்கள்மூலம் விமர்சிக்கப்பட்டன.

'பரப்பிரம்மம்' நாடகத்தில் குறியீட்டுநிலையில் டெல்லியப்பர், திராவிடம், பண்டார சந்நிதி, தேசீயம்பிள்ளை, பரப்பிரம்மம், மஞ்சளழகி போன்ற பாத்திரங்கள்மூலம் அரசியல் சொல்லாடலைக் கலைஞர் முன்னெடுத்துள்ளார். நாடகத்தின் மையக் கரு, திராவிடர்-ஆரியர் இன முரண்பாட்டின் அடிப்படையில் அமைந்துள்ளது. திராவிடம் என்பதே கற்பனை என்று வழக்கறிஞர் நீதிமன்றத்தில் முன்வைத்த வாதத்தை மறுக்கின்ற துரை," நீராடுங் கடலுடுத்த நில மடந்தைக் கெழில் ஒழுகும் சீராடும் வதனமெனத் திகழ்பரதகண்ட மதில் தக்க சிறு பிறை நுதலும் தரித்த- நறுந் திலகமும் - அத்திலக வாசனைபோல் அனைத்து வரும் இன்பமுற - எத்திசையும் புகழ் மணக்க இருந்த பெருந்தமிழ ணங்கே - தக்கணமும் அதில் சிறந்த திராவிட நற்றிரு நாடும்- என்று ராவ் பகதூர் சுந்தரம் பிள்ளை எனக்கும் திராவிடத்துக்கும் உள்ள சொந்தம்பற்றி கூறியுள்ளார்." என்று கருத்துத் தெரிவிக்கிறான். அதற்கு மறுப்புத் தெரிவிக்கும் வழக்கறிஞர், " சுந்தரம் பிள்ளை உங்களவா! சொல்வார்." என்கிறார். அப்பொழுது துரை, "ஜனகன மண அதிநாயக ஜெயகே பாரத பாக்ய விதாதா! பஞ்சாப சிந்து குஜராத் மராட்டா திராவிட உத்கல வங்கா என்று தேசீய மகாகவி ரவீந்திரநாத் தாகூர் ஆதாரம் தருகிறார்." என்று கூடுதல் விளக்கம் தருகிறான். கலைஞர், 1953 ஆம் ஆண்டு எழுதிய பரப்பிரம்மம் நாடகத்தில் குறிப்பிடப்படும் சுந்தரம் பிள்ளையின் 'நீராருங் கடலுடுத்த' பாடல், அவர் தமிழ்நாட்டின் முதலமைச்சரானவுடன் 1970, மார்ச் 11 அன்று தமிழ்நாடு அரசு, தமிழ்த்தாய் வாழ்த்துப் பாடலாக அறிவித்தது. 'தெக்கணமும் அதிற்சிறந்த திராவிட நல் திருநாடும்' என்ற பாடல் வரியில் வரும் திராவிடம் என்ற சொல் திராவிட இயக்கத் தலைவர்களுக்குப் பிடித்தமானதாக இருந்தது. இன்றைய முதலமைச்சர் மு.க.ஸ்டாலின் தலைமையிலான தமிழ்நாடு அரசு, தமிழ்த்தாய் வாழ்த்துப் பாடலை 2021, டிசம்பர் 21 ஆம் நாளில் தமிழ்நாடு அரசின் மாநிலப் பாடல் என்று அறிவித்து ஆணை பிறப்பித்துள்ளது. 1953 ஆம் ஆண்டு கலைஞரின் மனதில் தோன்றிய திராவிடம் பற்றிய கருத்தியல்

சார்பான 'நீராருங் கடலுடுத்த' எனத் தொடங்கும் பாடல் பற்றிய சிந்தனை, அவருடைய அரசியல் தொலைநோக்குப் பார்வையின் வெளிப்பாடாகும்.

தூக்குமேடை நாடகத்தில் பாண்டியன், வடமொழியான சமஸ்கிருதம் நஞ்சினும் கொடியது எனவும் அது தமிழைச் சிதைத்ததுடன் தமிழரின் விழியைச் சிதைத்தது என்கிறான்.[6] தமிழினப் பெருமைக்குத் தடைக்கல்லாக வடமொழி விளங்கியது என்ற திராவிட இயக்கத்தாரின் கருத்து, பாண்டியன்மூலம் வெளிப்பட்டுள்ளது. 1953 ஆம் ஆண்டு கலைஞர் எழுதி நடித்த 'பரப்பிரம்மம்" நாடகம் முழுக்கத் திராவிடர் - ஆரியர் இன மோதுதலை மையமாகக்கொண்டுள்ளது. திராவிடர் இன அரசியலை முதன்மைப்படுத்துவதற்காகக் கருத்தியல் பிரச்சாரம் செய்திடும் பரப்பிரம்மம் நாடகத்தில் வரும் பரப்பிரம்மம் அறிமுகக் காட்சி முக்கியமானது. "பரப்பிரம்மம்... பூணூல் கொண்டு கோட் இல்லாமல்... கையால் ஆட்டினை ஓட்டிக்கொண்டு அழகான பெண்ணுடன் வருகிறான்."[7] இது குறியீட்டுநிலையில் ஆரியர்கள் ஆடு மேய்ப்பதற்காக இந்தியாவிற்கு நுழைந்த வந்தேறிகள் என்பதை உணர்த்துகிறது. உடன் அழைத்துவரும் அழகான பெண் என்பதில் இங்குள்ள பழங்குடி மக்களான தமிழர்களை மயக்குவதற்காக அவள் வருகிறாள் என்ற குறிப்புப் பொருள் தொக்கியுள்ளது. என் மார்பிலே நூல் உன் முகத்தில் சேல் என்று கூறும் பரப்பிரம்மம், பெரிய அரசுகளையெல்லாம் அவளை வைத்துக்கொண்டு அழித்திடத் திட்டமிடுவதாகப் பரப்பிரம்மம் குறிப்பிடுவது கலைஞரின் திராவிட அரசியல் வெளிப்பாட்டின் முக்கிய அம்சமாகும். மூவேந்தர்களை முற்றுகையிடுவதற்கு "இந்த முப்புரி நூலும், உன் மொழியிலே தேனும், அந்தத் தேனிலே ஆரிய விஷமும் கலந்திடும்வரையில் அச்சமில்லை"[8] என்று பரப்பிரம்மம் கூறுகிறான். அதற்கு அவனுடன் வந்த மஞ்சளழகி, மூவேந்தனை மயக்குவது, அவனது மனைவியான தமிழரசியை வேலைக்காரியாக்குவது, அவனது குழந்தையான திராவிடத்தை வீட்டைவிட்டு விரட்டுவது என்று தனது திட்டத்தைக் கூறுகிறாள். வேலும் வாளும் விளையாடிய இடத்தில் வேதியர் குலத்து விழிகள் சதிராடத் தலைப்பட்டன என்ற கலைஞரின் கூற்றிலிருந்து திராவிடம் துரத்தப்பட்டு, தமிழகம் ஆரியரிடம் அடிமைப்பட்டதற்கான காரணத்தை அறிய முடிகிறது. இந்நாடகத்தில் இடம்பெற்றுள்ள பெயர்கள்கூட குறியீட்டுநிலையில் ஆரியர் - திராவிடர் இன அரசியலைப் பிரதிபலிக்கின்றன.

பரப்பிரம்மம் நாடகத்தில் இடம்பெற்றுள்ள தமிழரின் பெருமையை விளக்கும் 'சேரன் செங்குட்டுவன்' ஓரங்க நாடகமானது அரசியல்ரீதியில் முக்கியமானது. வடக்கிலிருந்து ஆட்சி செய்த கனக விசயர் என்ற வடநாட்டு மன்னர்களைத் தமிழ் மன்னனான சேரன் செங்குட்டுவன் வெற்றிகொண்டான் என்பதும், தமிழ்ப் பெண்ணின் குறியீடாக விளங்கும் கண்ணகிக்குச் சிலையெடுக்க இமயத்திலிருந்து அவர்களைக் கல் சுமந்து செய்துவரச் செய்தான் என்பதும் திராவிட அரசியலில் நம்பிக்கையைத் தோற்றுவிக்கக்கூடியன. ஆரியர்களின் சதியினால் அடிமைப்பட்டு வீழ்ந்துகிடக்கும் தமிழர்கள் தங்களுடைய எதிர்காலம் குறித்து நம்பிக்கைகொள்ளவும், ஆரியரை விரட்டவியலும் என்ற அரசியல் உணர்வையும் பரப்பிரம்மம் நாடகம்மூலம் சித்திரித்திடக் கலைஞர் முயன்றுள்ளார்.

1949 ஆம் ஆண்டு எழுதப்பட்ட கலைஞரின் 'தூக்குமேடை' நாடகத்திலும் பார்ப்பனர்களின் சூழ்ச்சித்திறன் விளக்கப்பட்டுள்ளது. இந்நாடகத்தில் இடம்பெற்றுள்ள பரமார்த்திக அய்யங்கார், "இராவணனைக் கொல்ல விபீஷணன், வாலியை வதைக்க சுக்ரீவன், இரணியனை ஏய்க்க பிரகலாதன் ... அது மாதிரி தமிழர்களை அழிக்க அவர்களுக்குள்ளேயே ஒரு ஆள் வேண்டும்... இப்படி எல்லோரையும் வெற்றிகொள்ள பார்ப்பனர்களின் ஆயுதம் சூழ்ச்சி' 9என்கிறார். மேலும் அவர், "நேராக நிற்கமுடியாவிட்டால் ஒளிந்திருந்து உயிரை வாங்கு. இது நம் பெரியவர்கள் - பரம்பரை பழக்கம் ... அந்த ராமர் வேலையை நீ கையாண்டு இருக்கணும்"[10] என்று அர்த்தநாரியிடம் கூறிகிறார். பார்ப்பனர்களின் சூழ்ச்சியினால் திராவிட இனம் நசுக்கப்பட்டது என்ற திராவிட இயக்கக் கொள்கையைக் கலைஞர் தனது நாடகங்களில் வெளிப்படுத்தியுள்ளார். பார்ப்பனர்கள் எல்லா வழிகளிலும் அதிகாரத்துடன் தொடர்புடையவர்களாக விளங்குகின்றனர். அதன்மூலம் திராவிடர்களை அடக்கியொடுக்குவதுடன் சமூகத்தில் உயர்ந்தவர்களாகத் தம்மைக் காட்டிக்கொள்கின்றனர் என்ற திராவிட இயக்கக் கருத்தானது பரப்பிரம்மம் நாடகத்தில் சொல்லப்பட்டுள்ளது. '"... இந்திய ஜனாதிபதி ராஜேந்திர பிரசாத் இருநூறு பிராமணர்களின் காலைக்கழுவி பூஜை செய்தார். அதனால் ஏற்பட்ட விளைவு என்ன? - பலகோடி மக்கள் - ஆகா எப்பேர்ப்பட்டவரே அய்யர்மார்களின் காலைக் கழுவியிருக்கிறாரே நாம் கழுவினால் என்ன என்று எண்ணிக் கொள்வார்கள்"[11] என்று பரப்பிரம்மம் பார்ப்பனியத்தின் இயல்பைச் சுட்டுகிறார். இதன்மூலம் வெளிப்படும் பார்ப்பனிய ஆதிக்கம், நாடகப்

பார்வையாளருக்குத் திராவிட - ஆரிய அரசியலின் அடிப்படையை விளக்குகிறது.

வடவரின் ஆதிக்கத்தின் கீழ் தமிழர் பட்ட அவலங்களிலிருந்து விடுபட திராவிட நாடு வேண்டுமென்ற கருத்தானது திராவிட இயக்கத்தினரால் முன்வைக்கப்பட்டது. 1940 ஆம் ஆண்டு 'திராவிட நாடு திராவிடருக்கே' என்ற முழக்கம்மூலம், திராவிட நாடு இந்தியாவிலிருந்து பிரிந்துபோக வேண்டுமென்ற கருத்து வலியுறுத்தப்பட்டது. திராவிடர்களுடைய நாகரிகம், பொருளாதாரம் ஆகியன முன்னேற்றமடைவதற்கும் பரவலாக்கப்படுவதற்கும் திராவிடர்களின் அகமாகிய சென்னை மாகாணத்தை ஒரு தனிநாடாகப் பிரிக்க வேண்டுமெனத் தீர்மானம் 24.08.1940 அன்று திருவாரூரில் நடைபெற்ற நீதிக்கட்சி மாநாட்டில் நிறைவேற்றப்பட்டது.[12] அப்பொழுது இந்திய விடுதலைப் போராட்டமானது, மக்கள் திரள் போராட்டமாக வடிவெடுத்திருந்திருந்தது. ஆங்கிலேயரும் இந்தியரிடம் ஆட்சியை ஒப்படைத்து விடலாம் என்று யோசித்துக்கொண்டிருந்த காலகட்டம். ஆங்கிலேயரின் ஆட்சியின்போது திராவிட நாட்டைப் பிரித்துத் தனியாக வாங்கிவிட்டால் வடவரின் ஆதிக்கம் இல்லாமல் சுயமாகத் தனித்து இயங்கலாம் என்பது திராவிட இயக்கத்தாரின் நோக்கமாக இருந்தது. அதற்கேற்ப அவர்களுடைய அரசியல் செயற்பாடுகள் இருந்தன. திராவிட நாடு தனியாகப் பிரிய வேண்டியதன் அவசியத்தையும் காரணத்தையும் கட்டுரைகளாகவும் படைப்புகளாகவும் வெளியிட்டுக் கருத்தியல் பிரச்சாரம் செய்தது, அன்று உச்சத்திலிருந்தது.

பெரியார், அண்ணாவின் கொள்கைகளால் கவரப்பட்டு அரசியலுக்கு வந்த கலைஞர் தனது நாடகங்களில் திராவிட நாடு பற்றிய கருத்துக்களை விரிவாகக் குறிப்பிட்டுள்ளார். அதன்மூலம் பரந்துபட்ட தமிழரிடையே திராவிட நாடு அரசியல் பரவியது. 'உதயசூரியன்" நாடகத்தில் கண்ணம்மா, திராவிட நாடு பற்றிய விளக்கத்தைத் தருகிறார். "திராவிட நாடு என்பது இந்தியா என்னும் உபகண்டத்தோடு ஒட்டுப் போடப்பட்டுள்ள வடக்கிற்கு முற்றிலும் முரண்பட்ட பண்புகளையும் பழக்க வழக்கங்களையும் கொண்ட தனிநாடு"[13] என்கிறார். மேலும் அவர் திராவிடநாடு, இந்தியாவிலிருந்து பிரிய வேண்டியதற்கான காரணங்களைத் தொடர்ந்து விளக்குகிறார். திராவிட நாட்டாரும், வடநாட்டாரும் மதத்தாலும் மார்க்கத்தாலும் முரண்பட்டவர்கள். திருவள்ளுவரின் திருக்குறள் திராவிடருக்கு வேதம்.

மனுநீதி வடநாட்டவரின் மார்க்கம். வடநாட்டாரின் மறை வகுத்தது பல கடவுள்களை, திராவிட நாடு வகுத்தது அன்பை என்பதுடன் உணவு, உடை, உறையுள், மொழி போன்றவற்றிலும் பெரிய வேறுபாடுகள் உள்ளன என்று திராவிட நாட்டின் தனித்தன்மைகளைக் கண்ணம்மாள் குறிப்படுகிறார். இந்தியாவிலிருந்து திராவிட நாடு பிரிவது என்பதைவிட விடுதலை பெறுவது என்பதுதான் சரியானது என்ற கருத்து, நாடகத்தில் வலியுறுத்தப்படுகிறது. தென்னாடு பண்டைக்காலத்தில் தனித்துச் சுதந்திரமாக இருந்தது. ஆங்கிலேயரின் ஆட்சிக்குப் பின்னரே தென்னாடு இந்தியாவுடன் இணைக்கப்பட்டது. இப்போது விழிப்படைந்த திராவிட நாடு தனித்திருக்க இந்தியாவிடமிருந்து விடுதலை கோருகிறது. இப்படிப் பல்வேறு வாதங்கள் கண்ணம்மாவினால் முன்வைக்கப்படுகின்றன. இவற்றைக் கேட்ட கறுப்பனின் மனம் மாற்றமடைகிறது. 'இந்தக் கணம் முதல் மறுமலர்ச்சி பெற்ற உள்ளத்தோடும் புதிய உற்சாகத்தோடும் திராவிட நாட்டு விடுதலைக்காக உழைப்பேன்... தி.மு.கழகத்தின் பாடி வீட்டில் ஒரு படைவீரனாக நின்று பணிபுரிவேன்' என்று கறுப்பன் உறுதி கொள்கிறான். இது ஒருவகையில் நாடகம் பார்க்கும் பார்வையாளர்களையும் திராவிட இயக்கம் பெற்றிட விழையும் தி.மு. கழகத்தின் வழியைப் பின்பற்றிடத் தூண்டுவதாகும். இத்தகைய திராவிட இயக்க அரசியல் பிரச்சாரத்தினுக்குக் கலைஞரின் உதயசூரியன் நாடகம் முழுமையாகப் பயன்பட்டுள்ளது.

திராவிட நாட்டை அடையும் வழி குறித்தும் கலைஞர் தன்னுடைய நாடகத்தில் குறிப்பிட்டுள்ளார். தூக்குமேடை நாடகத்தில் பாண்டியன், "ருஷ்யநாடு திகைக்கும்படியான புரட்சி ஒன்று திராவிடத்தை மீட்கப் போகின்றது" என்கிறான். சோவியத் ரஷ்யாவில் நடைபெற்ற ஆயுதமேந்திய பாட்டாளிவர்க்கப் புரட்சியைவிட, மாபெரும் புரட்சியானது தமிழகத்தில் திராவிட நாடு கேட்டு நடைபெறப் போகிறது என்ற கருத்து ஆய்விற்குரியது. இதனால்தான் பாண்டியன், வேணியின் காதலை ஏற்க மறுப்பதுடன், தன்னுடைய காதலானது இனம், மொழி, நாட்டின் மீது என்கிறான். இளைஞர்களின் தனிப்பட்ட மனவுணர்வினைவிட அடிமைப்பட்டுக் கிடக்கும் திராவிட நாட்டு விடுதலையே முதன்மையான பிரச்சினை என்று கலைஞர் நுட்பமாக வலியுறுத்தியுள்ளார். திராவிட நாடு வேண்டாமென்று பேசுகிறவர்களின் பேச்சை, பிரிவினை வேண்டாமெனும் பெரும் உபதேசம் - நரிகளின் ஊளை... என்று பாண்டியன் கேலி செய்வது இங்குக் குறிப்பிடத்தக்கது.

திராவிட நாட்டின் அரசியலமைப்பும் நடைமுறைச் செயற்பாடும் எவ்வாறு இருக்கும் என்பது குறித்துக் கலைஞருக்குத் தொலைநோக்குப் பார்வை இருந்தது. அவருடைய அரசியல் பார்வை, 'மணிமகுடம்' நாடகத்தில் அழுத்தமாக வெளிப்பட்டுள்ளது. மணிமகுடம் வரலாற்று நாடகம் எனினும் அதில் கருத்துரீதியில் அன்றைய அரசியல் நுட்பமாகப் பொதிந்துள்ளது. நாடகத்தின் முடிவில் அரசன், ஜாதி, மத பேதங்கள், கடவுள் கொள்கைகள், மூடநம்பிக்கைகள் ஒழிந்த மக்களரசுக்கு வழிவகுத்து விட்டேன் என்று குறிப்பிடுகிறான். திராவிட நாட்டில் பொருளியல் ஏற்றத்தாழ்வைப் போக்குவதைவிடச் சாதி, சமயரீதியில் ஏற்றத்தாழ்வான சமுதாயத்தைச் சீர்திருத்துவதே கலைஞரின் முக்கிய நோக்கமாகிறது. திராவிட நாடு கோரிக்கையை வற்புறுத்திய திராவிட இயக்கத்தாரின் கருத்து, இந்நாடகத்தில் வெளிப்பட்டுள்ளது.

திராவிட நாடு பற்றிய செய்திகள் கலைஞரின் தூக்குமேடை, பரப்பிரம்மம், மணிமகுடம், உதயசூரியன் ஆகிய நாடகங்களில் வெளிப்பட்டுள்ளன. அவற்றுள் உதயசூரியன் நாடகம் முழுக்கத் திராவிட நாட்டுப் பிரச்சாரத்தை மையமாகக் கொண்டு எழுதப்பட்டுள்ளது.
அறுபதுகளில் தி.மு.கழகம் திராவிட நாடு கோரிக்கையைக் கைவிட்ட பின்னர், நிகழ்த்தப்பட்ட கலைஞரின் நாடகங்களில் திராவிட நாடு பிரச்சினை விவாதிக்கப்படவில்லை. கலைஞர், தான் சார்ந்துள்ள இயக்கத்தின் அரசியல் கொள்கைகள் மாறும்போது அவற்றை எற்றுக்கொண்டு நாடக ஆக்கத்திலும் மாறுதல்கள் செய்துள்ளார். இது அவருடைய அரசியல் கொள்கைக்கும் நாடக ஆக்கம் குறித்த சிந்தனைப் போக்கினுக்குமான உறவினைக் காட்டுகின்றது.

திராவிடர் கழகம்

நீதிக்கட்சியானது பணக்காரர்கள், நிலக்கிழார்கள் கட்சியென்றும், அக்கட்சியினர் வெள்ளையர்களின் அடிவருடிகள் என்ற கருத்தானது மக்களிடையே காங்கிரசு இயக்கத்தினரால் பரப்பப்பட்டது. அக்கருத்தில் ஓரளவு உண்மை உண்டு. இந்நிலையில் நீதிக்கட்சியில் மாற்றம் ஏற்பட வேண்டுமெனப் பெரியார், அறிஞர் அண்ணா போன்ற தலைவர்களின் முயற்சினால் திராவிடர் கழகம் தோற்றுவிக்கப்பட்டது. திராவிட நாடு கோரிக்கையுடன் சமுதாயத்தில் சாதி அடிப்படையில் நிலவும் முரண்பாடுகள், பார்ப்பனர் எதிர்ப்பு, மூடநம்பிக்கை எதிர்ப்பு, பகுத்தறிவு போன்றன திராவிடர் கழகத்தின் கொள்கைகளாகின. திராவிடர் கழகத்தில் சேர்ந்து பெரியாரின் குடி அரசு இதழில் உதவி

ஆசிரியராகப் பணியாற்றிய கலைஞர், ஏற்கெனவே 1943 ஆம் ஆண்டு 'நச்சுக்கோப்பை' நாடகம் மூலம் சமுதாயச் சீர்திருத்தக் கருத்துக்களைப் பரப்பியிருந்தார். இப்பொழுது திராவிடர் இயக்கத்தில் சேர்ந்து அவ்வியக்கக் கருத்துகளைக் கட்டுரைகள், கதைகள், நாடகங்கள், திரைப்படங்கள்மூலம் பரப்புவதில் முனைந்தார்.

1949ஆம் ஆண்டு கலைஞரால் எழுதப்பட்ட 'தூக்குமேடை' நாடகத்தில், பாண்டியன் என்ற மாணவர் சுயமரியாதை இயக்க வீரராகச் சித்திரிக்கப்பட்டுள்ளான். பாண்டியனும், அவருடைய நண்பர்களும் கறுப்புச் சட்டையணிந்து, அபிநய சுந்தரரிடம் சென்று விடுதியில் பெரியார் விழா கொண்டாட அனுமதி கேட்கின்றனர். அப்பொழுது அவர், மறுப்புத் தெரிவிக்கவே பாண்டியன், புவி வாழ்வின் உச்சியிலே புதுமைதனைப் பொறித்திடுவோம் என்று திராவிடத்தின் ஏகோபித்த சக்தியை அழைக்கும் எரிமலையாம் எங்கள் ஈரோட்டுப் பெரியாரின் ஆண்டு விழா கொண்டாட அனுமதிப்பதற்கா இவ்வளவு ஆத்திரம் என்று பதிலளிக்கிறான். திராவிடத்தின் தலைவர் பெரியார் என்ற கலைஞரின் கருத்து, பாண்டியனின் பேச்சுமூலம் வெளிப்பட்டுள்ளது.

தூக்கு மேடை நாடகத்தில் அபிநயசுந்தரர் நடத்தும் உணவுவிடுதி நோக்கி பாண்டியன் தலைமையில் மாணவர்கள் அணிவகுத்துக் கையில் கருப்புக் கொடியுடன், 'சாதி வேறுபாடு ஒழிக', 'சமத்துவம் வாழ்க' என்று முழக்கமிட்டு ஊர்வலமாக வருகின்றனர். அப்பொழுது சில தடியன்கள் மறித்துக் கொடியைப் பிடுங்கித் தீயிலிட்டுக் கொளுத்திட முயலுகின்றர். அப்பொழுது பாண்டியன் ஆவேசத்துடன் பேசுகிறான்:" ஒரு கொடியைக் கொளுத்தலாம் ... அதே நேரத்தில் அந்த நெருப்பு அணைவதற்குள் கோடிக்கணக்கான கொடிகள் உங்கள் ஆரியக்கோட்டையை முற்றுகையிடும் தெரியுமா? தோழனே! ஒரு காலத்தில் உன் கையில் பிடிக்கப் போகிற கொடி இது. எந்தக் கொள்கை இல்லாவிட்டல் இந்த நாடு குட்டிச்சுவராகப் போயிருக்குமோ அந்தக் கொள்கைக்காகப் பறக்கும் கொடி இது! ஏமாற்றப்பட்டவர்களாக – எலும்புக்கூடுகளாக- பொட்டுப்பூச்சிகளாக - புன்மைத் தேரைகளாக- நாயினும் கேவலமாக – பன்றியினும் கேவலமாக – சாக்கடையிலே நெளியும் புழுக்களிலும் கேவலமாக- சண்டாளர்களாக – சக்கிலியர்களாக - பள்ளர்களாக – பறையர்களாக வாழ்கின்ற பாட்டாளி – மக்களுக்கெல்லாம் விடுதலை வாங்கித் தருகின்ற புரட்சிக்கொடி இது!"[14] திராவிடர் கழகத்தின் கருப்புக் கொடி விளிம்புநிலையினருக்கு எதிர்காலத்தில் விடுதலை பெற்றுத்தரும்

என்று புரட்சிகரமாகப் பேசுகின்றான். அன்றைய காலகட்டத்தில் செங்கொடி மூலம் புரட்சி பற்றிப் பேசிய பொதுவுடைமைக் கட்சித் தோழர்களின் கருத்தியலுக்கு மாற்றாகக் கருப்புக் கொடியும் திராவிடர் இயக்கத் தத்துவமும் நாடகத்தில் முன்வைக்கப்பட்டுள்ளன. பறையர், பள்ளர், சக்கிலியர் சாதியைச் சார்ந்தவர்களைப் பாட்டாளிகளாகக் கருதுகின்ற கலைஞர், ஒடுக்கப்பட்டவர்களுடைய சாதிய இழிவு, திராவிடர் கழகத்தின்மூலம் விரைவில் நீங்கிடும் என்று பேசுவது அன்றைய காலகட்டத்தில் மிகவும் முற்போக்கானது.

அபிநயசுந்தரரின் கேள்விக்குப் பதிலாக இதெல்லாம் ஒரு கேள்வியா என்று பாண்டியன் கேள்வி கேட்க, பதில் தெரியாது என்று சொல்லுமாறு அவர் சொல்கிறார். அப்போது பாண்டியன் தெரியாது என்ற சொல் சுயமரியாதைக்காரன் அகராதியில் இல்லை என்கிறான். இப்பதில் பாண்டியனின் பகுத்தறிவு வழிப்பட்டதாகும். பாண்டியனும் பிறரும் கறுப்புச் சட்டை அணிந்திருப்பதைக் கண்ட அபிநயசுந்தரர் அதைச் சாவு கலர் சட்டை என வருணிக்கிறார். அப்பொழுது பாண்டியன் இது...திராவிடரின் இழிவுக்கு அடையாளம்.... துக்கக் குறி என்கிறான். தூக்குமேடை நாடக நூலில் தலைப்பின் கீழ் அடைப்புக் குறிக்குள் 'இன எழுச்சி நாடகம்' என்ற குறிப்பு உள்ளது. திராவிட இனத்தின் எழுச்சியைச் சித்திரிக்கும் நாடகம் என்று தூக்குமேடையைக் கருத முடியும்.

பாண்டியனுக்கும் அபிநயசுந்தரருக்கும் இடையில் நடைபெறும் வாக்குவாதம், முரண்பாடுகள் அன்று திராவிடர் கழகம் பற்றிப் பரவலாக எழுந்த குற்றச்சாட்டு களுக்குக் கலைஞர் தந்த பதில்கள் ஆகும். திராவிட கழகத் தோழர்கள் பிற இயக்கத்தவரிடம் விவாதிக்கும்போது, அவர்கள் எதிர்கொள்ளும் பல்வேறு கேள்விகளுக்கு விடையளிப்பதற்கான ஊட்டத்தைத் தருமாறு பதில்கள் உள்ளன. திராவிடர் கழக அரசியலும் போராட்ட முறைகளும், தலைவர்கள் பற்றிய விளக்கங்களும் தூக்குமேடை நாடகத்தில் விவரிக்கப்பட்டுள்ளன. திராவிட முன்னேற்றக் கழகம், திராவிடர் கழகத்திலிருந்து பிரிந்து அறிஞர் அண்ணா தலைமையில் தி.மு.கழகம் தோற்றுவிக்கவேண்டிய நிலை, 1949 ஆம் ஆண்டு ஏற்பட்டது. பெரியார் தனது 72வது வயதில் 26 வயதான மணியம்மையைத் திருமணம் செய்து கொண்டதுதான் கட்சிப் பிரிவினைக்குக் காரணம் என்று சொல்லப்பட்டது. பெரியார் என்ற சுயமரியாதைக்காரரின் இறுக்கமான போக்கு, ஜனநாயகமற்ற தன்மை, தேர்தலில் பங்கேற்காமை காரணமாகப் பிரிய நினைத்தவர்கள் திருமணத்தைச் சாக்காகக்கொண்டனர் என்ற கருத்தும் உள்ளது. தி.மு.

கழகம் 1957ஆம் ஆண்டு பொதுத்தேர்தலில் பங்கேற்றது; 1967ஆம் ஆண்டு தமிழகத்தின் ஆட்சிக் கட்டிலேறியது. திராவிடர் கழகத்தின் கொள்கை ஆட்சிக்கு வெளியிலிருந்து அதிகாரத்திலுள்ள கட்சியை ஆதரிப்பது; தி.மு.க.கழகத்தின் கொள்கை அதிகாரத்தைக் கைப்பற்றி ஆட்சி புரிவதாகும். எனினும் செயற்பாட்டு அடிப்படையில் இருவேறு அமைப்புகளுக்கும் இடையில் பெரிய வேறுபாடு இல்லை.

ஒன்றேகுலம் ஒருவனே தேவன், பார்ப்பனர் எதிர்ப்பு பார்ப்பனிய எதிர்ப்பானது, நாத்திகப் பிரச்சாரத்திற்கு மிகக்குறைந்த முக்கியத்துவம் தரல், மாநில சுயாட்சி போன்றன தி.மு.கழகத்தின் கொள்கைகளாகின. தி.மு.கழகம் தொடங்கியது முதல் முன்னணித் தலைவராக விளங்கிய கலைஞர், 1963 ஆம் ஆண்டு பிரிவினைத் தடைச்சட்டம் வரை திராவிடக் கருத்தியலுக்கு முக்கியத்துவம் தந்தும், அதற்குப் பின்னர் அரசியலுக்கு முக்கியத்துவம் தந்தும் நாடகங்கள் எழுதியுள்ளார். அறுபதுகளில் கலைஞரின் நாடகங்கள் காங்கிரசின் மக்கள் விரோதப் போக்கை அம்பலப்படுத்துவதிலும் தி.மு.கழகத்தின் மக்கள் ஆதரவுப்போக்கை விளக்குவதுமாக அமைந்திருந்தன.

கலைஞர் எழுதிய பரப்பிரம்மம் (1956), காகிதப்பூ (1967), திருவாளர் தேசீயம் பிள்ளை (1967) ஆகியன தி.மு.கழகத்தின் கொள்கை விளக்கப் பிரச்சார நாடகங்கள். அவை, அன்று தி.மு.கழகத்திற்கு அரசியல்ரீதியில் எதிரியாக விளங்கிய காங்கிரசுக் கட்சியின் அரசியல் கொள்களையும், செயற்பாடுகளையும் விமர்சிப்பதில் முதன்மையாக விளங்கின; காங்கிரசின் மக்கள் விரோதப்போக்கையும், மூடநம்பிக்கைப் போக்கையும் அம்பலப்படுத்துவதன்மூலம் தி.மு.க.கழகத்தின் அரசியலைப் பரந்துபட்ட நிலையில் மக்களுக்கு அறிமுகப்படுத்தின. திராவிடர் கழகத்திற்கும் தி.மு.கழகத்திற்கும் இடையிலான முரண்பாடும் சிறிய அளவில் நாடகங்களில் பதிவாகியுள்ளன. பெரியாரும் திராவிடர் கழகத்தலைவர்களும் தி.மு.கழகத் தின் மீது சுமத்திய குற்றச்சாட்டுகளைப் பற்றிக் காங்கிரசுக்காரர் தி.மு.க. தொண்டரிடம் கேட்டபோது பின்வருமாறு அவர் பதிலளிக்கிறார். "பதில் சொல்ல முடியாமல் இல்லை. பதில் சொல்ல விரும்பவில்லை. ரத்தக் கண்ணீர் வருகிற அளவுக்கு அவர்கள் பேசினால்கூட... எதிர்த்து வாதிட்டு வீண் சச்சரவுகளை உண்டாக்கிக்கொள்ள வேண்டாமென்று எங்கள் தலைவர்களின் கட்டளை."[15] எனவே தி.மு.கழகத்தினைப் பொறுத்தவரை பெரியாருடன் முரண்பட்டு மோதுவதைத் தவிர்த்து வந்த போக்கினை மணிமகுடம் நாடகத்தின் மூலம் அறிய முடிகின்றது.

பலவேசம், தி.மு.க. தொண்டரின் பேச்சைக் கேட்டு யார் தம்பி... தி.மு.க.வா? என்று கேட்டவுடன் அருகிலிருந்த தி.க. தொண்டர் "இல்லை.... கண்ணீர்த்துளி' என்று கேலி செய்கிறார். பெரியார் கல்யாணம் செய்துகொண்டதை நினைவுக்கு வரவேண்டுமென்பதற்காகக் கண்ணீர்த்துளி என்ற பட்டத்தை ஏற்றுக்கொண்டதாகத் தி.மு.க. தொண்டர் கூறுகிறார். ".... கும்பகோணத்தில் அண்ணாதுரை கூட்டம்! அதுக்கு முதல் நாள் குருசாமி கூட்டம் குருசாமி என்ன சொன்னான் தெரியுமா நாளைக்கு அந்த... (எழுதக்கூடாத வார்த்தைகள்) அவன் வருகிறான்... அவனைப் பேச விடாதீர்கள், யாருமே கூட்டத்திற்குப் போகாதீர்கள்."¹⁵ என்று கந்தன் தி.மு.க.வினர் பற்றிய தி.க.வின் நிலைப்பாட்டை உதயசூரியன் நாடகத்தில் விளக்குகிறான். எனினும் தி.மு.வினர், தி.க.வைவிட்டு விலகிப் போனதையே அன்றைய அரசியல் நிலைமைகளும் கலைஞரின் நாடகங்களும் உணர்த்துகின்றன.

தி.மு.கழகத்தின் சட்டப்பேரவைத் தேர்தல் வெற்றியைக் குறிவைத்து அன்றைய அரசியல் பிரச்சினைகளை மையமாக்கி எழுதப்பட்டுள்ள 'காகிதப்பூ' நாடகம், திராவிட முன்னேற்றக் கழகத்தின் கொள்கைகளை அப்பட்டமாக விளக்குகிறது. அந்நாடகத்தில் அண்ணா எழுதிய 'நண்பர்கள் கேட்பதற்கு' என்ற நூலை எடுத்துக் கொண்டு ஒருவர் வாசிப்பது பின்வருமாறு:

- தி.மு.க. பல தியாகிகளின் குருதி கொட்டப்பட்டுக் கட்டப்பட்ட பாசறை
- தி.மு.க. காங்கிரஸ் எதேச்சதிகாரத்தை எதிர்த்திடும் போர் முகாம்
- தி.மு.க. முப்பத்தி நூறு லட்சம் மக்களின் வாக்குகளைப் பெற்ற கட்சி
- தி.மு.க. அழிக்கப்பட்ட விட்டால், மக்களாட்சி முறைக்கே பேரிடி ஏற்பட்டுவிடும்.
- தி.மு.க. நாள் தவறாமல் மக்கள் தொடர்பு கொண்ட ஜனநாயக அமைப்பு
- தி.மு.க. தொடர்ந்து பணியாற்றினால் மட்டுமே மொழி காத்திட, வளம் பெற்றிட, புதுவாழ்வு கண்டிட முடியும்.
- தி.மு.க. உழைப்பின் உருவம்

நாடகத்தைப் பார்க்கின்ற பார்வையாளனுக்குத் தி.மு.க. என்றால் என்னவென்று எளிதில் புரியுமாறு விளக்கியுள்ளார், கலைஞர். இவைபோன்று மரகதம் பேசுவகின்ற பேச்சு, நாடகக்கலையின் தனிச்சிறப்பினுக்குப் பொருந்தாது. எனினும் தமிழ்நாட்டில் எப்படியாவது காங்கிரஸ் ஆட்சியைக் கைப்பற்றுவதைத் தடுத்திட வேண்டுமென்ற ஒரே குறிக்கோளில் இத்தகைய வசனங்களைக் கலைஞர் நாடகத்தில் எழுதியுள்ளார். பொதுவாகப் பிரச்சார வசனங்கள், நாடகத்தைப் பார்க்கும் பார்வையாளரின் மனதிற்குள் ஊடுருவுகின்றன. இந்தியா போன்ற கல்வியறிவில் பின்தங்கிய நாடுகளில் அரசியல் கருத்துப் பிரச்சார நாடகங்களில் இதுபோன்று வெளிப்படையாகப் அரசியல் பேசுவது, ஆட்சி அதிகாரத்தைக் கைப்பற்றுவதற்குத்தான். அன்றைய காலகட்டத்தில் கட்சி அரசியல், பரந்துபட்ட மக்களைச் சென்றடைய நாடக வடிவம் வலிமையான ஊடகமாகப் பயன்பட்டுள்ளது.

கலைஞர் திராவிட முன்னேற்றக் கழகத்தின் கொள்கைகளைத் தொடர்ந்து தனது நாடகங்களில் விளக்கியுள்ளார். தி.மு.க.வைப் பொறுத்தவரை நாடு பிரிவினைத் தடைச்சட்டம் அமுலுக்கு வருவதற்கு (1963) முன்பிருந்த நிலை, 1967ஆம் ஆண்டு தமிழகத்தில் ஆட்சியைக் கைப்பற்றி அதிகாரத்திற்கு வரும் வரையிலான நிலை, ஆளும் கட்சியாக இருக்கும்போது அரசியல் நிலை, எதிர்க்கட்சியானபோது அரசியல் நிலைப்பாடு என்ற நான்கு காலகட்டங்கள் முக்கியமானவை.

தி.மு.கழகத்தின் முக்கியமான கொள்கைகள்

1. ஆரியர் வேறு திராவிடர் வேறு, திராவிடத்தை ஆரியர் இழிவாகக் கருதுகின்றனர்.
2. தமிழ் உயர்வான மொழி, தமிழர்கள் சிறந்த பண்பாட்டிற் குரியவர்கள்.
3. இந்தி மொழித் திணிப்பை எதிர்த்தல்.
4. மூடநம்பிக்கைகள் எதிர்ப்பு,
5. பகுத்தறிவை முன்வைத்தல்
6. சாதி, சமய வேறுபாடுகளை மறுத்தல்.

தி.மு.கழகத்தின் முக்கியமான கொள்கைகள், கலைஞரின் பெரும்பாலான நாடகங்களில் பாத்திரங்களின் வழியாக வெளிப்பட்டுள்ளன.

தி.மு.க.வினர் தங்களைத் தமிழ்மூலம் அடையாளப் படுத்திக்கொள்வது பொதுவான வழக்கம். வரலாற்றுரீதியில் தமிழர்பட்ட அல்லல்கள் குறித்த பிரக்ஞை அவர்களுக்கு உண்டு. ஏனெனில் தமிழ்த்தேசிய இனம் கடந்து அறுநூறு ஆண்டு கால வரலாற்றுப் பாதையில் சுய அதிகாரத்துடன் இருந்த காலம் மிகவும் குறைவு. இஸ்லாமியர், நாயக்கர், மராட்டியர், ஆங்கிலேயர், பிரெஞ்சுக்காரர் போன்ற வேற்றுமொழியினர் தமிழகத்தைப் பல நூற்றாண்டுகளாக ஆண்டபோது தமிழர்கள் தங்களுடைய அடையாளத்தையும் மொழியையும் பண்பாட்டையும் பேணிக் காக்க போராடி வந்துள்ளனர். நாயக்க மன்னர்களின் பேராதரவுடன் வெளியிலிருந்து வந்த வைதிக சநாதனத்துடன் சம்ஸ்கிருத மொழியும் தமிழ்நாட்டில் ஆதிக்கம் செலுத்தியபோது, தமிழ் மொழி எதிர்ப்பிற்கான கருவியாக மாற்றப்பட்டது. இவ்வடிப்படையில்தான் தமிழ்க்கடவுள் முருகன் என்ற கருத்தினையும் சைவ மடங்களின் தமிழ்ப் பணியையும் புரிந்துகொள்ள முடியும். சுருங்கக்கூறின் தமிழர்மீது பிற மொழியினர் ஆதிக்கம் செலுத்த முயன்றபோதெல்லாம், தமிழ் மொழியை முன்னிறுத்திப் போராடுவது, தமிழகத்தில் தொடர்ந்து நடைபெற்றுள்ளது. இத்தகைய வரலாற்றுப் பின்னணியின் தொடர்ச்சியாகத்தான் தி.மு.கழகத்தினரின் வடவர் எதிர்ப்பு, சமய மேலாதிக்க எதிர்ப்புப் போராட்டங்களைப் புரிந்துகொள்ளவியலும்.

'தூக்குமேடை' நாடகத்தில் பாண்டியன் தமிழ்மொழி தனித்தியங்கும் தன்மையுடையதென்றும், சம்ஸ்கிருதம் ஊமைமொழி, எழுதப்படிக்க மட்டும் முடியும், பேச முடியாது என்கிறான். மேலும் தமிழ், தமிழர் பண்பாட்டை வளர்ப்பதாயிருந்தால் தமிழில் பிறமொழிகள் கலப்பதை வரவேற்கலாம் என்று குறிப்பிடுவதன்மூலம் தமிழ் குறித்துப் பெருமையிலும் தூய தமிழ் என்ற வறட்டுப் பிடிவாதம், கலைஞருக்கு இல்லை என்று புலனாகிறது. அதேநேரத்தில் ஸ்ரீ என்பதற்குப் பதில் உயர்திரு அய்யா, எனவும் நமஸ்காரம் என்பதற்கு வணக்கம் எனவும், ஆஸ்டல் என்பதற்கு உணவு விடுதி எனவும் பிறமொழிச் சொற்களைத் தமிழாக்கிப் பயன்படுத்த வேண்டும் என்று பாண்டியன் வலியுறுத்துவது இங்கு ஒப்பு நோக்கத்தக்கது. பரமார்த்திக அய்யங்காரிடம் உயர்நிலை தமிழா சம்ஸ்கிருதமா என்ற சொற்போர் நிகழ்த்தும்போது பாண்டியன், தமிழ்நாட்டில் தமிழ் உயர்ந்ததா என்பதற்கு விளக்கம் கூறுவது நமக்கே வெட்கமாக இல்லையா? தமிழ் உயர்நிலைதான். மணிமுடியாகவே இருந்த மாணிக்கம் மண்ணிலே உருண்டு கிடப்பதுபோல உள்ளது என்று வேதனைப்படுகிறான். மேலும் தமிழின் சீர்குலைவுக்குக்

காரணம் செத்துப்போன சம்ஸ்கிருதம்தான் என்று முடிவாகப் பாண்டியன் சொல்கிறான். பாண்டியனுக்கும், பரமார்த்திக அய்யங்காருக்குமிடையில் நடைபெறும் விவாதம் முழுக்கத் தமிழ் பற்றிய தி.மு.கழகத்தின் கருத்தினை வெளிப்படுத்துகின்றது.

கலைஞர் எழுதிய 'சேரன் செங்குட்டுவன்' நாடகத்தில் புலவர், தமிழ் உலகத்தோடு பிறந்த தமிழ்! கல்தோன்றி மண் தோன்றாத காலத்தே முன்தோன்றி மூத்த தமிழ்! என்று தமிழரின் சிறப்பைப் போற்றுகின்றார். காகிதப்பூ நாடகத்தில் கண்ணனுக்கும் மரகதத்திற்கும் இடையில் தமிழ் குறித்து நடைபெறும் விவாதத்தில் கண்ணன் எழுப்பும் கேள்விகள், அன்று காங்கிரசார் எழுப்பியவை. அவற்றுக்கான தி.மு.கழகத்தின் பதில்கள் மரகதம்மூலம் விளக்கமாகத் தரப்பட்டுள்ளன. கலைஞர் செயல்திறன் மிக்க அரசியல்வாதி. எனவே நாளும் அவர் எதிர்கொண்ட அரசியல்ரீதியான எதிர்ப்புக் கருத்துக்களுக்கு நாடகம்மூலம் மறுப்பினை வெளிப்படுத்தியுள்ளார். இரண்டாயிரமாண்டுகளுக்கும் மேலாகத் தமிழைப் பேசி வரும் தமிழரின் இனப்பெருமை குறித்துப் பெருமையுடன் திராவிட இயக்கத்தார் அன்று மேடைகளில் முழங்கியும் இதழ்களில் எழுதியும் வந்தனர். பார்ப்பனியத்தால் அடிமைப்பட்டுள்ள தமிழர் வாழ்வில் மாற்றம் ஏற்பட வேண்டுமென்ற அரசியல் கருத்தினை வலியுறுத்தத் தமிழர் பெருமையினைப் பேச வேண்டிய தேவையேற்பட்டது. வரலாற்றில் பிற மொழியினரால் பொருளியல், பண்பாட்டுரீதியில் அடிமைப்பட்டுக் கிடந்த தமிழர்களிடம் மறுமலர்ச்சியை ஏற்படுத்த பண்டையப் பெருமைகள் தி.மு.கழகத்தாருக்கு முக்கியமானவையாக விளங்கின. இதனால் நாடகங்களில் தமிழ் மீட்புவாதம்மூலம் தமிழினப் பெருமைகள் முன்னிலைப்படுத்தப்பட்டன.

'நச்சுக்கோப்பை' நாடகத்தில், குழந்தையைப் போருக்கு அனுப்பிய வீரத்தாய், முதுகில் காயப்பட்டு மாண்ட வீரனைப் பெற்றதற்காகப் பாலூட்டிய முலையை அறுத்தெறிவேன் என்று சூளுரைத்த தாய் என்று தமிழினத்தின் பெருமைகளை ஏகாம்பரம் குறிப்பிடுகிறான்.

'தூக்குமேடை' நாடகத்தில் பாண்டியன், கனகவிசயர் கண்ணகி சிலைக்காகக் கல் சுமந்தது, மேலைநாட்டு வணிகம், பர்மா மேல் படையெடுப்பு, மரக்கலம், மயில், மிளகு போன்ற சொற்கள் பிறமொழிகளில் பரவியது, போர்முனைக்கு மகனை அனுப்பிய தாய் என்று பல்வேறு சம்பவங்கள்மூலம் தமிழரின் சிறப்பைக் குறிப்பிடுகிறான்.

தமிழரின் மாண்பை வெளிப்படுத்த இலக்கியப் படைப்புகளும் வரலாற்றுச் சம்பவங்களும் கலைஞருக்குப் பெரிதும் பயன்பட்டுள்ளன. அவற்றை நாடகங்களில் பாத்திரங்களின் உணர்ச்சிப்பூர்வமான உரைகள்மூலம் வெளிப்படுத்தியுள்ளார்.

சிலப்பதிகாரம், சேரன் செங்குட்டுவன் ஆகிய இரு நாடகங்களும் தமிழரின் மாண்பை உணர்த்துவதற்காகக் கலைஞரால் எழுதப்பட்டவையாகும். சிலப்பதிகாரம் நாடகநூலின் முன்னுரையில் கலைஞர், "நம்மைப் பார்த்துத் தமிழரின் புகழை எத்தனை முறை பாடினாலும் தெவிட்டாது தெவிட்டாது என உரைப்பதுடன் அந்த உணர்வே இந்த நாடகக் காப்பியம்" என்று குறிப்பிட்டுள்ளார். சிலப்பதிகாரத்தை விரிவான தமிழக வரலாறாகக் கருதும் கலைஞர், தனது அரசியல் நோக்கினுக்கேற்பச் சிலப்பதிகாரக் கதையில் மாற்றங்கள் செய்ததுடன், இயற்கையிறந்த நிகழ்ச்சிகளைக் களைந்துவிட்டு நாடகமாக்கியுள்ளார். நாடக அமைப்புத் தேவையின் காரணமாகச் சில நிகழ்ச்சிகளைக் காலமாற்றம் செய்யவும் பின்னர் நடந்த நிகழ்ச்சிகளை இணைத்துக்காட்டவும் நாடக ஆசிரியருக்கு உரிமை உண்டு. பண்டைய இலக்கிய வரலாற்றுச் செய்திகள், சம்பவங்களை எடுத்துக்கொண்டு, சமகாலச் சமூக அக்கறை, விழிப்புணர்வுடன் மறுவாசிப்புச் செய்வதன்மூலம் பழைய பிரதியினை நடப்பினுக்குப் பொருத்திக் காட்டும் முயற்சிகள், எல்லா மொழிகளிலும் நடைபெறுகின்றன. கலைஞரின் சிலப்பதிகார நாடக முயற்சி, பழைய கவிதையின் பாடுபொருளைப் புதிய சூழலுக்கேற்ப மாற்றியமைத்துப் புதுக்கித் தருவதாகும். தமிழரின் பண்டையச் சிறப்பையும் மேன்மையையும் அடங்கியொடுங்கி இருக்கின்ற தமிழருக்கு உணர்த்துவதற்காகவே கலைஞர் இத்தகைய முயற்சிகளை மேற்கொண்டுள்ளார்.

தமிழ் மீது அன்பாய், பற்றாய், பாசத்தாய், தமிழ் காத்துத் தமிழரின் நலன்காக்கும் தொண்டர்க்குத் தொண்டனாகிய நான்,

'மணங்கமழும் தமிழே!
மனங்கவரும் தாயே!
இன்ப மொழியே!
அன்பு விழியே!
உயிரான தமிழே!
உலகில் உயர்வான மொழியே!
உன்னைப் போற்றிப் புகழ்வதன்றி
வேறு பணி எனக்கில்லையே'

என்ற உற்சாகமிகுதியால் இந்த முயற்சியில் ஈடுபட்டேன் என்று சிலப்பதிகாரம் நூலின் முன்னுரையில் கலைஞர் தரும் வாக்குமூலம், நாடகமானது அவருடைய கொள்கை வெளிப்பாட்டிற்குப் பயன்பட்டதனை அறியமுடிகிறது.

சிலப்பதிகாரம் நாடகத்தில் வரும் வடபுலப் படையெடுப்புக் காட்சியில் சேரன் செங்குட்டுவனின் பெருமைகளைப் பட்டியலிட்டு இறுதியில் தமிழன் தோற்றதில்லை என்று கூறுவது தமிழரின் பிம்ப உருவாக்கத்தில் முக்கியமான பங்காற்றுகிறது. இன்னொருநிலையில் தமிழருக்கும் வடவருக்குமான போர், பன்னெடுங்காலம் நடைபெற்றுக் கொண்டிருக்கிறது என்ற வரலாற்றுச் செய்தியைத் தமிழருக்கு அறிவுறுத்துகிறது.

தமிழ் பற்றிய தி.மு.கழகத்தாரின் கொள்கைகளை வெளிப் படுத்தும்வகையில் சிலப்பதிகார நாடகத்தில் யவனக் கிழவனுக்குக் கோவலன் தமிழாசானாகச் சித்திரிக்கப்பட்டுள்ளான். வாழ்க தமிழ் என்ற முரசறைவோனின் முழக்கத்துடன் ஆரம்பமாகும் நாடகம், முடிவில் சேரன் செங்குட்டுவன், வடவரான கனக விசய மன்னர்களை வென்று அவர்களுடைய தலையில் கல்லை ஏற்றுவதுடன் முடிவடைகிறது. தமிழரின் கலையுணர்வை, தமிழுணர்வை வெளிப்படுத்துகின்ற படைப்பாகவே கோவலன் பாத்திரம் படைக்கப்பட்டுள்ளது. தமிழரின் மானத்தைக் காப்பதற்காகக் கோவலன் மாலை வாங்கியதாகக் காட்டப்படுகிறது; தமிழ் வீரத்தை நிலைநாட்ட முதியவனை யானையிடமிருந்து காக்கிறான், கோவலன்; தமிழ்மறை தந்த பழக்கத்தால் அறத்தைக்கூறி, கீரியைக் கொன்ற பார்ப்பனத் தாயின் செயலை நியாயப்படுத்துகிறான்.[17] எனவே பண்டையத் தமிழரின் வாழ்க்கையைச் சித்திரிக்கும் காப்பியத்தைத் தமிழ் உணர்வு, தமிழர் மாண்பு வெளிப்படுமாறு நாடகமாக்கப்பட்டுள்ளது அரசியல் நோக்கமுடையது.

தி.மு.கழகம் தமிழ்நாட்டில் ஆட்சியிலிருந்தபோது, கலைஞர் முதலமைச்சராகப் பணியாற்றினார். அப்பொழுது அவரைக் காங்கிரஸ் கட்சியினரும் பிற எதிர்க்கட்சியினரும் கடுமையாக விமர்சனம் செய்தனர். சோ என்று அழைக்கப்படும் துக்ளக் இதழின் ஆசிரியரான ராமசாமி நாடகங்கள்மூலம் தி.மு.க. அரசைக் கடுமையாகச் சாடினார். தி.மு.க. அரசின் கவர்ச்சிகரமான திட்டங்கள், உலகத் தமிழ் மாநாடு, தமிழ்மீது கொண்ட பற்று போன்றவற்றை நாடகங்களில் பகடி செய்தார். இந்நிலையில் 1971ஆம் ஆண்டு தமிழக முதல்வராயிருந்த

கலைஞர், காங்கிரஸ் தலைவர் காமராசரையும் சோவையும் கிண்டல் செய்து' நானே அறிவாளி' என்ற அங்கத நாடகம் எழுதினார். அந்நாடகத்தில் தமிழுக்குத் தி.மு.க. அரசு செய்த தொண்டுகளைக் குறிப்பிட்டு, தி.மு.க. அரசைப் போற்றுகின்றார். விண்ணிலிருந்து உலகைச் சுற்றிப் பார்க்கவந்த வள்ளுவர், அடக்கத்திடம் கூறுகிறார். "தமிழகத்தில் சில நாட்கள் சுற்றிப் பார்த்தேன். எங்கும் தமிழ், எதிலும் தமிழ் மணக்கின்ற பாங்கு கண்டேன் என்று தமிழகமெங்கும் தமிழ்ப் பணியாற்றும் தி.மு.க.வினரின் செயலை வள்ளுவர் பாராட்டுகின்றார். பின்னர் தமிழ்த்தாயும் வள்ளுவரும் சந்தித்து உரையாடுகின்றனர். அப்பொழுது தமிழ்த்தாய், பூப்பந்து முழுவதும் தாயின் புகழ் பரப்பும் என்னருமை தமிழ்ச் செல்வங்களுக்கு நான் என்னே கைமாறு செய்யப் போகிறேன்? என்ற வாழ்த்து ஒன்றே அவர்களை வாழ்விக்கும் மாமருந்து" என்று வாழ்த்துகிறார். வள்ளுவர், "தமிழ் வாழ தமிழர் நிலை உயர, தமிழகம் அமைதித் தோட்டமாகத் திகழப் பாடுபடும் அந்தத்தூய தொண்டர்களுக்குத் தமிழ்ப் பகைவர்களிடமிருந்து எத்தனையோ எதிர்ப்புகள், ஏசல் மொழிகள், அவர்தம் ஆட்சியினை மாற்றிடச் சதி திட்டங்கள் இத்தனை சூழலுக்கு இடையே அந்த வீரர்கள் சுழன்று சுழன்று பணியாற்றுகின்றனர்" என்கிறார். தி.மு.கழகத்தின் ஆட்சியை அற்புதமான ஆட்சியெனத் திருவள்ளுவரும் தமிழ்த்தாயும் போற்றுவதாகக் கலைஞர் புனைந்துள்ள உரையாடல்கள், முழுக்கத் தமிழ் உணர்வை அவருடைய அரசியலுக்குப் பயன்படுத்துவதாகும்.

நாடகத்தின் நிறைவாகத் தமிழன்னை உரையாற்றும்போது, 'தமிழாய்ந்த தமிழன்தான் தமிழ்நாட்டில் நல் அமைச்சராய் வருதல் வேண்டுமென்ற பாவேந்தரின் கருத்து செயல்பட்டுச் செழித்திடும் காட்சிதனைக் காணுகிறேன். இந்த ஆட்சிக்கு எந்தக் குறையும் நேராமல் தமிழின் சக்தி காப்பாற்றும்' என்று குறிப்பிடுவது முக்கியமானது. மேலும் நாடகத்தின் இறுதி வசனமாக டாக்டர் "வாழ்க வாழ்க தமிழர்! வாழ்க தமிழக அரசு!" என்று குறிப்பிடுவதிலிருந்து தமிழானது, தமிழரின் உணர்வுநிலை என்ற தளத்திலிருந்து முழுக்க அரசு அதிகாரத்துடன் தொடர்புடையதாக மாறியுள்ளதனை அறிய முடிகிறது. தமிழர், தமிழர் மாண்பைத் தமது கொள்கையாக முன்னிறுத்திய தி.மு.க. கழகம், ஆட்சிக்கு வந்தவுடன் அரசியல்ரீதியில் எதிர்க்கட்சிகளின் விமர்சனங்களைச் சமாளிப்பதற்கும் தமிழைப் பயன்படுத்தியுள்ளது புலப்படுகிறது. தமிழ் என்ற அடையாளம் தி.மு.க.வின் வரலாற்றுடன் நெருங்கிய தொடர்புடையதற்குச் சான்றாகக் கலைஞரின் நாடகங்கள் விளங்குகின்றன.

இந்தி மொழி எதிர்ப்பு

ஆரியர் - திராவிடர் கருத்தியல் மோதுதலின் விளைவாக வடவர் எதிர்ப்பு, சம்ஸ்கிருதம் எதிர்ப்புத் தொடக்கக்காலத்தில் திராவிடர் இயக்கத்தின் கொள்கையாக இருந்தது. பின்னர் முப்பதுகளின் இறுதியில் அது இந்தி மொழி எதிர்ப்புப் போராட்டமாக வடிவெடுத்தது. நீதிக்கட்சி, சுயமரியாதை இயக்கம், தமிழறிஞர்களின் குழு ஆகியவற்றின் செயற்பாட்டுக் குழு, இந்தியைப் பள்ளிகளில் கற்றுத் தருதல் கூடாது என்று பிரச்சாரம், மறியல், கறுப்புக்கொடி காண்பித்தல் ஆகியவற்றுடன் சட்ட மறுப்பு இயக்கம் நடத்துவதென முடிவெடுத்துச் செயல்பட்டது. இதன்படி 1.6.38 அன்று ராஜாஜி வீட்டு முன்னர் மறியல் நடைபெற்றது. இதைத் தொடர்ந்து இந்தி எதிர்ப்புப் போராட்டம், தமிழ்நாட்டில் எழுச்சி பெற்றது. 1965ஆம் ஆண்டு நடைபெற்ற இந்தி எதிர்ப்புப் போராட்டம், மாணவர்களின் எழுச்சிப் போராட்டமாக மாறியது. 1965 ஆம் ஆண்டு ஜனவரி 26 ஆம் நாளான குடியரசு நாளைத் துக்க நாளாகக் கொண்டாடுமாறு தி.மு.க. கேட்டுக்கொண்டது. 18 தமிழ்மொழியின் வளர்ச்சியென்பது இந்தி மொழி எதிர்ப்பினை உள்ளடக்கியதாகவே தி.மு.கழகத்தினர் கருதினர். இத்தகைய எதிர்ப்புணர்வு நாடகங்களிலும் வெளிப்பட்டுள்ளது.

பரப்பிரம்மம் நாடகத்தில் திராவிடம் தமிழ்மொழி இனிது என்ற பாடலைப் பாடியதற்காக டில்லியப்பர் கண்டனம் செய்கிறார். அப்பொழுது அவர், திராவிடம் டில்லியப்பரிடம் அடிமையாக இருப்பதால் இனிமேல் இந்தியைப் பற்றிப் பாடவேண்டும் என்று கட்டளையிடுகிறார். இந்நாடகத்தில் குறியீட்டுநிலையில் டில்லியிலுள்ள அதிகாரத்துவ ஆட்சி, தமிழகத்தில் இந்தியைப் படிக்க வேண்டுமெனக் கட்டளையிடுவது சித்திரிக்கப்பட்டுள்ளது. இந்தியை எதிர்க்கவும், தமிழைக் காக்கவும் தமிழகமே தணற்காடு, ரணக்காடாக மாறியது என்று மரகதம், காகிதப்பூ நாடகத்தில் குறிப்பிடுகிறார். மேலும் அவர் இந்தி எதிர்ப்புப் போரில் காங்கிரஸ் அரசின் துப்பாக்கிக்குப் பலியானவர் மனைவியான காவேரியைத் தி.மு.க. வின் சார்பில் தேர்தலில் போட்டியிட வேண்டுமெனக் கேட்கிறார். தி.மு.க.வின் இந்தி எதிர்ப்புப் போராட்டம் காரணமாகக் காவேரியின் கணவன் இறந்தான் என்று தசாவதாரம் சொன்னவுடன், காவேரி தனது கணவன் சாவிற்குக் காரணமாக இந்தியைத் தமிழகத்திற்கு கொண்டு வந்தவர்களைத் தண்டிக்க வேண்டும் என்கிறாள். இந்தி எதிர்ப்புப் போராட்டம் காரணமாக அரசின் அடக்குமுறையினால் தமிழர்கள்

கொல்லப்பட்டபோது அவர்களின் இறப்பினுக்குக் காரணம் காங்கிரஸ் கட்சியே என்ற அரசியலைக் கலைஞர் தனது நாடகத்தில் பாத்திரங்கள் வாயிலாக விளக்கியுள்ளார்.

இயக்கத் தலைவர்கள்

திராவிட இயக்கத் தலைவர்கள் பெரியார், அண்ணா, பாரதிதாசன், அழகிரிசாமியுடன் காங்கிரசு இயக்கத்தவரான சங்கரலிங்க நாடார் பற்றிய குறிப்புகளையும் தனது நாடகங்களில் கலைஞர் தந்துள்ளார். கலைஞரின் முதல் நாடகமான நச்சுக்கோப்பையில், சீர்திருத்தவாதியான பழனியப்பன் இறுதியில் நஞ்சருந்தி தற்கொலை செய்ய எண்ணுகிறான். அப்பொழுது அறிஞர் அண்ணாவின் படத்தைப் பார்த்தவுடன் மனம் குழம்பிப் பேசுவது முக்கியமானதாகும். "அண்ணா! திராவிடர் தளபதி! தற்கொலை செய்துகொள்வது கோழையின் செயல் என்கிறீர்களா? வீரனுக்கு அழகா என்கிறீர்களா? செயலாற்ற முடியாத கோழையே என்கிறீர்களா?"[19] என்று கூறி நச்சுக்கோப்பையைக் கீழே வீசி உடைக்கிறான். சீர்திருத்தக்காரனின் ஊசலாட்ட மனநிலையின்போது, அவனுக்குச் சரியான திசைவழியை அண்ணாவின் புகைப்படம் காட்டும் என்று நாடகத்தில் சித்திரிக்கப்பட்டிருப்பது புனைவின் உச்சமாகும்.

காகிதப்பூ நாடகத்தில் இந்தி எதிர்ப்புப் போராட்டத்தில் காங்கிரசு அரசினால் கொல்லப்பட்ட கணவனின் நிழற்படத்திற்கு அருகில் அறிஞர் அண்ணாவின் புகைப்படத்தைக் காவேரி சுவரில் மாட்டும்போது அதற்குக் காங்கிரஸ்காரரான தசாவதாரம் எதிர்ப்புத் தெரிவித்தபோது, அவள் தனது செயலை நியாயப்படுத்திப் பேசுவது முக்கியமானது. கீழ்மட்டத் தொண்டர்களிடம்கூட அண்ணாவின் செல்வாக்குப் பரவியுள்ளதனைக் கலைஞர் நாடகத்தில் சுட்டிக் காட்டியுள்ளார். திராவிட இயக்கத் தளபதியாகவும் தி.மு.கழகத்தின் முன்னணித் தலைவராகவும் விளங்கிய அறிஞர் அண்ணாவின் மீது கலைஞருக்கிருந்த தனிப்பட்ட நெருக்கம், மதிப்பு, நாடகங்களில் வெளிப்பட்டுள்ளது.

பட்டுக்கோட்டை அழகிரி எனத் தி.மு.க.கழகத் தொண்டர்களால் அழைக்கப்பெற்ற அழகர்சாமியின் மிடுக்கான பேச்சு அன்று பலரைக் கவர்ந்தது. அவரது பேச்சினால் ஈர்க்கப்பட்டுத் தனக்கு முன்னோடியாகக் கொண்டதாகக் கலைஞர் தனது வாழ்க்கை வரலாற்றில் குறிப்பிட்டுள்ளார். தூக்குமேடை நாடகத்தில்

கழகத்திற்காகப் பாடுபட்டவர்களைப் பற்றிக் குறிப்பிடும்போது ஆடம்பர வாழ்வு அணைக்க வந்த நேரங்களில் அதைக் காலால் உதைத்து... அணுஅணுவாகத் தன் உயிரை சயரோகக் கிருமிகளுக்கு ஈந்து... அந்த நேரத்திலும் நாட்டுக்காகப் பல மேடைகள் ஏறி அறிவுப் பணிபுரியும் அழகர்சாமிதான் எங்கள் இயக்கத்தில் அதிகமாகக் கிடைப்பார்கள் என்கிறான் பாண்டியன். தொடக்கக்காலத்தில் தி.மு. கழகத்திற்காக உழைத்த சுயமரியாதை வீரர்களின் உழைப்பினால்தான் கட்சி உருவானது என்ற கருத்து, நாடகத்தில் பதிவாக்கியுள்ளது.

மெட்ராஸ் ஸ்டேட் என்ற பெயரைத் தமிழ்நாடு எனப் பெயர் மாற்றம் வேண்டுமென்றும், காங்கிரசு அரசாங்கம் ஆடம்பரமாகச் செலவு செய்யக்கூடாது என்றும் கூறி 72 நாட்கள் உண்ணாவிரதமிருந்து தனது உயிரைத் துறந்தவர் சங்கரலிங்க நாடார். அவர் காங்கிரசு இயக்கத்தைச் சார்ந்தவர் எனினும் தமிழ்நாடு என்னும் பெயருக்காகத் தனது உயிரைத் துறந்தவர். ஆதலால், அவரைச் சிறப்பித்து உதயசூரியன் நாடகத்தில் கலைஞர் குறிப்பிட்டுள்ளார்.

திராவிட இயக்கத்தின் கொள்கைகளைத் தனது லட்சியமாக ஏற்றுக்கொண்ட பாரதிதாசன், கவிதைகளிலும் நாடகங்களிலும் சுயமரியாதைக் கருத்தைப் பிரச்சாரம் செய்தார். அவர் இறுதிவரை பெரியாரைத் தலைவராக ஏற்றுக்கொண்டவர். பாரதிதாசனின் கவிதைத்திறனைக் கலைஞர் தனது நாடகங்களில் குறிப்பிட்டுள்ளார். கலைஞரின் நச்சுக்கோப்பை நாடகத்தில் பாரதிதாசனைப் பற்றிக் குறிப்பிடும் சிவகுரு, பாரதிதாசன் வீட்டுப் பானை சட்டியும் பண்ணமைக்கும் என்பது இன்றைய தமிழர்களின் திருமொழி என்கிறான். இது கம்பன் வீட்டுக் கட்டுத்தறியும் கவிபாடும் என்ற ஆத்திகர்களின் குரலுக்கு எதிரானதாகும்.

தூக்கு மேடை நாடகத்தில் பாரதியார் பார்ப்பன எதிர்ப்பாளர் ஆதலால், அவரது பெயரைப் புனைபெயராகக் கொண்டார், பாரதிதாசன் என்கிறான் பாண்டியன். மேலும் கவிஞரின் கனல் கவிதைகளினால் தளபதிகள் உருவாகிறார்கள் என்கிறான். பாண்டியனை விரும்பும் வேணி, ஆண்ட நாள் ஆண்டு மாண்ட செந்தமிழ்ப் பாண்டிய மன்னன் மீண்டு வருவது போல என்று கவிஞர் பாரதிதாசன் அழகாகச் சித்திரிப்பதுபோல நானும் காதலரை நினைக்கிறேன் என்கிறாள். காகிதப்பூ நாடகத் தொடக்கத்தில் மாணவர் மன்றத்தில் மரகதம் பேசுகிறாள். "வெள்ளம் போல் தமிழர் கூட்டம், வீரங்கொள் கூட்டம், உள்ளத்தால் ஒருவரே மற்றுடலினால் பலராய்க் காண்பர். அவரைக்

கன்னித்தாய் நெருங் கொணாதே எனக்கண்டு, வையம் கலங்கும் நாள் எந்த நாளோ? எனக்கேட்ட புரட்சிக் கவிஞரின் கேள்விக்குப் பதில் கிடைக்கும் நாள்" என்று நாடகங்களில் ஆங்காங்கே பாரதிதாசன் கவிதைவரிகளை உரைநடையாக எழுதுவது கலைஞரின் வழக்கமான எழுத்துமுறையாகும். பாரதிதாசனின் அரசியல், சமுதாயக் கருத்துகள் எதிரொலிக்கும் கவிதைகள் கலைஞரைக் கவர்ந்துள்ளதால், தனது நாடகங்களில் அவற்றைப் பயன்படுத்தியுள்ளார்.

திராவிடர் இயக்க இதழ்கள்

திராவிட இயக்கத்தைத் தோற்றுவித்த பெரியார், தனது அரசியல் வாழ்க்கையின் தொடக்கத்திலிருந்தே குடியரசு போன்ற இதழ்கள் நடத்துவதில் ஆர்வம் கொண்டவர். அவர், சுயமரியாதைக் கருத்துக்களைப் பரப்பிட இதழ்களின் பணி பெரிதும் தேவையென நம்பி, அதனைச் செயலிலும் காட்டினார். அவருடைய வழியைப் பின்பற்றித் தி.மு.கழகத்தினர் பல இதழ்கள் நடத்தினர். 1942-62 காலகட்டத்தில் நூற்றுக்கும் கூடுதலான இதழ்களைத் திராவிட இயக்கத்தினர் வெளியிட்டனர். அறிஞர் அண்ணா காஞ்சி, திராவிட நாடு போன்ற இதழ்களை நடத்தினார். கலைஞர் திருவாரூரிலிருந்து முரசொலி ஏட்டின் ஆசிரியராக இளம் வயதிலே செயல்பட்டார். சில திராவிட இயக்க இதழ்களும் அவற்றின் ஆசிரியர்களும் பின்வருமாறு: சி.பி. சிற்றரசு- இன முழக்கம், கலைஞர் - நம் நாடு, மதியழகன் -தென்னகம், என்.வி. நடராஜன் - திராவிடன். நெடுஞ்செழியன் - மன்றம், டி.கே. சீனிவாசன் – தாய்நாடு, அரங்கண்ணல் – அறப்போர், பொன்னி வளவன் -அருவி, கண்ணதாசன் -முல்லை... இத்தகைய இதழ்கள், இயக்கத் தோழர்களிடம் திராவிடக் கருத்துப் பிரச்சாரத்திற்கும் பொதுமக்களிடம் கருத்தை அறிமுகப்படுத்தவும் பயன்பட்டன. திராவிட இயக்க இதழ்களைப் பற்றிக் கலைஞர் தனது நாடகங்களில் குறிப்பிட்டுள்ளார். காகிதப்பூ நாடகத்தில் காவேரி "உன் கண்களைத் திறக்க வைக்கும் கருத்து விளக்கம் பெற அண்ணாவின் காஞ்சி ஏட்டைப்படி... கழகத்து நம் நாட்டைப் படி" என்கிறாள். திராவிட இயக்க இதழ்களின் முக்கியத்துவத்தைப் பார்வையாளர்கள் அறிந்திட வேண்டி நாடகத்தில் அவற்றைப் பற்றிக் குறிப்பிட்டுள்ளார், கலைஞர். உதயசூரியன் நாடகத்தில் திராவிடநாடு இதழ் பற்றிய குறிப்பு இடம் பெற்றுள்ளது. காவல்துறையினரை எதிர்த்து நியாயம் பேசும் தெருவோரவாசியைப் பார்த்துக் காவலர், திராவிட நாடு படிக்கின்றவனா நீ என்கிறார். திராவிட இயக்க இதழ்கள்

விழிப்புணர்வைத் தரும் என்பது நாடகத்தின் மூலம் கலைஞர் தரும் செய்தி.

காங்கிரஸ் எதிர்ப்பு

1885 ஆம் ஆண்டு தொடங்கப்பட்ட காங்கிரஸ் இயக்கம், தொடக்கத்தில் ஆங்கிலேய அரசில் சலுகைகள் பெற்றிடவும், மக்களுக்கேற்படும் பிரச்சினைகளை ஆங்கிலேய அரசாங்கத்தின் கவனத்திற்குக் கொண்டு செல்லவும் செய்தது. 1920 ஆம் ஆண்டிற்குப் பின்னர் அது ஆங்கிலேய ஏகாதிபத்திய எதிர்ப்பில் முன்னணியாக விளங்கியது. அன்று இந்தியாவில் நிலவிய பிறப்பின் அடிப்படையில் சாதிரீதியான ஏற்றத்தாழ்வுகள், மூடநம்பிக்கைகள், பொருளியல் வேறுபாடுகள் போன்றவை குறித்துக் காங்கிரஸ் அக்கறை கொள்ளவில்லை. இந்நிலையில் வகுப்புவாரிப் பிரதிநிதித்துவம், பார்ப்பனிய ஆதிக்கம் காரணமாகப் பெரியார் 1925 ஆம் ஆண்டு காங்கிரஸைவிட்டு விலகிச் சுயமரியாதை இயக்கத்தைத் தொடங்கினார். அப்பொழுது முதலாக அவர் காங்கிரஸ் இயக்கத்தைக் கடுமையாக விமர்சித்தார். எனினும் 1949 ஆம் ஆண்டு திராவிடர் கழகத்திலிருந்து பிரிந்து தி.மு.கழகம் தோற்றுவிக்கப்பட்டவுடன், பெரியார் ஆட்சியிலிருந்த காங்கிரஸ் இயக்கத்தை ஆதரித்தார். தி.மு. கழகம் தொடக்கத்திலிருந்தே மிகவும் கடுமையாகக் காங்கிரஸைத் தாக்கி வந்தது. 1957ம் ஆண்டு தி.மு.க. பொதுத் தேர்தலில் நின்று தமிழக ஆட்சியைக் கைப்பற்ற முடிவெடுத்தவுடன், காங்கிரஸ் கட்சியை கொள்கைரீதியில் அம்பலப்படுத்தவும், எதிர்த்து நின்று தனது கொள்கைகளை மக்களிடம் பிரச்சாரம் செய்யவும் முயன்றது. இந்நிலையில் தி.மு.கழகம் எதிர்கொண்ட முதன்மையான எதிரியான காங்கிரஸ் இயக்கத்தின் சீர்கேடுகளை நாடகங்கள்மூலம் கலைஞர் அம்பலப்படுத்துவதுடன் அங்கதமாகக் கேலியும் செய்துள்ளார்.

தூக்குமேடை, பரப்பிரம்மம், உதயசூரியன், காகிதப்பூ, திருவாளர் தேசீயம் பிள்ளை, நானே அறிவாளி ஆகிய ஆறு நாடகங்களிலும் காங்கிரஸ் எதிர்ப்புப் பிரச்சாரம் அழுத்தமாக வெளிப்பட்டுள்ளது. அனார்கலி ஓரங்க நாடகம் மூலம், அனார்கலியின் காதல் சுதந்திரம் டில்லி ஏகாதிபத்தியத்திற்குப் பணிந்துவிடாது என்பது குறியீட்டுநிலையில் அரசியலைச் சுட்டுகிறது. தூக்குமேடை நாடகத்தில் அபிநயசுந்தரர் என்ற காங்கிரஸ்காரர் பெரிய மனிதர் என்ற பெயரில் செய்யும் சமூக விரோதச் செயல்களும், அவற்றுக்கெதிராகச் சுயமரியாதை இயக்கத்தைச் சார்ந்த பாண்டியனின் முயற்சிகளும்

நாடகமாக்கப்பட்டுள்ளன. பரப்பிரம்மம் நாடகத்தில் டில்லியப்பர் என்ற ஏகாதிபத்தியவாதி, பண்டார சந்நிதி என்ற சாமியார், பரப்பிரம்மம் என்ற இதழாசிரியர் ஆகிய மூவரும் சேர்ந்து திராவிடத்தை அடிமைப்படுத்த முயலுகின்றனர். தேசீயம்பிள்ளை அவர்களுக்கு உடந்தையாக இருக்கிறார். இந்நாடகத்தில் நேரடியாகக் காங்கிரஸ் என்ற பெயர் வரவில்லையெனினும் டில்லியப்பர், தேசீயம்பிள்ளை ஆகியோர் காங்கிரசின் குறியீடாக வருகின்றனர். உதயசூரியன், காகிதப்பூ ஆகிய இரு நாடகங்களும் தேர்தல் பிரச்சாரத்திற்காக எழுதப்பட்டவை. அவை முழுக்கக் காங்கிரசின் ஊழல்களையும் கையாலாகாத நிலையையும் வெளிப்படுத்துகின்றன. இரு நாடகங்களிலும் காங்கிரஸ் இயக்கத்தில் தொடர்புடைய கதாநாயகன் மனம் மாறி தி.மு.கழகத்தில் சேர்வது முடிவாக உள்ளது. கலைஞரின் அரசியல் பார்வை நாடங்களில் அழுத்தமாக வெளிப்பட்டுள்ளது.

காகிதப்பூ நாடகத்தில் திரவியம் பிள்ளை, "நம்ப தலைவர் காமராசரே தர்மகர்த்தா சோஷலிசம் போதும்னு சொல்லிட்டாரே ..பணக்காரர்கள். ... அதாவது நாங்கள்லாம் தர்மகர்த்தா மாதிரி நடந்துக்கணும்.... தர்மகர்த்தா, எப்படி நடப்பாங்கன்னு உங்களுக்குத் தெரியும்.... பணக்காரனை ஒழிப்போம்னு சொல்லலாமேதவிர - முடியுமா? பணக்காரர்களே! கொஞ்சம் விட்டுக் கொடுங்க அப்படின்னு கெஞ்சிக் கேக்கிறதுதான் காங்கிரஸ் சோஷலிசம்: நமக்கேத்த சோஷலிசம்!. இல்லேன்னா பட்டக்காரரு - செட்டி நாட்டாரு - பொள்ளாச்சியாரு- வடபாதிமங்கலத்தாரு வாண்டையாரு - வகீசனாரு - பெரிய மூப்பனாரு - உடையாரு - இப்படிப் பெரிய கோடீஸ்வரர்கள், லட்சாதிபதிகள், பஸ் முதலாளிகள், ஆலை அரசர்கள், நிலப்பிரபுக்கள் எல்லாம் காங்கிரசில் இருப்பாங்களா? எது எப்படியிருந்தாலும் ஏழைகளுக்காகப் பாடுபடுகிற ஒரே கட்சி காங்கிரஸ்தான்"20 என்கிறார். காங்கிரஸ் கட்சி பற்றிய விவரிப்பு, அரசியல்ரீதியில் அம்பலப்படுத்துவதாகும்.

திருவாளர் தேசீயம்பிள்ளை நாடகத்தின் சில பகுதிகள், கனவுக் காட்சிகள், எமலோகத்தில் நடப்பதாகப் புனையப்பட்டாலும், இறுதியில் காங்கிரஸ் இயக்கத்தைச் சார்ந்த தேசீயம்பிள்ளை எதிர்கொள்ளும் யதார்த்தநிலையை அரசியல் நோக்குடன் கலைஞர் விவரித்துள்ளார்.

நானே அறிவாளி நாடகம் அரசியல் அங்கத நாடக வகையைச் சார்ந்தது. தமிழகத்தின் முதலமைச்சராக இருந்த கலைஞர், எதிர்கொண்ட விமர்சனங்களுக்குப் பதிலாக நாடகக்கதையாடல் விரிந்துள்ளது. காங்கிரஸ் தலைவர் காமராசர், ஏழைப்பங்காளன் என்ற பெயரில்

நாடகத்தில் பாத்திரமாக இடம் பெற்றுள்ளார். அவருடைய செயல்கள் விமர்சிக்கப்பட்டுள்ளன.

காகிதப்பூ நாடகத்தில் கண்ணன், "லட்சோபலட்சம் விவசாயிகளுக்கு, தொழிலாளர்களுக்கு ஏழை நடுத்தர மக்களுக்கு, காங்கிரஸ் காட்டும் சோஷலிசம் வெறும் காகிதப்பூவேதான். காகிதப்பூ மணக்காது, காங்கிரஸ் சமதர்மம் கிடைக்காது"21 என்று வெளிப்படையாகவே காங்கிரசின் சோசலிச முழக்கத்தை மறுத்துப் பேசுகிறான்.

காங்கிரஸ் இயக்கம் விடுதலைக்கு முன்னர் அடித்தள, நடுத்தர வர்க்கத்தினரின் போராட்டத்தினால் வளர்ச்சியடைந்தது. ஆனால் நாடு விடுதலையடைந்தவுடன் ஆங்கிலேயருக்கு அடிவருடியாக இருந்த பெரும் பணக்காரர்கள் காங்கிரசில் சேர்ந்து ஆட்சியதிகாரத்தில் முக்கியமான பொறுப்புகளுக்கு வந்தனர். நாட்டு விடுதலைக்காகப் பாடுபட்ட அடிமட்டத் தொண்டர்களின் வாழ்வில் மாற்றம் ஏதுமில்லை, பலர் வறுமையில் வாடினர். இத்தகு சூழலில் உதயசூரியன் நாடகத்தில் வரும் கறுப்பன் போன்றோர் மேடைப் பேச்சாளராக மாறினர். மன வெறுப்படைந்த கறுப்பன் "இதுவரை வெள்ளைக்காரரின் பாதந்தாங்கிகளாய் இருந்தார்கள், சர்களாய், ராவ்பகதூர்களாய், திவான் பகதூர்களான் வாழ்ந்தார்கள்! இப்போது காங்கிரசில் இருக்கிறார்கள்..."22 விரைவில் தேர்தலின்போது வருவார்கள் என்று காங்கிரசை விமர்சனம் செய்கிறான். அன்று விடுதலைப் போராட்டத்தைத் தள்ளிநின்று வேடிக்கை பார்த்துக் குறை சொன்னவர்கள், இன்று காங்கிரசைக் கைப்பற்றிக்கொண்டதுடன் போராட்டத்தில் ஈடுபட்டவர்களை வெளியேறு என்று துரத்துவதாகக் கறுப்பன் வேதனைப்படுவது முக்கியமான அம்சமாகும். காங்கிரசின் மூலவர்களாக நேரு, காமராசர் போன்றவர்களை நம்பி வாழ்வதெல்லாம் பணக்காரர்களான தங்கத் தூண்கள் என்று கறுப்பன்மூலம் கலைஞர் நேரிடையாகவே காங்கிரசின் நிலை குறித்துத் தனது பார்வையை நாடகத்தில் வெளிப்படுத்தியுள்ளார்.

காகிதப்பூ' நாடகத்தில் திரவியம் பிள்ளை, "எதிர்காலத்தைப் பற்றி இப்ப காக்கிரஸ்காரர்களாகிய நாங்கள் கவலைப்படுவதில்லை ... இருக்கும்வரையில் என்ன? மந்திரியா? பஸ் முதலாளிகளா? ஆலை அரசரா? தொழில் மன்னரா? இப்படி எதாவது ஒரு பட்டம் பதவி தேவை. இதுதான் எங்கள் லட்சியம்" 23 என்று வாக்குமூலம் தருகின்றார். மேலும் அதே நாடகத்தில் அண்ணாதுரை எழுதிய 'நண்பர்கள் கேட்பதற்கு' என்ற நூலை எடுத்து மரகதம்

வாசிக்கிறாள். அதில் காங்கிரஸ் பற்றிய முக்கியமான மதிப்பீடுகள் குறிப்பிடப்பட்டுள்ளன. அவை:

- ❖ காங்கிரஸ் ஆட்சி, மக்களுக்குப் பயன்படும் நோக்கத்துடன் அமைக்கப்பட்டுள்ள சமுதாய நலத்திட்ட வசதிகளை, கட்சி விளம்பரத்திற்கே பயன்படுத்துகிறது.
- ❖ காங்கிரஸ் ஆட்சி, உரிமம், அனுமதி மூலம் பலரைத் திடீர்ப் பணக்காரர்களாக்கியுள்ளது.
- ❖ காங்கிரஸ் ஆட்சி, கள்ள மார்க்கெட், கொள்ளை லாபத்தை ஒழிக்கவில்லை.
- ❖ காங்கிரஸ் ஆட்சி, இந்திக்கு ஆதரவளித்துப் பிற மொழியினரை மட்டந்தட்டுகிறது.
- ❖ கோடிக்கணக்கில் பணம் செலவழித்தும் உணவு உற்பத்தியில் நிறைவில்லை.

இப்படிப் பதினான்கு குற்றச்சாட்டுகளை மரகதம் பாத்திரம்மூலம் காங்கிரஸ்மீது சுமத்துகின்றார், கலைஞர்.

தி.மு. கழகத்தை எதிர்த்துப் போட்டியிடும் காங்கிரஸ், பணக்காரர்களின் நலனைப் பிரதிபலிக்கும் கட்சி என்பதை நாடகங்கள்மூலம் மிகவும் வெளிப்படையாகக் கலைஞர் பிரச்சாரம் செய்துள்ளார். இத்தகைய கருத்தியல் பிரச்சாரம் காங்கிரஸ் என்ற விடுதலை இயக்கத்தின் பிம்பத்தை மெல்லச் சிதைத்துவிடும் தன்மையுடையது. அதுவே பின்னர் நடந்தேறியது.

இந்தியாவின் ஆட்சியையும் மாநிலங்களின் தலைமையும் கைப்பற்றி ஆண்ட காங்கிரஸ், நாளடைவில் அதனுடைய சமூக அணுகுமுறை, அரசியல் நிலைப்பாடு காரணமாகப் பணக்காரர்களுக்குச் சாதகமான நடந்துகொண்டது. இதனால் ஆதாயம் கருதிப் பணபலம் படைத்தவர்கள் கட்சிக்குள் நுழைந்து பெரிய பொறுப்புகளைக் கைப்பற்றிக் கட்சியைத் தம்முடைய அதிகாரத்தின் கீழ் கொண்டு வந்தனர். இது குறித்த கலைஞரின் அரசியல் பார்வை, உதயசூரியன் நாடகம்மூலம் வெளிப்பட்டுள்ளது.

'உதயசூரியன்' நாடகத்தில் கறுப்பனின் பேச்சு, காங்கிரஸ் ஆட்சி பற்றிய கடுமையான விமர்சனமாக வெளிப்பட்டுள்ளது. "தேர்தல் வரப் போகிறது; இதே கதர்ச்சட்டையுடன் மேடையில் ஏறி காங்கிரசின் அட்டூழியங்களை எடுத்துச் சொல்வேன்! மதுவிலக்குப்

பிரச்சாரம் செய்த மகாத்மா காந்தியின் சீடர்கள் நடத்தும் சர்க்காரிலே, விருந்துகளிலே வழங்கப்படும் விற்கி, ஒயின் முதலிய உயர்தரச் சரக்குகளுக்கு இருபதாயிரம், முப்பதாயிரம் என்று ஆகிறது என்று மத்ய சர்க்காரின் ஆடிட் அறிக்கையே கூறுகிறது என்று சுட்டிக் காட்டுவேன்! ஜாலியன் வாலாபாக்கிலே டயர் என்ற வெள்ளைக்காரன் ஆயிரத்து அறுநூறு ரவுண்டுகள்தான் சுட்டான்! இப்போது அகிம்சா சர்க்காரில் மொரார்ஜி தேசாய் பம்பாய் கலவரத்தின்போது இரண்டாயிரத்து ஐநூறு ரவுண்டுகள் சுட்டிருக்கிறார் என்ற பயங்கரக் கணக்கை மக்கள் மன்றத்தில் எடுத்து வைப்பேன்! ஐந்தரை லட்சத்துக்கு வெளிநாட்டிலே ஒரு மைதானத்தை ஏலத்துக்கு எடுத்து அதற்கு ஒரு லட்ச ரூபாய் தரகு கொடுத்துக் கடைசியில் அந்த இடம் கட்டிடம் கட்ட லாயக்கு இல்லையென்று கைவிட்டு விட்டார்களே அந்த ஊழலையும், ஒரு பெரிய கப்பலை விலைக்கு வாங்கி, அதற்கு அறுபத்தைந்தாயிரம் செய்கிற ஊதாரிச்செலவையும் குறைத்தால் என்ன"24 என்று அழுத்தமான கேள்விகளை முன்வைக்கிறது. காங்கிரஸ் அரசு செலவினங்களைக் கட்டுப்படுத்தாமல் மனம் போனபோக்கில் செலவழிப்பதைக் கண்டனம் செய்யும் கலைஞரின் நாடகக் காட்சிகள் அரசியலை முன்னிலைப்படுத்துகின்றன.

நாட்டின் வரவு செலவிற்காகப் போடப்படும் வரிகள் அளவுக்கு மீறனால் மக்களுக்குச் சுமையாகிவிடும். இதனால் ஏழை மக்கள் மிகவும் அல்லல்படுவர். காங்கிரஸ் ஆட்சியில் வரி இல்லாத பொருள் அத்திப்பூ, குதிரைக் கொம்பு, சேவல்முட்டை என்று நாடகப் பாத்திரம்மூலம் கேலி செய்வதில் முனைகிறார் கலைஞர். 25 மேலும் திரவியம் பிள்ளை எமனிடம், வரி என்றால் காங்கிரஸ், காங்கிரஸ் என்றால் தியாகம், பதவி, பெர்மிட், லைசென்ஸ் என்று அகராதிப் பொருளை மாற்றுகிறார். காங்கிரசு அரசின் வரி விதிப்பினால் ஏழை மக்களின் வாழ்க்கை மேலும் சிரமத்திற்குள்ளானது. நாடு விடுதலையடைந்தவுடன் ஏற்படப் போகும் மாற்றம் குறித்துக் கனவு கொண்டிருந்த சராசரியினரின் வாழ்க்கையானது சிக்கலுக்குள்ளானது மக்களின் வாங்கும் சக்தி குறைந்தது. இந்நிலைமை கலைஞரின் நாடங்களில் பதிவாகியுள்ளது.

இந்தியாவை முன்னேற்றுவதற்காகக் காங்கிரசு அரசாங்கம் போட்ட ஐந்தாண்டு திட்டங்களின் சாதகபாதகமான அம்சங்கள் உள்ளன. அவை குறித்துத் தனது அதிருப்தியைக் கலைஞர் திருவாளர் தேசீயம்பிள்ளை நாடகத்தில் குறிப்பிட்டுள்ளார். ஐந்தாண்டு திட்டம் பெரிய மந்திரவாதி.

பெயரைக் கேட்கவே பயமாயிருக்கும். ஆளைப்பார்த்தால் தேவாங்கு மாதிரி இளைத்துப் போயிருப்பார். அவருக்கு யானைப்பசி, வியாதி வேறு; ஆயிரக்கணக்கில் எல்லாம் கோடிக்கணக்கில் வயிற்றில் போட்டு அடைப்பார். அவர் இந்தியாவின் ஆஸ்தான மந்திரவாதியாக இருப்பதனால் ஊழல் என்னும் தொத்து நோய் எங்கும் பரவுகிறது. ஐந்தாண்டுத் திட்டத்தினால் ஊழல்தான் உருவாகிறது என்ற கலைஞரின் பார்வை, அரசியல்ரீதியானது.

1967-ஆம் ஆண்டு தேர்தலில் காங்கிரஸ் வெற்றி பெற்றால் இந்தியாவின் தேசிய உணவு எலிதான் என்று காகிதப்பூ நாடகத்தில் திரவியம் கேலி செய்கிறான். நாட்டு விடுதலைக்குப் பின்னர் உணவு உற்பத்தியைக்கூட அதிகரிக்கவோ சீராக்கவோ காங்கிரசினால் இயலவில்லை என்பதைக் கலைஞர் நுட்பமாகச் சுட்டிக்காட்டுகிறார்.

திருவாளர் தேசீயம்பிள்ளை நாடகத்தில் காங்கிரஸ் ஏன் தோற்க வேண்டுமெனக் கேட்கும் தேசீயம்பிள்ளையிடம் அவருடைய மனைவி, "படி அரிசி என்ன விலை? காய்கறிக்குக் கிராக்கி, வெற்றிலை பாக்குக்குக்கூட பஞ்சம், பழம் கிடைக்கவில்லை. எல்லாவற்றுக்கும் வரி" என்று கூறுகிறார். நாட்டில் நிலவும் பற்றாக்குறைக்குக் காரணமான காங்கிரசு தோற்க வேண்டுமென்ற தனது விருப்பத்தினைக் கலைஞர் நாடகத்தின்மூலம் வெளிப்படுத்தியுள்ளார். இது ஒருவகையில் காங்கிரசின் செயலற்ற நிலையை அம்பலப்படுத்துவதாகும்.

காகிதப்பூ நாடகத்தில் காங்கிரஸ் தலைவரான தேசீயம்பிள்ளை இருட்டில் எமன் மீது மோதி கீழே விழுகிறார். எழுந்து பார்த்தால் எதிரே முறுக்கு மீசை வைத்திருக்கும் தொழிலாளி. அவர் தன்னிடம் வாக்கு இருப்பதாகக் கூறுவதைக் கவனிக்காமல், தேசீயம்பிள்ளை எமன் என்று உளறுகிறார். தொழிலாளியோ வரும் தேர்தலின் நான்தான் எமன் என்று கூறிச் செல்கிறார். எதிர்வரும் பொதுத்தேர்தலில் தொழிலாளர்கள் காங்கிரசுக்கு எதிராக வாக்களித்து, அதன் கதையை முடிக்கும் எமனாக விளங்குவார்கள் என்பது குறிப்புப்பொருளாக நாடகத்தில் அமைந்துள்ளது. கண்ணன், லட்சோப லட்சம் விவசாயிகளுக்கு தொழிலாளர்களுக்கு ஏழை நடுத்தர மக்களுக்கு காங்கிரஸ் காட்டும் சோஷலிசம் வெறும் காகிதப்பூவேதான். காகிதப்பூ மணக்காது; காங்கிரஸ் சம்தர்மம் கிடைக்காது என்று குறிப்பிடுவது அரசியல் வெளிப்பாடாகும்.

காங்கிரசிலுள்ள அடிமட்டத் தொண்டர்களை அந்த அமைப் பினைவிட்டு வெளியேறி, தி.மு.கழகத்தில் இணையுமாறு மேடைகளில்

வேண்டுகோள் விடுத்த கலைஞர், அதைத் தனது நாடகங்களிலும் பதிவாக்கியுள்ளார். காங்கிரசின் மீது பற்றுக்கொண்ட உண்மைத் தொண்டர்களான உதயசூரியன் நாடகத்தில் வரும் கறுப்பனும், காகிதப்பூ நாடகத்தில் வரும் கண்ணனும், இயக்க முரண்பாட்டின் காரணமாக மனம் மாறித் தி.மு.கழகத்தில் இணைவதாகக் காட்சிகள் அமைக்கப்பட்டுள்ளன. கறுப்பன் கூறுகிறான்: 'நான் உண்மையான காங்கிரஸ் தியாகிகளின் பரம்பரையில் வந்தவன். கட்சி செய்த அநியாயத்தைக் கண்டித்ததால் கஷ்டப்பட்டேன். காந்தி, திலகர் இருந்த காங்கிரஸ் மாளிகையில் பதவி வேட்டையாடும் பணக்கார வெளவால்கள் புகுந்துவிட்டன. அவற்றை விரட்ட முடியாததால் நானே வெளியேறி தி.மு.கழகத்தில் சேர்ந்தேன்... உதயசூரியனின் ஒளிக்கதிர்களிலே நின்று திராவிடத்தின் விடுதலைக்குப் பாடுபடுவோம்.25 காகிதப்பூ நாடகத்தில் கண்ணன் கூறுகிறான்: "காங்கிரஸ் என்னும் சிலந்திக் கூட்டைவிட்டு நான் வெளியேறிவிட்டேன்... இந்த வேஷக்கார சோஷலிசவாதிகளின் கூடாரத்திலிருந்து வெளியேறிவிட்டேன். நீங்களும் புறப்படுங்கள்... உண்மையான சோசலிச முகாம் அறிவொளி வீசும் அண்ணாவின் தலைமையில் இயங்கும் திராவிட முன்னேற்றக் கழகம் தான். வாரீர்! வாரீர்!"26 தேர்தலுக்கு முன்னர் கட்சிப் பிரச்சாரத்திற்காக எழுதப்பட்ட இரு அரசியல் நாடகங்கள்மூலம் காங்கிரஸ்மீது அனுதாபமுள்ளோர், அக்கட்சிக்காக உழைக்கும் தொண்டர்களைக் கவர்ந்திழுக்கக் கலைஞர் செய்த முயற்சி புலனாகிறது. இத்தகைய முயற்சியின் காரணமாகத் தி.மு.கழகம் 1957 ஆம் ஆண்டு நடைபெற்ற சட்டப்பேரவைத் தேர்தலில் பதினைந்து இடங்களிலும், 1962 தேர்தலில் ஐம்பது இடங்களிலும், 1967 தேர்தலில் 138 இடங்களிலும் வென்றது. தி.மு. கழகத்தின் அரசியல் போராட்டத்தில் கலைஞரின் நாடகங்களுக்குப் பங்கு உண்டு என்பதை நாடகப் பிரதிகள் உறுதி செய்கின்றன.

ஆட்சியதிகாரத்தில் கலைஞரும் நாடக முயற்சியும்

1969 ஆம் ஆண்டு தமிழக முதலமைச்சராகப் பொறுப்பேற்ற கலைஞர், அரசியல்ரீதியில் பல்வேறு குற்றசாட்டுகளை எதிர்கொண்டார். குறிப்பாக ஊழலும், ஆடம்பரமும் அவருடைய ஆட்சியின் மீது காங்கிரசால் சுமத்தப்பட்டன. சோ 'முகமது பின் துக்ளக்' நாடகம் மூலமாகவும், துக்ளக் இதழ் மூலமாகவும் தி.மு.க. அரசைக் கடுமையாகச் சாடினார். இந்நிலையில் எழுபதுகளின் தொடக்கத்தில் 'நானே அறிவாளி' என்ற நாடகம் கலைஞரால் எழுதப்பட்டு, தமிழகமெங்கும் நடிக்கப்பட்டது. முதலமைச்சரான கலைஞர் தனது

அரசியல் எதிரிகளை நாடகம்மூலம் கேலி செய்ததுடன் விமர்சிக்கவும் செய்தார். இது இந்திய அரசியல் வரலாற்றில் குறிப்பிடத்தக்க நிகழ்வாகும்.

நானே அறிவாளி நாடகப் பாத்திரங்கள் குறியீட்டுநிலையில் அன்று வாழ்ந்த தலைவர்களைக் குறித்தது.

நல்லதம்பி	கலைஞர்
ஏழைப்பங்காளன்	காமராசர்
சந்திரா	இந்திரா
பாதுஷா, நாரதர்	சோ
டாக்டர் அறிவானந்தம்	அறிஞர் அண்ணா

மேற்குறித்த பாத்திரங்களில் அண்ணா அன்று உயிருடன் இல்லை. இந்திரா பிரதமராக தி.மு.கழகத்தின் உதவியைப் பெற்றது, உலகத் தமிழ் மாநாடு, சிலைகள் நிறுவப்பட்டது, தமிழ்ப் பயிற்றுமொழி, கூவத்தில் ஊழல் போன்றவை குறித்த விவாதங்களுக்கு நாடகம்மூலம் கலைஞர் பதிலளித்துள்ளார். அதுபோல தி.மு.க.வின் சாதனைகள், தமிழ் மொழி மேம்பாடு அடைய எடுக்கப்பட்டுள்ள முயற்சிகள், யார் வேண்டுமானாலும் கோவில் அர்ச்சராகலாம் என்ற சட்டம், திருக்குறள் பரப்ப எடுக்கப்பட்ட முயற்சிகள் போன்ற பல்வேறு திட்டங்கள் நாடகத்தில் எடுத்துரைத்துரைக்கப்பட்டுள்ளன. மூளையில்லாது வெளியே உலாவும் நாரதர், தி.மு.கழகத்தைத் தாக்குவதற்காகச் சொன்ன 'ஊழல்' என்ற வார்த்தையை ஏழைப்பங்காளரும் தூக்கிக்கொண்டு திரிவதாகக் காட்சி அமைக்கப்பட்டுள்ளது. ஒன்றிய அரசு, மாநில அரசைக் கலைத்தபோது ஏழைப் பங்காளர் மறுப்புக்குரல் கொடுக்க, அப்போது இதுவரை இருபது தடவைகள் கலைத்தபோது இந்திராவைப் போற்றிப் புகழ்ந்தீர்கள் என்று கூறும் நல்லதம்பி, குருவிக்கூட்டை யார் கலைத்தாலும் தன் பக்கத்து நியாயத்தைச் சொல்கிறார். இது மாநிலச் சட்டப் பேரவையை ஒன்றியஅரசு கலைப்பதற்கெதிராகச் சித்திரிக்கப்பட்டுள்ளது.

மூனையில்லாத நாரதர், தமிழில் என்ன இருக்கு என்று கூறுதல், முன்னர் தொழிலாளர் தோழரான ஜனாதிபதியைக் கைநாட்டுப் பேர்வழி எனல், எல்லோரும் லஞ்சப் பேர்வழிகள் என்று கூறுதல்.... என்று பல்வேறு தகாத செயல்கள் செய்வதாக உண்மை நாரதர் வள்ளுவரிடம் கூறிகிறார். மேலும் அவன் பிரதமர், அமைச்சர்கள், நாவலர், பாவலர், சிலம்புச் செல்வர் எல்லோரைப் பற்றியும் கண்டபடி கிறுக்கித் தள்ளுகிறான் என்று உண்மை நாரதர் சொல்வதைக் கேட்ட

வள்ளுவர், "கிறுக்கு, கிறுக்காமல் என்ன செய்யும்"27 என்கிறார். இதில் தலையில் மூளையில்லாமல் போலியாக நாரதர் வேடம் கொண்டு அலைகின்றார் சோ என்பது, தொடர்ச்சியாக அரசியல் ஈடுபாடுள்ளோருக்குப் புலப்படும். அரசியல் அங்கதம் மூலம் தி.மு. கழக அரசை விமர்சித்தவர்களைக் கடுமையாகத் தாக்கியுள்ளார் கலைஞர். இது அவருடைய முந்தைய பிரச்சார நாடகங்களிலிருந்து முற்றிலும் மாறுபட்டுள்ளது.

தி.மு.கழகம் செய்துள்ள சமயப் பணிகள் பற்றிய நீண்ட பட்டியலை தமிழன்னை மூலம் கலைஞர் தந்துள்ளார். அவை பின்வருமாறு:

- ஒன்றே குலம் ஒருவனே தேவன் என்று சொல்லும் தி.மு. கழகத்தினர், நாத்திகர் இல்லை.
- திருவாரூர் தேரோட்டம் நடத்தியது.
- கும்பகோணத்தில் மஹாமகம் நடந்தது
- வைத்தீஸ்வரன் கோவில் குடமுழுக்கு
- மயிலாப்பூர் கோவில் குளம் சுத்தம் செய்ய ஏற்பாடு செய்தது
- திருத்தணியில் பக்தர்கள் தங்க விடுதி
- குருவாயூரப்பன் கோவிலுக்கு அரிசி அனுப்பியது

தி.மு.கழகத்தின் முந்தைய லட்சியங்கள் மறக்கடிக்கப்பட்டு, தேர்தலில் போட்டியிட்டு மக்களின் வாக்குகளைப் பெறுவதற்கான முயற்சிகள்தான் தமிழன்னை அறிவித்துள்ள சாதனைகள். அரசியலில் ஏற்பட்டுள்ள மாற்றங்கள், கலைஞரின் தேடலையும் பாதித்துள்ளன. இது நானே அறிவாளி நாடகத்தில் வெளிப்பட்டுள்ளது.

தி.மு.க. எதிர்க்கட்சியானபோது கலைஞர் எழுதிய நாடகம்

1976 ஆம் ஆண்டு அவசரநிலைக் காலத்தில் தி.மு.கழகத்தின் ஆட்சி கலைக்கப்பட்டது. நாடு மீண்டும் ஜனநாயகப் பாதைக்குத் திரும்பியவுடன் 1977ஆம் ஆண்டு நடைபெற்ற பொதுத்தேர்தலில் அ.இ.அ.தி.மு.க. தமிழகத்தின் ஆட்சியைக் கைப்பற்றியது. அதன் தலைவரும் பிரபலமான திரைப்பட நடிகருமான எம்.ஜி. ராமச்சந்திரன் முதலமைச்சரானார். அவருடைய ஆட்சிக்காலத்தில் நடைபெற்ற பல்வேறு சம்பவங்கள், நிகழ்ச்சிகளை மூலமாகக்கொண்டு கலைஞரால் எழுதப்பட்டது 'புனிதராஜ்யம்' அரசியல் அங்கத நாடகம். அ.தி.

மு.க.வின் ஆட்சியில் நடைபெற்ற ஊழல்கள், சட்ட விரோதச் செயல்கள் போன்றவற்றைக் கேலி செய்வதாக நாடகத்தின் உரையாடல் உள்ளது. அவருடைய முந்தைய நாடகங்கள் போன்று வலுவான கதையமைப்பு இந்நாடகத்தில் இல்லை. எம்.ஜி.ஆரின் ராஜ்யம் என்பது புனித ராஜ்யம் என்று கேலியாகச் சித்திரிக்கப்பட்டுள்ளது. புனித ராஜ்யத்தில் ஆளும் கட்சியினர் கள்ளச் சாராயம் காய்ச்சி விற்றல், காவல் நிலையம், அரசு அலுவலகங்களில் அடாவடித்தனம், பொய் வழக்குப் போடுதல், விபச்சார இல்லம் நடத்துவதற்குத் துணையாக இருத்தல் போன்ற பல்வேறு சமூக விரோதச் செயல்களைச் செய்கின்றனர்.

புனித ராஜ்யம் என்ற லேபிள் ஒட்டிக்கள்ளச் சாராயம் விற்கப்படுகிறது. கள்ளச் சாராயம் காய்ச்சுபவர்களைக் காவல்துறையினரால் தண்டிக்க முடியாத நிலை. ஏனெனில் அவர்கள் கையில் பச்சை குத்தியுள்ளனர். இங்குக் கலைஞரால் பச்சை என்று குறிப்பிடப்படுவது அ.இ.அ.தி.மு.கழகத்தின் கட்சிக் கொடியாகும். "... இந்தப் புனித ராஜ்யத்திலே பகவானே போலீஸ் அதிகாரியாக அவதாரம் எடுத்து வந்தால்கூட பச்சை குத்திய வீரனைக் கைது செய்ய முடியாது! கையால் தொடக்கூட முடியாது" 28 என்று அண்ணாச்சி சவால் விடுகிறார். ஆட்சியில் ஆளுங்கட்சியினரின் தலையீடு அடிமட்டத்திலும் நிகழ்வதைக் குறிப்பிடுவதற்காகக் கலைஞர் மேற்படி சம்பவத்தை நாடகமாக்கியுள்ளார்.

ஆளும் கட்சி எம்.எல்.ஏ.வான முருகசாமி காவல் நிலையம் சென்று லாக்கப்பிலிருந்தவரை விடுவித்தார். மாவட்ட ஆட்சியர் அலுவலகம், காவல் நிலையல், தாசில்தார் அலுவலங்களிலும் அவ்வப்போது மிரட்டிச் செயல்படுவது அவருடைய வழக்கம். இது ஆளும் கட்சியினர் பற்றிய கலைஞரின் பதிவுகள்.

சொக்கியின் தாத்தா நல்லாவை நொண்டியும், அண்ணாச்சியும் அடித்துக் கொல்கின்றனர். இதைச் சொக்கி, காவல்துறைக் கண்காணிப்பாளர் சுந்தரத்திடம் சொல்கிறாள். அப்பொழுது அவர், புனித ராஜ்யம் நடக்கியது, குற்றவாளிகள் தப்பமுடியாது என்பதுதான் புனித ராஜ்யத்தின் புனித முழக்கம் என்கிறார். ஆனால் நடவடிக்கை எடுக்க முயலும் அவரைப் பெரிய அதிகாரி தடுக்கிறார். இதனால் மனம் வருந்திய அவர் தனது பணியைவிட்டு விலகுகிறார். பாலாம்பாள் தலைநகர் சென்னையில் துணிந்து விபச்சார விடுதி நடத்துகிறாள். அவளுக்கும் ஆளும் கட்சித் தலைவர்களுக்கும் தொடர்பு இருக்கிறது. இவையெல்லாம் புனித ராஜ்யத்தில் நடைபெறுகின்றன. புனித ராஜ்யம்

என்ற பெயரில் சமூகச் சீரழிவுகள், அத்துமீறல்கள், சமூக விரோதச் செயல்களைக் கலைஞர் நாடகமாக்கியுள்ளார். இந்நாடகத்தில் வெளிப்படும் அரசியல் வீச்சானது அவருடைய முந்தைய நாடகங்கள் போல அழுத்தமாக இல்லை.

புனித ராஜ்ஜியம் நாடகத்தில் சுந்தரம், "இன்று அநீதியின் கொடி ஆகாயமளாவப் பறக்கலாம்! விரைவில் நீதியின்கொடி நீலவானத்தை அழகுபடுத்தத்தான் போகிறது! ஏமாந்த காலத்தில் ஏற்றம் கொண்டோர் புலிவேஷம் போடும் நாடகத்தை நாடு உணர்ந்துவிட்டது! விரைவில் இருள் மறையும்! உண்மை தோன்றும்! கீழ்வானில் உதயசூரியன் தகத்தகாயமாகத் தோன்றுவான்! அதுவரையில் இந்தக் குணக்கேடர்களை மக்கள் மத்தியில் அடையாளம் காட்டுவதே என் வேலை!"29 என்று பேசுகிறான். சுந்தரம் என்ற பாத்திரம்மூலம் தி.மு.கழகத்தின் தலைவரான கலைஞர் பேசுகிறார் என்று கருத இடமுண்டு. கலைஞர் எதிர்க்கட்சித் தலைவராகச் சட்டப் பேரவையில் செயல்பட்டபோது எழுதிய புனித ராஜ்யம் நாடகத்தில் ஆளும் கட்சியினரின் சமூக விரோதச் செயல்பாடுகளை அம்பலப்படுத்துவதுடன், எதிர்காலத்தில் திமு.க.வின் ஆட்சி தமிழ்நாட்டில் ஏற்படும் என்பதைக் கீழ்வானில் உதயசூரியன் தோன்றுவான் என்று சூசகமாகக் குறிப்பிட்டுள்ளார். இளம்பருவத்திலேயே அரசியல் வாழ்க்கையைத் தேர்ந்தெடுத்துச் செயல்பட்ட அரசியல்வாதியான, கலைஞருடைய பருண்மையான அரசியல் நோக்கங்களை வெளிப்படுத்திட நாடகங்கள், அவருக்கு அரசியல் பிரச்சாரப் பீரங்கிகளாகப் பயன்பட்டுள்ளன.

சான்றாதாரம்

1. மாசேதுங், கலையும் இலக்கியமும், ப.45.
2. மாசேதுங், மேலது, ப.44
3. மாசேதுங், மேலது, ப.57.
4. பார்த்தசாரதி, பி.எம்., தி.மு.க வரலாறு, ப.22.
5. தங்கப்பிரகாசம். சா., பாரதிதாசன் பாடல்களில் பெரியாரின் சிந்தனைகள் ப.231.
6. கருணாநிதி. மு.,தூக்குமேடை, ப.52.
7. கருணாநிதி. மு.,பரப்பிரம்மம், ப.3.
8. கருணாநிதி. மு.,மேலது, ப.4.

9. கருணாநிதி: மு.,தூக்குமேடை, ப.56.

10. கருணாநிதி. மு.,மேலது, ப.55.

11. கருணாநிதி. மு.,பரப்பிரம்மம், ப.8.

12. பார்த்தசாரதி பி.எம்., மு.கு.நூ.,ப.36.

13. கருணாநிதி. மு.,உதயசூரியன், முரசொலி 30.11.56, காட்சி11.

14. கருணாநிதி,மு., தூக்குமேடை, பக். 97-98.

15. கருணாநிதி. மு.,உதயசூரியன், முரசொலி, 29.12.56, இயல்.15

16. கருணாநிதி. மு.,மேலது, முரசொலி, 29.12.56, இயல்10.

17. சரளா ராசகோபாலன், அறிஞர்கள் பார்வையில் கலைஞர், ப.131.

18. பாரத்தசாரதி, பி.எம்., மு.கு.நூ., ப.409.

19. கருணாநிதி. மு. நச்சுக்கோப்பை, ப.59.

20. கருணாநிதி. மு.,காகிதப்பூ, ப.39.

21. கருணாநிதி. மு.,காகிதப்பூ, ப.40.

22. கருணாநிதி. மு.,உதய சூரியன், முரசொலி 23.10.56 காட்சி11.

23. கருணாநிதி. மு.,காகிதப்பூ, ப.10

24. கருணாநிதி.மு.,உதயசூரியன், முரசொலி 23.10.56 காட்சி11.

25. கருணாநிதி. மு.,உதயசூரியன், முரசொலி. 4.1.57 காட்சி16.

26. கருணாநிதி. மு.,காகிதப்பூ, ப.39.

27. கருணாநிதி. மு.,நானே அறிவாளி, ப23.

28. கருணாநிதி. மு.,புனித ராஜ்யம், பக். 64.-65

29. மேலது, ப.84

தமிழ் நாடகத்திற்குக் கலைஞரின் பங்களிப்பு

இருபதாம் நூற்றாண்டில் தமிழிலக்கியத்தில் தனித்த இலக்கிய வடிவமாக உருவெடுத்த நாடகம், இன்று பல்வேறு வளர்ச்சிநிலைகளைப் பெற்றுள்ளது. ஒவ்வொரு காலகட்டத்திலும் தமிழ் நாடக வளர்ச்சிக்குத் தங்களுடைய நாடகங்கள்மூலம் பல்வேறு நாடக ஆசிரியர்கள் பங்களித்துள்ளனர். இருபதாம் நூற்றாண்டில் சங்கரதாஸ் சுவாமிகள், பம்மல் சம்பந்த முதலியார், எஸ்.டி. சுந்தரம், பாரதிதாசன், அறிஞர் அண்ணா, கலைஞர், திருவாரூர் கே. தங்கராசு, ஏ.கே. வேலன், தில்லை வில்லாளன், இந்திரா பார்த்தசாரதி, கோமல் சுவாமிநாதன், ந. முத்துசாமி, ஜெயந்தன், அஸ்வகோஷ், பிரபஞ்சன், ஞாநி, பிரளயன், கே.ஏ. குணசேகரன் போன்ற நாடகாசிரியர்கள் நாடகப் பிரதி ஆக்கத்தில் குறிப்பிடத்தக்கவர்கள். இத்தகையோரின் நாடக முயற்சிகளால் தமிழ் நாடகம், புதிய பரிமாணங்களைப் பெற்றுள்ளது. இந்நிலையில் 1940-70 காலகட்டத்தில் தமிழ் நாடக உருவாக்கத்தில் திராவிட இயக்கச் சார்புடைய நாடக எழுத்தாளர்களின் பங்கு, கணிசமானது. திராவிடக் கருத்தியலை முன்வைத்து அரசியல்ரீதியில் செயல்பட்ட கலைஞரின் பன்முக ஆளுமையில் நாடகம் தனித்து விளங்குகின்றது. நிகழ்த்துக்கலை என்ற அளவில் கலைஞரின் நாடகங்கள், பார்வையாளர்களிடம் அழுத்தமான சமூகப் பாதிப்புகளை ஏற்படுத்தியுள்ளன.

இந்திய நாடு விடுதலையடைந்த பின்னர் நாடெங்கும் தேசிய உணர்வு பொங்கி வழிந்தது. காங்கிரஸ் கட்சியின் ஆட்சியில் தேனும் பாலும் ஓடும், நாட்டில் ஏற்றத்தாழ்வற்ற சமூகநிலை உருவாகும் என்று மக்கள் நம்பினர். ஆனால் காங்கிரஸ் அரசாங்கம் நாட்டில் நிலவும் சமுதாய வேறுபாடுகள், சாதியரீதியில் ஏற்றத்தாழ்வுகள் போன்வற்றைக் களையப் பெரிதும் அக்கறை காட்டவில்லை. ஒரே இந்தியா என்ற பெயரில் நாடெங்கும் பணக்காரர்கள், நிலக்கிழார்களின் உதவியுடன் ஆட்சி நிலை நிறுத்தப்பட்டது. மக்களின் வாழ்க்கை மேம்பாடு அடைய

ஐந்தாண்டு திட்டங்கள் போடப்பட்டாலும், உணவு உற்பத்தியில்கூட தன்னிறைவு ஏற்படவில்லை. நாட்டில் நிலவிய பஞ்சம் ஒருபுறம் எனில் உணவுப் பற்றாக்குறை இன்னொருபுறம் என மக்கள் வாடினர். ஒன்றிய அரசு மாநில மொழிகளின் வளர்ச்சி குறித்து அக்கறையில்லாமல், இந்தியைத் திணிப்பதில் ஆர்வம்கொண்டது. சநாதன மேலாதிக்கம் காரணமாகச் சமுதாயத்தில் ஆழமாக வேரூன்றி இருந்த தீண்டாமையை ஒழிப்பதில்கூட காங்கிரசார் கவனம் கொள்ளவில்லை. எனவே காங்கிரசின் மீது பரந்துபட்ட மக்கள் பெரிதும் வெறுப்புக்கொள்ளத் தொடங்கினர். இந்நிலையைச் சாதகமாக்கிக்கொண்ட தி.மு.க.வினர் காங்கிரஸ் பற்றிய பிம்பம், மாயைகளை மேடைப்பேச்சு, புனைகதை, நாடகம், திரைப்படம் மூலம் தகர்த்தெறிந்தனர். அன்று தமிழகத்தில் பொங்கிய தேசிய உணர்வைத் தமிழ்த் தேசிய இன உணர்வாக மாற்றுவதில் திராவிட இயக்கத்தினர், ஊடகங்களை முழுமையாகப் பயன்படுத்தினர். இதனால் திராவிடர் இனக் கொள்கை, தமிழின் சிறப்பு, சமத்துவம், பார்ப்பனிய எதிர்ப்பு, பகுத்தறிவு, மூடநம்பிக்கை ஒழிப்பு போன்ற திராவிட இயக்கத்தாரின் கொள்கைகள் மக்களிடம் வீச்சாகப் பரவின.

இருபதாம் நூற்றாண்டில் முற்பகுதியில் தமிழ் நாடக முன்னோடிகளின் நாடகங்கள் பெரும்பாலும் புராண, இதிகாசக் கதைகளைக் கருவாகக்கொண்டிருந்தன. மிகச்சிறிய அளவில்தான் சமுதாய நாடகங்கள் நிகழ்த்தப்பட்டன. நாட்டில் ஆங்கிலேய ஏகாதிபத்திய எதிர்ப்புப் போராட்டம் பரவியபோது, சமுதாய நாடகங் கள்மூலம் விடுதலைப் போராட்டக் கருத்துகள் பரப்பப்பட்டன. அப்பொழுது தனிப்பட்ட நாடகக்குழுக்கள், நாடக நடிகர்கள், பாடகர்கள்மூலம் விடுதலைக்கு ஆதரவாக நாடகங்கள் நிகழ்த்தப் பட்டன. காங்கிரஸ் இயக்கத்தின் சார்பில் பெரிய அளவில் நாடக இயக்கம் நடைபெற்றதாகத் தெரியவில்லை. திராவிடர் கழகத்திலிருந்து இயக்கப் பணியாற்றியபோது அண்ணா, கலைஞர், பாரதிதாசன், எம்.ஆர்.ராதா போன்றோர் அரசியல் பிரச்சாரத்திற்காக நாடகத்தைப் பயன்படுத்தினர். அரசியல் தலைவர்களான அண்ணாவும், கலைஞரும் தாங்கள் எழுதிய நாடகங்களில் நடிக்கவும் தொடங்கினர். அறிஞர் அண்ணா சந்திரமோகன்' நாடகம்மூலம் நாடக உலகில் அடியெடுத்து வைத்தார். பின்னர் அவர் ஓர் இரவு, வேலைக்காரி, நீதி தேவன் மயக்கம் போன்ற நாடகங்களை எழுதினாலும், தொடர்ந்த அரசியல் பணி காரணமாக நாடகங்களில் நடித்திட இயலவில்லை. இத்தகு சூழலில் 1943ஆம் ஆண்டு 'நச்சுக்கோப்பை' நாடகத்தின்மூலம்

தமிழ் உலகுக்கு அறிமுகமான கலைஞரின் முதல் நாடகமே காங்கிரசாரிடம் எதிர்ப்பை உண்டாக்கியது. நாகப்பட்டினம் திராவிட நடிகர் கழகத்தினால் தமிழ்நாடெங்கும் 'நச்சுக்கோப்பை' நாடகம் தொடர்ந்து நடத்தப்பெற்றது. நாடகத்தில் இடம் பெற்றுள்ள சீர்திருத்தக் கருத்துக்களுக்காகவும், விதவை மறுமண முடிவிற்காகவும் நாடகம், அன்றைய சமூகத்தில் அதிர்வுகளை உண்டாக்கியது. இதனால் நாடகத்தில் சீர்திருத்தக்காரனாக வரும் சிவகுரு வேடத்தில் நடித்த கலைஞரைப் புதுச்சேரியில் காங்கிரஸார் அடித்துத் தாக்கினர். இது ஒருவகையில் கலைஞரின் நாடகத்தினை அன்றைய சமூகமும் அரசியல் இயக்கமும் எதிர்கொண்ட எதிர்மறையான விளைவு.

கலைஞர், 1949ஆம் ஆண்டு எம்.ஆர். ராதாவிற்காக 'தூக்குமேடை' நாடகம் எழுதித் தந்தார். அந்நாடகம் திராவிட இயக்கக் கொள்கைகளை வலுவாகப் பிரச்சாரம் செய்தது. அதனைத் தொடர்ந்து கலைஞர் ஐம்பதுகளில் ஐந்து நாடகங்களும், அறுபதுகளில் மூன்று நாடகங்களும், எழுபதுகளில் இரு நாடகங்களும் எழுதியுள்ளார். அவ்வப்போது சில குறு நாடகங்களும் எழுதியுள்ளார். இவைதவிர வேறு சில நாடகங்கள் கலைஞரால் எழுதப்பட்டிருக்கலாம் என்று அறிய முடிகின்றது. ஆனால் அவை தற்சமயம் கிடைக்கவில்லை.

தமிழகத்தில் எழுபதுகளின் நடுவில் தொலைக்காட்சி அறிமுகமாகும் வரை நாடகமே மக்களிடையே முதன்மையான பொழுதுபோக்கும் நிகழ்கலையாக விளங்கியது. சென்னை நகரத்தில் சபா நாடகங்கள், நடுத்தர வர்க்கத்துப் பார்ப்பனர்களால் விரும்பிப் பார்க்கப்பட்டன. தென் மாவட்டங்களில் சங்கரதாஸ் சுவாமிகள் எழுதிய வள்ளி திருமணம், பவளக்கொடி போன்ற நாடகங்களைக் கிராமத்தினர் இரவு முழுவதும் கண்டு களித்தனர். வட தமிழ்நாட்டில் தெருக்கூத்துக்கு பெரிய வரவேற்பு இருந்தது. எண்பதுகளின் முற்பகுதியிலும்கூட தமிழகத்தில் மேடை நாடகங்கள் பெரும் வரவேற்புப் பெற்றிருந்தன. இத்தகைய சூழலில் 1943 ஆம் ஆண்டு முதலாகக் கலைஞர் நாடக ஆக்கத்தில் பெரிதும் கவனம் செலுத்தியுள்ளார் என்பது கவனத்திற்குரியது. நாடகம்மூலம் மக்களிடையே அரசியல் கருத்தைக் கொண்டு செல்வது எளிது என்ற எண்ணம் அவருக்குள் ஆழமாக ஊடுருவியிருந்தது. எனவேதான் அவர் "நாடக இலக்கியம்போல விரைந்து மனமாற்றம் உண்டாக்கக்கூடிய ஆற்றல் வேறு எதற்கும் அவ்வளவாக இல்லை. அதனால்தான் அரசியல் கருத்துக்களைப் பண்பாடு கெடாமல் தரம் தாழாமல் அள்ளித் தெளிப்பதற்கு நாடக இலக்கியத்தை நல்லதோர் கருவியாக – வல்லமை வாய்ந்த சக்தியாக

– நான் பயன்படுத்திட எண்ணினேன்"1 என்று மணி மகுடம் நாடகம் பற்றிக் கருத்துத் தெரிவிக்கும்போது குறிப்பிட்டுள்ளார். மணி மகுடம் வரலாற்று நாடகம் என்றாலும் அரசியல் சதிகள், சந்தேகங்கள், திருட்டுத்தனங்கள், கடவுளின் பெயரால் குருநாதர் நடத்துகின்ற அக்கிரமங்கள், பத்திரிகை ஆசிரியரின் மக்கள் விரோதச் செயல்கள் போன்றவற்றையும் அவற்றுக்கு எதிராகக் கிளர்ந்தெழுகின்ற மக்களின் எழுச்சியையும் நாடகம் சித்திரித்துள்ளது. அன்றைய சமுதாயத்தில் நாடகத்தின் செல்வாக்கைப் பற்றிய கலைஞரின் கருத்து, 'உதயசூரியன்' நாடகத்தில் வெளிப்பட்டுள்ளது. அந்நாடகத்தில் வரும் மூக்கையா "தி.மு.கழகம் சினிமா, நாடகம் இவைகளையெல்லாம் தன்னுடைய கொள்கைகளை ஓரளவுக்குப் பிரச்சாரம் செய்கின்ற சாதனங்களாய் வச்சிருக்கு" '2 என்கிறார். இது ஒருவகையில் நாடகத்தில் அரசியல் பிரச்சாரம் குறித்த கலைஞரின் வாக்குமூலம்.

நச்சுக்கோப்பை, தூக்குமேடை, பரப்பிரம்மம், உதய சூரியன், திருவாளர் தேசீயம் பிள்ளை, காகிதப்பூ ஆகிய நாடகங்களின் உள்ளடக்கத்தினை ஆராயும்பொழுது, தமிழ் நாடகத்தை அரசியல் கருத்தியல் பிரச்சாரத்திற்கு மிகப்பெரிய அளவில் பயன்படுத்தி வெற்றி கண்டவர்களில் முதன்மயானவர், கலைஞர் என்பதை அறிந்திட முடியும்.

கலைஞரின் படைப்பாக்கத் திறனில் நாடகமும் திரைப்படமும் ஒப்பீட்டளவில் சாதனைகள் படைத்துள்ளன. நாள்தோறும் அரசியல் பணி காரணமாகத் தமிழகமெங்கும் அலைந்து திரிந்தபோதிலும், நாடகம் எழுதியதோடு, அதில் நடித்ததும் அவருடைய நாடக ஆர்வத்தினை வெளிப்படுத்துகிறது. ஏற்கனவே மேடைப் பேச்சு, இதழ்கள்மூலம் தி.மு.கழகத்தின் முன்னணித் தலைவர்களில் ஒருவராக விளங்கினாலும், கலைஞர் நடிப்பதில் தொடர்ந்து ஆர்வம் காட்டியது தற்செயலானது அல்ல. நாடக ஆக்கமும் நடிப்பும் என்பது கலையுள்ளம் மிக்கவர்களுக்கே சாத்தியமானது. நாடகமாடுதல் என்பது இழிவாகக் கருதப்பட்ட சூழல் நிலவியவேளையில், நாடகத்தில் நடிப்பதை விருப்பமாகக்கொண்ட கலைஞர் அடிப்படையில் கலை மனம் மிக்கவர். கலையின் வழியே வாழ்க்கைப் பரப்பின் மேன்மைகளையும் இழிவுகளையும் விசாரித்திடும் கலைஞரின் கலை ஆளுகை, பன்முகத்தன்மையுடையது.

"கலைஞரின் எழுத்துகள் காலத்தை வென்று காட்டக்கூடியவை, திராவிட சமுதாயத்தின் தேவையான படைக்கலன்களில் ஒன்றாகவே

அவர் நாடகங்களைப் படைத்தார். தமிழினத் தலைவர் என்ற ஒட்டுமொத்தமான அவரது தோற்றப்பொலிவிற்கு நாடகாசிரியர் என்ற முகம் ஒளி சேர்க்கிறது''3 என்ற நாடகாசிரியர் கோமல் சுவாமிநாதனின் கலைஞர் பற்றிய மதிப்பீடு, ஏற்புடையதே. கலைஞரின் படைப்பாக்கத்தில் ஒப்பீட்டுநிலையில் நாடகம் முதன்மை இடம் வகிக்கிறது.

கலைஞரின் நாடகங்கள் யதார்த்தத்தை நகலெடுத்திடும் முறையில் துல்லியமான காட்சிகளைச் சித்திரிப்பவை அல்ல. வரலாற்று நாடகத்திலும்கூட சமகாலப் பிரச்சினைகளுக்கு முக்கியத்துவம் எழுதப்பட்ட கலைஞரின் நாடகப் பிரதி, காட்சிப்படுத்தும்போது பார்வையாளர்களிடம் கேள்விகளை எழுப்புகின்றது. பொதுவாக நாடகம் என்பது வாழ்க்கையைப் பிரதிபலிக்கும் கண்ணாடி என்ற நம்பிக்கை நிலவுகிறது. அது ஏற்புடையது அல்ல. மாறாக நாடகம் வாழ்க்கையைச் செம்மையாக்கும் சுத்தியல் என்ற நாடகாசிரியர் ப்ரக்டின் கருத்து, கலைஞரின் நாடக ஆக்கங்களுக்குப் பொருந்துகிறது. வெறுமனே கேளிக்கை அல்லது பொழுதுபோக்கு என்று நிகழ்த்தப்படும் நாடகங்கள் குறித்துக் கலைஞருக்கு எதிர்மறையான கருத்து உண்டு. அவருடைய நாடகங்கள் எல்லாவற்றுக்கும் ஒரே ஒரு பொருண்மைதான் உண்டு. அது சமூக நீதியைக் கண்டறிந்திடும் முயற்சி என்பதுதான்.

கலைஞரின் நாடகப் பிரதிகள் முன்னிறுத்தும் சமுதாய மதிப்பீடுகள் முக்கியமானவை. நாடகப் பிரதி என்ற நிலையில் அவை வெளியான காலகட்டத்திலுக்கும் இன்றைய சமூகச் சூழலுக்குமிடையில் முரண்களை எதிர்கொள்கின்றன. ஒரு குறிப்பிட்ட அரசியல் தேவை அல்லது சமூக நெருக்கடி காரணமாக எழுதப்பட்ட நாடகப் படைப்பானது, காலப்போக்கில் பெறுமிடத்தை மதிப்பிட வேண்டியுள்ளது. அதேவேளையில், மாறிவரும் சமூக, அரசியல் நிலைமைகள் அதற்கேற்றவகையில் புதிய வகைப்பட்ட நாடகப் படைப்புகளைக் கோருகின்றன. இத்தகு சூழலில் கலைஞரின் நாடகங்கள், பிரதி என்ற நிலையில் நவீன வாசகரால் எவ்வாறு உள்வாங்கிக் கொள்ளப்படுகின்றன என்பது முக்கியமானது. மேலும் மறுவாசிப்பில் நாடகப் பிரதியானது, இன்றைய சூழலுக்குப் பொருத்தமானதா என்பது ஆய்விற்குரியது. ஒரு காலகட்டத்தில் மக்களின் பொதுப்புத்தியில் பெரும் அதிர்வுகளை ஏற்படுத்திய கலைஞரின் நாடகங்களுடைய சமகாலத்தன்மையைக் கண்டறிய வேண்டியுள்ளது ஏனெனில் முன்னர் இயல்பாக இருந்த வைதிக

சநாதன நெறிகள் இன்று கேள்விக்குள்ளாகியுள்ளன. அதேவேளையில் பொதுவெளியில் சநாதனத்துக்கு ஆதரவாகப் பேசுகின்ற பார்ப்பனர்கள், ஆர்.எஸ்.எஸ்., பிஜேபி ஆதரவாளர்கள் பெருகியுள்ளனர். மூடநம்பிக்கை எதிர்ப்பு, தீண்டாமை ஒழிப்பு, பார்ப்பனிய எதிர்ப்பு போன்ற கருத்தியல்கள் இன்று மக்களிடம் பரவியிருந்தாலும், அவை குறித்த எதிர்ப்புப் பிரச்சாரங்களை முதன்மைப்படுத்தும் நாடகப் பிரதிகளுக்கு வரவேற்பு இருந்திட வாய்ப்புள்ளது.

மக்களிடம் விழிப்புணர்வை ஏற்படுத்திட வேண்டி எழுதப்பட்ட சமூகச் சீர்திருத்த நாடகப் படைப்புகள், அந்த நோக்கம் நிறைவேறியவுடன் தானாகச் செல்வாக்கினை இழந்து விடுகின்றன. இதனால் அந்த நாடகப் படைப்புகளை மக்கள் புறக்கணித்து விட்டனர் என்று கருத வேண்டியதில்லை. சமூகத் தேவையை நிறைவேற்றும்வகையில் படைக்கப்பட்ட நாடகங்கள், பின்னர் சமூகப் பதிவுகளாக மாறிவிடுகின்றன. கலைஞரின் நாடகங்களைப் பொறுத்தவரையில் இன்றைய தமிழக அரசியல் சூழலுக்குச் சில நாடகங்கள் தேவைப்படுகின்றன. தமிழ்நாட்டில் கடந்த பத்தாண்டுகளாக மத அடிப்படைவாத அமைப்புகள் வேரூன்றிட முயன்று வருகின்றன. சிறுபான்மை மதவாத அடிப்படை இயக்கங்கள், பெரும்பான்மையினர் மீதான பயத்தின் காரணமாக அடங்கியொடுங்கியும், அதேவேளையில் தீவிரவாதத்தைப் பயன்படுத்தவும் முயலுகின்றன. பெரும்பான்மையினரை ஒருங்கிணைத்து அரசியலில் ஆதிக்கம் செலுத்த முயலும் இந்துத்துவா அடிப்படைவாதிகள், இன்று மக்களுக்கு அச்சுறுத்தும் சவாலாக விளங்குகின்றனர். குறிப்பாக ஆர்.எஸ்.எஸ் என்ற இந்துத்துவா தீவிரவாத அமைப்பு, கார்ப்பரேட்டுகளுடன் கைகோர்த்துக்கொண்டு மக்களின் பொருளாதார வாழ்க்கையைச் சீரழித்துக்கொண்டிருக்கிறது. பொதுவாக மக்கள் மத வேறுபாடுகளை மறந்து ஒருங்கிணைந்து வாழ்ந்துகொண்டிருக்கும் சூழலில், மதவெறியைத் திட்டமிட்டுப் பரப்பி, வன்முறையைப் பரப்பிட முயலும் மத அடிப்படைவாத அமைப்புகளின் வெறுப்பு அரசியலால் தமிழ்நாட்டின் அமைதிக்கு இடையூறு ஏற்பட்டுள்ளது. இத்தகைய மதவெறி பிடித்த பாசிச அமைப்புகளை இனங்கண்டு ஒதுக்கிடும் மனநிலையை மக்களிடையே பரப்பிட நாடகம் உள்ளிட்ட நிகழ்த்துக் கலைகள் தேவைப்படுகின்றன. கலைஞரின் நாடகங்களை முன்மாதிரியாகக் கொண்டு, மதவெறி, அதிகாரம், வன்முறைக்கு எதிராகப் புதிய வகைப்பட்ட நாடகங்களைப் படைத்துத் தமிழமெங்கும் நிகழ்த்த வேண்டும். அவ்வகையில் நாடக

ஆக்கத்தில் கலைஞர் உருவாக்கிய தீவிரத்தன்மையை நவீன நாடக ஆசிரியர்கள் பின்பற்ற வேண்டியுள்ளது.

1960களில் கலைஞர் எழுதிய காங்கிரஸ் எதிர்ப்பு நாடகங்கள், இன்றைய சமூக மாற்றத்தினால் மதிப்பிழக்க வாய்ப்புண்டு. ஏனெனில் அவை குறிப்பிட்ட சமூகச் சூழலில் அன்றைய சமூகத்தில் எதிர்வினையாற்ற வேண்டுமென்ற நோக்கில் எழுதப்பட்டவையாகும். அவ்வகையில் தூக்குமேடை, உதய சூரியன் போன்ற நாடகங்கள் பெரும் விழிப்புணர்வை ஏற்படுத்தின. இதனால் கோபமடைந்த காங்கிரஸ் அரசாங்கம் அந்த நாடகங்கள் நடத்துவதற்குத் தடை விதித்தது. இன்றையச் சூழலில் அவை வரலாற்று முக்கியத்துவம் வாய்ந்த சமுக ஆவணங்களாக விளங்குகின்றன.

கலைஞர் எழுதிய தூக்குமேடை, மணிமகுடம், ஒரே முத்தம், சிலப்பதிகாரம், பரதாயணம், அனார்கலி, சாக்ரடீஸ், சேரன் செங்குட்டுவன் ஆகிய நாடகங்கள் இன்றும் தமிழில் முக்கியமானவை. இன்றைய தலைமுறையினரின் மறுவாசிப்பிலும் அவை புதிய பொருளைத் தருவதன்மூலம் தமது இடத்தைத் தக்கவைத்துக் கொண்டுள்ளன.

சமுதாய மாற்றத்தில் கலைஞரின் பங்கு

சாதி, சமயரீதியில் ஏற்றத்தாழ்வாக இருந்த தமிழ்ச் சமுதாயத்தில் விழிப்புணர்வை ஏற்படுத்தியதில் கலைஞரின் நாடகங்கள் முக்கியப் பங்காற்றியுள்ளன. 'சமுதாயப் பெரு மரத்தையே புரையோடி அரித்துக் கெடுத்திடும் புல்லுருவிகளைப் போலித்தனங்களை, ஏற்றத்தாழ்வுகளை எதேச்சதிகாரங்களைத் தோலுரித்துக் காட்டும் நோக்குடனேயே 'தூக்குமேடை" நாடகத்தை தீட்டியிருந்தேன்... அது எதிரொலித்த பகுத்தறிவுப் பிரச்சாரத்தை - சீர்திருத்தக் கருத்துக்களை ஆளும் காங்கிரசால் செரித்துக்கொள்ள முடியவில்லை... தூக்கு மேடைக்கே தூக்குக் கயிறு வீசப்பட்டது'4 என்று கலைஞர் தனது வாழ்க்கைக் குறிப்பில் குறிப்பிட்டுள்ளார். இந்நாடகம் 1949ஆம் ஆண்டு முதன்முதலாகத் தஞ்சையில் அரங்கேற்றப்பட்டது. அப்பொழுது கலைஞரின் வயது இருபத்தைந்து. வாலிபப் பருவத்திலேயே கலைஞரின் அரசியல், சமுதாய சீர்திருத்தக் கருத்துகள் அவருக்குள் வடிவெடுத்து விட்டதன் வெளிப்பாடுதான் தூக்குமேடை நாடகம். கலைஞரின் காத்திரமான அரசியல் செயல்பாடுகளின் வெளிப்பாடான தூக்கு மேடை நாடகத்துக்குத் தடை விதித்த காங்கிரஸ் ஆட்சியாளர்கள்,

காலனியாதிக்கவாதிகளின் நீட்சியாகச் செயல்பட்டுள்ளனர். ஆளும் வர்க்கத்தினரால் நாடகம் தடை செய்யப்பட்டதெனில், கருத்தியல்ரீதியில் அந்நாடகம் வலுவாக விளங்கியது என்பதைப் புரிந்துகொள்ள முடிகிறது. எதிரிகள்தான் போராட்ட வடிவத்தைத் தீர்மானிக்கின்றனர் என்ற நோக்கில் கலைஞரின் நாடகங்கள், போர்க்கருவிகளாக மாறிப் புதிய சமுதாயம் அமைந்திட வழி வகுத்தன.

அரசியல் பிரச்சாரத்துடன் அவரால் தொடர்ந்து எழுதப்பட்ட நாடகங்கள் சமுதாயப் பிரச்சினைகளைச் சுட்டிக்காட்டி அவற்றுக்கான தீர்வுகளைக் கண்டறிந்திட முயன்றன. இரத்தக் கண்ணீர், மணிமகுடம் போன்ற புனையப்பட்ட வரலாற்று நாடகங்களிலும் அரசியல், சமுதாய விமர்சனத்தை முன்னிலைப்படுத்திப் படைப்பது கலைஞரின் தனித்துவமான போக்கு. ஏற்கனவே தமிழ்நாட்டில் நிகழ்த்தப்பெற்ற சமுதாய நாடகங்களில், சமுதாயச் சீர்திருத்த நாடகம் என்ற புதிய வகையை அழுத்தமாகப் படைத்தவர் கலைஞர் என்று சொல்ல முடியும். அதாவது சமுதாயச் சீர்திருத்த நாடகத்தைச் செயலூக்கமானதாக மாற்றியமைத்துப் பார்வையாளரிடம் கொதிப்பையேற்படுத்தி, அதன்மூலம் நிலவும் சமூக அமைப்புக் குறித்து அடிப்படையான கேள்விகளை எழுப்பி விவாதிக்கத் தூண்டுவது, கலைஞர் நாடகங்களின் சிறப்பியல்புகள். வைதிக சநாதனத்தின் மேலாதிக்கம் காரணமாக நிலவிய சாதிய ஏற்றத்தாழ்வுகள், தீண்டாமை, பால் சமத்துவமின்மை, மூடநம்பிக்கைகள் போன்றவை பற்றிய பேச்சுகளையும் மறுபேச்சுகளையும் உருவாக்கியதில் கலைஞரின் நாடகங்கள் முன்னிலை வகிக்கின்றன.

சமுதாயச் சீர்திருத்த நாடக ஆக்கத்தில் வெற்றி கண்ட கலைஞர், 1953 ஆம் ஆண்டு எழுதிய பரப்பிரம்மம் மூலம் அரசியலுக்கு முக்கியத்துவம் தந்திட்டார். பின்னர் எழுதிய உதயசூரியன் (1956), காகிதப்பூ (1967), திருவாளர் தேசீயம்பிள்ளை (1967), நானே அறிவாளி (1971), புனித ராஜ்யம் (1979) ஆகியன முழுமையும் அரசியல் கருத்தியல் பிரச்சார நாடகங்களே. “நேர்மையோடு சமுதாயத்தைப் பற்றிச் சிந்திக்கும் ஓர் எழுத்தாளனால் அரசியல் சித்தாந்தங்களைப் புறக்கணிக்க முடியாது” 5 என்ற க. கைலாசபதியின் கருத்து அடிப்படையில் நோக்கும்போது கலைஞரின் அரசியல் நாடகம் பற்றிய நோக்கத்தினைப் புரிந்து கொள்ளவியலும். நாட்டு விடுதலைக்காகப் போராடிய காங்கிரஸ் கட்சி, தமிழ்நாட்டில் ஆட்சியேறிய இருபது ஆண்டுகளில், தி.மு. கழகத்தினரால் கீழே இறக்கப்பட்டது. இன்னும் கூறினால் 1957 ஆம்

ஆண்டு தேர்தலில் பங்கேற்ற தி.மு.கழகம் பத்தாண்டுகளில் 1967 ஆம் ஆண்டு தமிழகத்தின் ஆட்சியைக் கைப்பற்றியது. இத்தகைய சாதனை புரிந்திட, மக்களைத் தம் பக்கம் ஈர்த்திட தி.மு. கழகத்தினருக்கு நாடகமும், திரைப்படமும் பத்திரிகையும் முக்கியக் கருவிகளாக விளங்கின. கலைஞரின் உதய சூரியன், காகிதப்பூ, திருவாளர் தேசீயம்பிள்ளை ஆகிய மூன்று நாடகங்களும் தி.மு.கழகத்தின் கொள்கைகளைப் பிரச்சாரம் செய்யவும், காங்கிரஸின் மக்கள் விரோதப் போக்கை அம்பலப்படுத்திடவும் பெரியஅளவில் உதவின. தி.மு. கழகம் ஆட்சியைக் கைப்பற்ற கலைஞரின் நாடகங்கள் முக்கியக் காரணியாக விளங்கியுள்ளன.

காகிதப்பூ நாடகத்தைப் பற்றி 07.02.67 நாளிட்ட டைம்ஸ் ஆங்கில ஏட்டில் விழாக் கோலத்தில் சென்னை என்ற கட்டுரையில் வெளிவந்த பகுதிகள் பின்வருமாறு:

"தமிழக ஆட்சியின் எதிர்ப்புச் சக்திகளில் முன்னணியில் நிற்பது திராவிட முன்னேற்றக் கழகம். அது தேர்தல் பிரசாரம் செய்யும்முறையே வேறானது. மிகப்பெரிய திடல் ஒன்றின் மூலையில் திரளான மக்கள் அமர்ந்து திறந்தவெளி அரங்கில் நடைபெறும் ஒரு நாடகத்தைப் பார்க்கிறார்கள். அதனைப் பார்த்துவிட்டு உள்ளம் உருகுகிறார்கள். மனம் திறந்து வாய்விட்டுச் சிரிக்கிறார்கள்... இந்த நாடகம் 'காகிதப்பூ.' திராவிட முன்னேற்றக் கழகத் தலைவர் ஒருவரால் எழுதப்பட்டுத் தமிழகம் முழுவதும் நடிக்கப்படுவதாகும். கதராடை உடுத்தி, உழைப்பின் சிறப்புப் பற்றிய போலிப் பேச்சுக்களால் மக்களை மயக்கி வாக்குகள் பெற முயலும் காங்கிரஸ்காரர்களாக இந்த நாடகத்தின் வில்லன், நகைச்சுவைப் பாத்திரங்கள் காட்டப்படுகின்றன." கலைஞரின் அரசியல் நாடகத்தினுக்கு அன்று மக்களிடையே இருந்த செல்வாக்கினை இவ்விமர்சனம் சரியாகக் கணித்துள்ளது. அன்றையத் தமிழ்நாட்டு மக்களின் மனதில் அரசியல் மாற்றத்தை உருவாக்கியதில் கலைஞரின் நாடகங்கள் பெரும் பங்கு வகித்துள்ளன.

கலைஞரின் நாடகங்கள், எம்.ஆர். ராதா நாடகக் குழுவினர், திருவாரூர் முரசொலி நாடகமன்றம், தேவி நாடக சபை, எஸ். எஸ்.ஆர். நாடகக்குழு போன்ற பல்வேறு நாடகக் குழுவினரால் நடிக்கப்பட்டுள்ளன. அவை பொது அரங்குகள், திறந்தவெளி மேடைகள், கட்சி மாநாடுகளில் பெரிதும் நிகழ்த்தப்பட்டன. அவற்றுள் சில கட்சி மாநாடுகளின்போது இரவுவேளையிலும், சில முப்பெரும் விழாக்களின் இறுதியிலும் நாடகங்கள் நடத்தப்பட்டன. சில

நாடகங்கள் கட்சி மாநாடுகளில் அரங்கேற்றப்பட்டன. சில நாடகங்கள் கட்சிக்கு நிதி திரட்டுவதற்காக நடத்தப்பட்டன. 1967க்கு முன்னர் பல இடங்களில் தேர்தல் பிரச்சார நிதிக்காகவும், கட்சியினருக்குத் தேவைப்படும் வழக்கு நிதிக்காகவும் கலைஞரின் நாடகங்கள் பயன்பட்டுள்ளன. கட்சியின் பொருளியல் மேம்பாட்டிற்காகவும் கலைஞரின் நாடகங்கள் உதவியுள்ளன என்பது குறிப்பிடத்தக்கது.

"கலைஞருடைய படைப்புகளுள், கொள்கை பரப்புதலில் மிகத்தீவிரமான கருவியாக விளங்குவது நாடகங்களே"6 என்ற மு. சரோஜாவின் மதிப்பீடு, தி.மு.கழகத்தின் வளர்ச்சியில் கருத்தியல்ரீதியில் கலைஞரின் நாடகங்களுக்கான பங்கினை நுணுக்கமாக வரையறுக்கிறது. கலைஞரின் படைப்பாக்க ஆளுமையில் நாடகங்கள் வீர்யத்துடன் விளங்குவதை அறியமுடிகிறது. உயிரோட்டமிக்க உரையாடல்கள்மூலம் கலைஞரின் நாடகங்கள் உணர்ச்சிப்பூர்வமாக விளங்குகின்றன. கலைஞரின் தமிழ் மொழி ஆளுகையானது அழுத்தமானது. அவர், பண்டையத் தமிழ் இலக்கியத்தில் தோய்ந்த புலமையுடையவராதலால், கற்பனை ஆற்றலை விரிந்தஅளவில் பயன்படுத்தி நாடகங்களை எழுதியுள்ளார். அடுக்குமொழி வசனங்கள்மூலம் பார்வையாளர்களைத் தன் வசப்படுத்தும் சூட்சமம் நன்கு கைவரப்பெற்றுள்ளார். நாடகங்களில் உச்சக்கட்டக் காட்சிகளின்போது பாத்திரங்கள் பேசுகின்ற நீண்ட வசனங்கள், செறிவான மொழியில் அழுத்தமாக வெளிப்பட்டுள்ளன. அனார்கலி, சேரன் செங்குட்டுவன், சாக்ரடீஸ் போன்ற குறு நாடகங்களில் வெளிப்படும் அவருடைய படைப்பு ஆற்றல் பிரமிப்பை ஏற்படுத்துகின்றது. அதிலும் சாக்ரடீஸ் பற்றிய கலைஞரின் சொல்லோவியம், நுட்பமாக எழுதப்பட்டுள்ளது. மொழியின் வழியே கலைஞர் சித்திரிக்கும் சாக்ரடீஸ் பற்றிய விவரணை, அழுத்தமான பாதிப்புகளைப் பொதுப்புத்தியில் ஏற்படுத்தக்கூடியது. மறுவாசிப்பிலும் சாக்ரடீஸ் நாடக உரையாடல்கள் நுட்பமான கேள்விகளை எழுப்புகின்றன. இது கலைஞரின் மொழி ஆளுகைக்குக் கிடைத்த வெற்றியாகும்

சிலப்பதிகார நாடகக் காப்பியத்தை நாடக வடிவமாக்கியுள்ள கலைஞரின் முயற்சி, தமிழ் நாடக வரலாற்றில் முக்கியமானது. உலகத்து நாடகங்கள் பற்றி அறிந்துள்ள கலைஞர் அவை போன்று தமிழிலும் நாடகம் எழுதிட முயன்றார். " கிரேக்க நாடகப் பேராசிரியன் சோபாக்ளீஸ், ஆங்கில நாடகப் பேராசிரியன் ஷேக்ஸ்பியர், பிரெஞ்சு நாடகப் பேராசிரியன் மோலியர் முதலானவர்களைப்

பற்றிக் கேள்வியுறும் பொழுதெல்லாம் நம்முடைய தமிழிலும் மற்ற இலக்கியங்கள் – குறிப்பாக இயற்றமிழ் வளர்ந்த அளவுக்கு நாடகக் காப்பியங்கள் இயற்றப்படவில்லையே என்று நான் ஏங்குவதுண்டு" என்ற கலைஞரின் ஆதங்கம், நியாயமானதுதான். "சிலப்பதிகாரம் ஒருவகையில் நாடகக் காப்பியமாகத் தோற்றமளிப்பதுதான்; அதன் கதை மேடைகளில் நடிக்கப்பட்டும் வருவதுதான்" என்று குறிப்பிடுகின்ற கலைஞர் சிலப்பதிகாரக் காப்பியத்தை அரசியல்ரீதியில் மறுவாசிப்புச் செய்துள்ளார். தமிழர் பண்பாட்டுக் காப்பியம் என்று சிலப்பதிகாரக் காப்பியத்தை அணுகிய கலைஞர், அந்தக் அக்கதைக்கு நாடக வடிவம் தந்து உணர்ச்சிப்பூர்வமாக எழுதியுள்ளார்.

பண்டைய இலக்கியக் கதையான கோவலன் - கண்ணகி கதையை எடுத்துக்கொண்டு, அதைத் தற்காலச் சூழலுக்குப் பொருந்துவதாக மாற்றியமைத்து, விவாத நோக்கில் கலைஞர் எழுதியுள்ள படைப்பு, தமிழுக்கு வளம் சேர்ப்பதாகும். சம்ஸ்கிருத மொழியில் காளிதாசன் போன்றோர் எழுதிய நாடகங்களை முன்னிறுத்திக் கொண்டாடிய சூழலில், கலைஞர் சிலப்பதிகாரத்தை நாடகமாக்கியது நுண்ணரசியல் பின்புலமுடையது. சம்ஸ்கிருதக் காவியங்கள் புராணங்களையும் அதியற்புதப் புனைவுகளையும் கடவுளர்களின் கட்டுக்கதைகளையும் முன்வைத்தபோது, வணிகக் குடும்பத்தில் பிறந்து கைம்பெண்ணான கண்ணகியைப் பத்தினிக் கடவுளாக்கிய கதையாடல், தமிழரின் அடையாளமாகக் கலைஞருக்குத் தோன்றியது. எனவேதான் கலைஞர் சிலப்பதிகாரம் நாடகக் காப்பியத்தை மீட்டுருவாக்கிப் புதிய நாடகப் படைப்பாகப் படைத்துள்ளார்.

சங்க இலக்கியம், பாரதிதாசன் படைப்புகள் கலைஞருக்குள் ஏற்படுத்திய தாக்கங்கள், அவருடைய நாடக ஆக்கத்தில் வெளிப்பட்டுள்ளன. அறுபதுகளில் பண்டைத் தமிழிலக்கியம் பற்றிய அறிமுகம் மக்களிடையே பரவிட கலைஞரின் நாடக ஆக்கங்கள் பெரிதும் உதவின.

கலைஞரின் எழுத்து நடையானது தீவிரமான கருத்தினைக் கூர்மையான சொற்கள் மூலம் வெளிப்படுத்துகிறது. அவர், சொற்களின் பயன்பாடுமூலம் கேட்பவரின் மனதைச் சிந்திக்கத் தூண்டுகின்றனவாக உரையாடலை அமைப்பதில் அக்கறையெடுத்து நாடகங்களை எழுதியுள்ளார். உரையாடல்களில் எண்ணற்ற உவமைகளைப் பயன்படுத்துதல், போகிற போக்கில் புராண, இதிகாசக் கதைகளைக் கேலி செய்தல், மூடநம்பிக்கைகளைக் கிண்டல் செய்தல்,

கதைப்போக்கில் நகைச்சுவையைச் சாதாரணமாக இடம் பெறச் செய்தல் போன்றன கலைஞர் நாடக ஆக்கத்தில் சிறப்பு அம்சங்கள். விழிகளுக்கு மை தீட்டுவதுபோல கலைஞரின் வசனத்தில் சம்ஸ்கிருதச் சொற்கள் இடம் பெற்றுள்ளன. சில நாடகங்களில் கொச்சை மொழியையும் பயன்படுத்தியுள்ளார். புராண, இதிகாச அலங்கார நடை, குடும்பக் கதைகளின் வறண்ட நடை போன்றவற்றிலிருந்து கலைஞரின் நடை முற்றிலும் மாறுபட்டது. தமிழ் நாடக ஆக்கத்திலிருந்த மந்த நிலையை மாற்றியமைத்துச், செயலூக்கம் மிக்கதாக மொழியை மாற்றியமைத்த பெருமை கலைஞரையே சாரும்.

நாடகத்தைப் போர்க்கருவியாகவும், மாற்றார் கருத்திலிருந்து தப்பும் கேடயமாகவும், கருத்துகளைப் பரப்பிடும் ஊதுகுழலாகவும் பயன்படுத்திய கலைஞர் எழுதிய நாடகங்களின் சிறப்பு அம்சங்கள் பின்வருமாறு:

- தமிழில் நாடகங்களை அரசியல் கருத்தியல் பெரியஅளவில் கையாண்டு வெற்றியடைந்தவர். நாடகத்தின் பயன்பாடு முழுக்க மக்களுக்கானது என்ற கொள்கையுடையவர். தமிழ் நாடகக் கதைசொல்லல், உரையாடலில் புதிய பாணியை வகுத்தவர். சமுதாயச் சீர்திருத்த நாடகங்களில் சாதனை படைத்தவர்.
- தமிழில் மூடநம்பிக்கையை ஒழித்துப் பகுத்தறிவு கருத்தினைப் பரப்பிட நாடகங்களை பயன்படுத்தியவருள் முதன்மையானவர்.
- தமிழ், தமிழரின் பெருமையைப் பேசும் தமிழ் மீட்புவாதத்தை நாடகங்களில் முன்னிலைப்படுத்தியவர்.
- அரசியல் பிரச்சாரத்திற்கு நாடகத்தைப் பயன்படுத்திய தமிழ் நாடக ஆசிரியர்களில் முதன்மையானவர்.
- அரசியல் கருத்தியல் வெளிப்பாட்டிற்குத் மொழி நடையினை வீர்யத்துடன் கையாண்டுள்ளார்.

கலைஞரின் நாடகங்கள் பார்வையாளர்களுடைய சிந்திக்கும் முறைக்குச் சவாலாகவும், பெரும்பான்மையினர் எதிர்காலத்தில் படைத்திட விரும்பும் உலகைக் கற்பனை செய்வதுமாக வெளிப்பட்டுள்ளன.

சான்றாதாரம்

1. கருணாநிதி. மு., நெஞ்சுக்கு நீதி, தொ.1, ப.657.
2. கருணாநிதி. மு., உதயசூரியன், முரசொலி, 23.10.56, இயல்10.
3. கோமல் சுவாமிநாதன் (மேற்கோள்) பி.எல்., ராஜேந்திரன், நாடக ஆசிரியர் கலைஞர், ப.83.
4. கருணாநிதி. மு., நெஞ்சுக்கு நீதி, தொ.1, ப.488.
5. கைலாசபதி. க., தமிழ்நாவல் இலக்கியம், ப.250.
6. சரோஜா. மு., கலைஞருடைய எழுத்தும் காலமும்: அறிஞர்கள் பார்வையில் கலைஞர், ப.191.

துணை நூல் பட்டியல்

மூலப் படைப்புகள்

1. கருணாநிதி, மு. நச்சுக்கோப்பை. வேலூர்: திராவிடன் பதிப்பகம், 1954 (நான்காம் பதிப்பு).
2. கருணாநிதி, மு. தூக்குமேடை, வேலூர்: தென்றல் பதிப்பகம், 1951 (இரண்டாம் பதிப்பு).
3. கருணாநிதி, மு. ஒரே முத்தம். சேலம்: தென்றல் நூற்பதிப்புக் கழகம், 1950.
4. கருணாநிதி, மு. பரப்பிரம்மம். திருச்சி: திராவிடப் பண்ணை, 1953.
5. கருணாநிதி, மு. இரத்தக் கண்ணீர். திருச்சி: திராவிடப் பண்ணை, 1953.
6. கருணாநிதி, மு. மணிமகுடம். சென்னை: பாரதி பதிப்பகம், 1986 (நான்காம் பதிப்பு).
7. கருணாநிதி, மு. உதய சூரியன். முரசொலி, வார இதழ்: 24-08-56 முதல் 04-01-57 வரை
8. கருணாநிதி, மு. காகிதப்பூ. முரசொலி, பொங்கல் மலர், 1967.
9. கருணாநிதி, மு. திருவாளர் தேசீயம்பிள்ளை. சென்னை: சித்ரா பதிப்பகம், 1967
10. கருணாநிதி, மு. சிலப்பதிகாரம். சென்னை: தமிழ்க்கனி பதிப்பகம், 1976 (மறுபதிப்பு)
11. கருணாநிதி, மு. நானே அறிவாளி, முரசொலி, பொங்கல் மலர், 1971.
12. கருணாநிதி, மு. புனித ராஜ்யம். சென்னை: தமிழ்க்கனி பதிப்பகம், 1978.
13. கருணாநிதி, மு. பரதாயணம். சென்னை: தமிழ்க்கனி பதிப்பகம், 1978.

துணைமைச் சான்றுகள்

14. இராமசுவாமி, மு. தமிழ் நாடகம்: நேற்று இன்று நாளை. தஞ்சாவூர்: ருத்ரா பதிப்பகம், 1998.
15. கருணாநிதி, மு. நெஞ்சுக்கு நீதி, பாகம் I. சென்னை: திருமகள் நிலையம், 1989.
16. கருணாநிதி, மு. நெஞ்சுக்கு நீதி, பாகம் II. சென்னை: திருமகள் நிலையம், 1987.
17. குமரவேலன், இரா. தமிழ்நாடக வளர்ச்சி: விடுதலை இயக்கமும் திராவிட இயக்கமும். சென்னை: தமிழரசி, 1991.
18. கைலாசபதி, க. தமிழ்நாவல் இலக்கியம். சென்னை: குமரன் பதிப்பகம், 1999.
19. சண்முகம், அவ்வை தி.க. எனது நாடக வாழ்க்கை. சென்னை: வானதி பதிப்பகம், 1986.
20. சண்முகசுந்தரம், சு. கலைஞர்: கலை இலக்கியத்தடம். பெங்களூர்: காவ்யா, 1999.
21. சுப்பிரமணியம், நா. பாட்டும் கூத்தும். மதுரை: மதுரைப் பல்கலைக்கழகம், 1977.
22. தங்கப்பிரகாசம், சா. பாரதிதாசன் பாடல்களில் பெரியாரின் சிந்தனைகள். பெரம்பலூர்: பகுத்தறிவுப் பதிப்பகம், 2000.
23. துரைக்கண்ணன், நாரண. தமிழில் நாடகம். சென்னை: வானதி பதிப்பகம், 1976.
24. பார்த்தசாரதி, பி.எம்.. தி.மு.க. வரலாறு. சென்னை: பாரதி பதிப்பகம், 1998.
25. பெருமாள், ஏ.என். தமிழ் நாடகத்தின் தோற்றமும் வளர்ச்சியும். சென்னை: அணியகம், 1983.
26. மணா. தமிழகப் பிரபலங்களின் நதி மூலம். தஞ்சாவூர்: ருத்ரா பதிப்பகம், 1999.
27. மணவாளன், அ.அ. அரிஸ்டாடிலின் கவிதை இயல். சென்னை; என்சிபிஹெச், 1991.

28. மாசேதுங். கலையும் இலக்கியமும் (முகவை. ராஜமாணிக்கம் மொபெ.). சென்னை: தமிழ்ப் புத்தகாலயம், 1985.

29. முருகேசபாண்டியன், ந. தமிழ் மொழிபெயர்ப்பில் உலக இலக்கியம். சென்னை: தி பார்க்கர், 1994.

30. ராஜேந்திரன், பி.எல். நாடக ஆசிரியர் கலைஞர். சென்னை: சங்கீதா பதிப்பகம், 1999.

31. கலைஞருடைய எழுத்தும் காலமும்: அறிஞர்கள் பார்வையில் கலைஞர். கலைஞர் மணிவிழாக் குழு. சென்னை, 1984.

32. Theodare Baskaran. *The Message Bearers*. Chennai: Cre a, 1979.

இதழ்கள்

திராவிட நாடு 22-07-51

திராவிட நாடு 31-08-52

முரசொலி 24-08-56 முதல் 04-01-57

முரசொலி, 1971 பொங்கல் மலர்

குடிஅரசு 09-01-1927

உண்மை 14-01-1979

நடிகன் குரல், 1965 அக்டோபர்

கலைஞரின் நாடகங்கள்

எண்	நூலின் பெயர்	ஆண்டு
1.	நச்சுக்கோப்பை/பழநியப்பன்/சாந்தா	1943
2.	தூக்குமேடை	1948
3.	ஒரே முத்தம்	1950
4.	பரப்பிரம்மம்	1953
5.	இரத்தக் கண்ணீர்/மகான் பெற்ற மகன்	1953
6.	மணிமகுடம்	1956
7.	உதயசூரியன்	1957
8.	காகிதப்பூ	1966
9.	திருவாளர் தேசீயம்பிள்ளை	1967
10.	சிலப்பதிகாரம்	1967
11.	அனார்கலி (குறு நாடகம்)	1967
12.	சாக்ரடீஸ் (குறு நாடகம்)	1967
13	சேரன் செங்குட்டுவன் (குறு நாடகம்)	1967
14.	பரதாயணம் (குறு நாடகம்)	1967
15.	நானே அறிவாளி	1971
16.	புனித ராஜ்யம்	1979

கலைஞரின் கைவண்ணத்தில் மிளிர்ந்திடும் எழுத்தோவியங்கள்

கலைஞர் எழுதிய நாடகங்களில் இருந்து சில காட்சிகள்

நச்சுக்கோப்பை | சாக்ரடீஸ் | அனார்கலி | பரப்பிரம்மம்
காகிதப்பூ | தூக்குமேடை | மணிமகுடம் | ஒரே முத்தம்
சிலப்பதிகாரம்

நச்சுக்கோப்பை

சீன்:6 இடம்: காடு

(ஏகாம்பரம் சாந்தா படத்தை வைத்து அழல்)
(சாமியார் பாட்டு)

ஏகாம்பரம்: *சாந்தா! என்னை இப்படி ஏமாற்றுவாய் என்று நான் கனவிலும் நினைக்கவில்லையே! எனறு குமுறும் உள்ளத்தை உன்னிடம் எப்படிக் காட்ட முடியும்? நான் அப்படி என்ன தவறு செய்துவிட்டேன் என் உண்மை உள்ளத்தோடு உன்னைக் காதலித்தேன் நீயும் உன் காதலை வாரிவாரி வழங்கினாய். என் உள்ளத்தையும் உன்னிடம் ஒப்படைத்தேன். அன்று நீ பேசிய கொஞ்சும் மொழி விருந்து இன்னும் என் நெஞ்சை இனிக்கத்தான் செய்கிறது. கரும்பே என்றாய் கரும்பு இன்று உனக்கு வேம்பாயிற்று! மண்ணும் விண்ணும் வீழினும் மறவேன் என்றாய்! சாந்தா சீ என்னை உண்மையாகவே காதலித்தாயோ அல்லது உனது அன்பு வெறும் வேசிகளின் அன்புதானா? காதலாம், கண்ணாம், மூக்காம், அதற்குத் தெய்வீக சக்தியாம்! இதுதானா அந்தச் சக்தி? சீ! ஒரு இளைஞனை இன்முகம் காட்டி இழுத்துக் கண்களால் பேசி, கடிதங்களால் மயக்கி, வாய்மொழியால் வாட்டி கடைசியில் கலங்க விடுவதென்றால் இதை உலகம் பார்த்துக்கொண்டா இருக்கும்? சாந்தா! உன் மனமே உனக்கு நீதி வழங்கும். உன்னையே நம்பி உனக்காகவே உலகில் வாழ்ந்து உன்னாலேயே ஏமாற்றப்பட்டு உள்ளம் உடைந்து ஓடும் ஏகாம்பரத்தின் நெஞ்சின் சாபத்தை நீ ஏற்றே தீரவேண்டும். இதிலிருந்து நீ மீளமுடியாது சாந்தா! அன்பனையா மறந்தாய்? அழகப்பனுக்கா மாலையிட்டாய்? இதோ போகிறேன் – உலகைவிட்டு அல்ல. இந்த ஊரைவிட்டு சாந்தா! உனக்கு உகைம் அளிக்கும் தண்டனையைப் பார்க்காமலா சாவேன்! சாந்தா!*

சீன்: 18 இடம்: பகுத்தறிவு மன்றம்

... ...

சிவகுரு வருதல்

(சிவகுரு கடிதத்தைப் பார்த்து)

சிவகுரு: என்ன, தற்கொலையா? பழனியப்பா, தற்கொலையா செய்துகொண்டாய்? சமுதாயம் உன்னைத் தற்கொலைக்கா ஆளாக்கிற்று? நேற்று வெகுநேரம் வரையில் என்னிடம் அளவளாவிக்கொண்டு இருந்தாயே, நிம்மதியாகப் படுத்துத் தூங்கு என்று சொல்லிவிட்டுப் போனேனே, அதன் பயனா இது? சமுதாய ஊழலைச் சாகடிக்கப் பிறந்த அமுதே! மூடமதியை முறியடிக்க வந்த முழுமதியே அழிந்துபட்டாயா? ஒழிந்துவிட்டதா உன் வாழ்வு? வைதீக வெறி பிடித்த நகரைப் பகுத்தறிவுக் கோட்டமாக்கினாய். பாழ்பட்ட தமிழர் வாழ்வைச் சீர்படுத்த வந்த தொண்டனே! கிறிதுநாள் பட்டே தொலையும் சமூகம் உன்னைத் தொலைத்ததா? நீ பட்ட பாட்டை நினைக்கும்போது நெஞ்சம் வேகிறதே. இந்தத் தீ! தீ! தீ! இந்தச் சமுதாயக்கோட்டையை கப்பிக்கொள்ளாதா? உபயோகமற்ற சமூகமே! உலுத்துப்போன பிசாசே! கொன்று விட்டாயா பழனியப்பனை? அவன் என்ன தவறு செய்தான்? ஏன் இந்தப் பழிகார வேலை? பள்ளந்தனில்விழும் பழமைச் சமூகமே! சாகப் போகும் சாதிக்கட்டுப்பாடே! பொட்டுப் பூச்சியே! புன்மைத் தேரையே! அழு, இனி, அஞ்சு! குனி, பிதற்று. மனிதரில் நீங்களும் மனிதர். மண்ணன்று! இமை திறந்து பாருங்கள். பழனியப்பன் இறந்தது நியாயமா என்று சொல்லுங்கள். சாந்தா ஏகாம்பரத்தைக் காதலித்தாள். அவளைச் சமுதாயத்தின் சகுனத்தடை என்று தூற்றினீர்கள். என்? கம்மனாட்டி என்றீர்கள். வரப்போகும் புயல் உங்களையும் தாக்குமென்ற எண்ணமில்லாமல்! இது ஒரு உலகம்! இது ஒரு வாழ்வு! இதற்கொரு சமுதாயம்! இத்தனையும் கட்டியாள ஒரு கடவுள்! தூ! வெட்கமில்லை! மக்கள் வாழ்வு நடத்துபவர்களுக்கு மாக்கள் என்று பெயர்! படாடோப வாழ்க்கைக்கு மடாதிபதி பட்டம். பாட்டாளியை வாட்டி வதைப்பவனுக்கு வள்ளல் என்ற விருது! பொய்யையே பிழைப்பாகக் கொண்டவன் மெய்யப்பன்! இத்தகைய உலகிற்கு சத்தி ஒரு கேடு. உன் சாவு கேட்டு இந்தச் சமுதாயம் சிரிக்கிறது. சிங்கத்தை நரியடிக்கும்திறன் இல்லாவிட்டாலும் பொங்குற்றே சிங்கம் இறந்தது என்றால் நரி மனம் பூரிக்காதா! ஐயோ! நண்பனே! இனி உனது தமிழ்ப் பேச்சை! வீரமுழக்கத்தை சொல்வீச்சை எங்குக் காண்பேன்? யாரிடம் கேட்பேன்? சிங்கமெனச் சீறும் செழுந்தமிழா! செந்தோழா! உன்னை இந்தச் சமூகம் சாய்த்ததா? தடைபுரிந்த சமூகமே! நீ நிச்சயம் தோல்விகொள்வாய்.

சாக்ரடீஸ்

காட்சி-5					சிறைச்சாலை

(சாக்ரடீஸ் காலிலே சங்கிலி பூட்டப்பட்டுச் சிறிய இடத்திலே அங்குமிங்கும் உலவிக்கொண்டிருக்கிறான். கதவு திறக்கப்படுகிறது - கிரிட்டோ வருகிறான்)

சாக்ரடீஸ்: கிரிட்டோ என் அருமை நண்ப! வா வா... (வெளியே வந்து பார்த்து,... ஓ... அது யார்?.

கிரிட்டோ: உன் மனைவி... குழந்தைகள்!

(பெரிய குழந்தைகள் இருவரும், கைக்குழந்தையை ஏந்தியபடி எக்ஸேந்திபியும் உள்ளே வருகிறார்கள் கண்ணீர் வடித்தபடி....)

சாக்ரடீஸ்: எக்ஸேந்திபி!...

(அவள் அழுகிறாள், குழந்தைகள் அழுகிறார்கள். பச்சைக் குழந்தையும் வீறிட்டு அழுகிறது.)

சாக்ரடீஸ்: அன்புள்ளவளே!... பார்த்தாயா?... பயனற்ற தத்துவ விசாரணையில் காலத்தைக் கழிக்கிறேன்; தர்க்கவாதம் புரிந்து தொல்லைப்படுகிறேன் என்றெல்லாம் கோபித்துக் கொண்டாயே; இப்போது பார், உன் கணவன் அகிலம் புகழும் வீரனாக, தேசம் புகழும் தியாகியாக மாறிவிட்டான்!... எக்ஸேந்திபி! நீ பாக்கியசாலிதான்! படை பலம், பண பலம் அத்தனை பலத்தையும் எதிர்த்து நின்று யாருக்கும் பணியாத பெருமையோடு, விழிகளைக் கடைசியாக மூடப்போகும் கர்மவீரனுக்கு நீ மனைவி... குழந்தைகளைப் பத்திரமாகப் பார்த்துக்கொள்! அவர்கள் பெரியவர்களாக மாறி, நேர்மை தவறிநடந்தால், நான் உங்களைத் திருத்த முயன்றதுபோல், நீங்களும் அவர்களைத் திருத்த முயலுங்கள்! போ... நேரமாகிறது... காவலர்கள் கோபிப்பர்!... கிரிட்டோ, இவர்களை அனுப்பி வை?

(கிரிட்டோ அவர்களை வெளியே அழைத்துச் செல்கிறான். பிறகு கிரிட்டோ மட்டும் உள்ளே வருகிறான்.)

சாக்ரடீஸ்: கிரிட்டோ! உனக்குத் தெரியுமல்லவா?... முப்பதுநாள் சிறைவாழ்வு இன்றோடு முடிவடைகிறது! நீதிமன்றத்தின் தீர்ப்பின்படி... விஷம் சாப்பிட்டுச் சாகவேண்டிய நன்னாள் இன்றுதான்!

கிரிட்டோ: 'சாக்ரடீஸ்! தத்துவ வாதங்களால் அழிக்கமுடியாத உன்னை, விஷம் அழிக்கப்போகிறது!... ஒரு யோசனை நண்பா! இன்னும் நேரமிருக்கிறது: என்னிடமோ மின்னும் தங்கமிருக்கிறது! காவலர்களை வசப்படுத்திக்கொண்டு எப்படியாவது தப்பிவிட்டால்...?

சாக்ரடீஸ்: வெட்கப்படுகிறேன் கிரிட்டோ!... சாக்ரடீஸ் சாவுக்குப் பயந்தவனல்ல... நீதிமன்றம் விதித்த நிபந்தனைகளைப் பற்றி நான் சர்ச்சை செய்ததும், அபராதங்கட்டத் தயாராக இருப்பதாகக் கூறியதும், தேசப் பிரஷ்ட உத்திரவு பற்றி வியாக்யானம் கூறியதும், என் பிரச்சாரத்தின் நோக்கம் பற்றிப் பெரியதோர் பிரசங்கம் செய்ததும் - மரணத்திற்குப் பயந்து அல்ல! இவ்வளவுக்கும் தயாராக இருந்தும், கிரேக்க நாட்டு நீதிமன்றம் வீணாகச் சாக்ரடீசை அழித்துவிடும் வெறிச்செயலில் ஈடுபட்டது என்பதை நிரூபிப்பதற்காகத்தான்! அதை வைத்து நான் சாவுக்கு அஞ்சுகிறேன் என்று கணக்கிட்டுவிடாதே கிரிட்டோ!... பிளேட்டோ, கிரிட்டோ, அப்போலடோரஸ் முதலிய நண்பர்களையும், மனைவி மக்களையும், எனதருமை ஏதென்ஸ் நகரத்தையும்விட்டுப் பிரியும் நேரம் நெருங்கிக்கொண்டேயிருக்கிறது. உள்ளே எனக்காக விஷம் தயாராகிக் கொண்டிருக்கிறது. இன்னும் கால் நாழிகையில் காவலன் வந்து விடுவான், கடும் விஷத்தோடு!

கிரிட்டோ: அருமை நண்பா! மலை குலைந்தாலும் மனங்குலையா மாவீர! உன் ஒளி வீசும் சுழற்கண்களை, துடிக்கும் அகன்ற புருவங்களை தொகை தொகையாகப் பகைவரினும் துவளாது தத்துவ விளக்கம் கொட்டும் உணர்ச்சி மிக்க உதடுகளை இனி ஒரு சாக்ரடீஸ் உருவத்திலே நான் காணப்போகிறேனா?

சாக்ரடீஸ்: அழாதே நண்பா! அதோ வந்துவிட்டது அமுதம்! அறிவுப்படைக்கு இந்த அரசாங்கம் வைக்கும் விருந்து! தள்ளாத கிழவனுக்கு இந்தப் பொல்லாத நாடு தரும் பரிசு! அதோ வந்துவிட்டது!

(காவலன் விஷக் கிண்ணத்துடன் வருகிறான்).

சாக்ரடீஸ்: சிறைக்காவல! இதை என்ன செய்யவேண்டும்? முறைகளைச் சொல்லு!

காவலன்: *(சாக்ரடீசின் விலங்குகளை அவிழ்த்துவிட்டு அழுதபடி)* விஷத்தை முழுவதும் குடிக்க வேண்டும்... .பிறகு இங்குமங்கும் நடந்து கொண்டேயிருக்க வேண்டும்! கால்கள் மரத்துப்போகும் வரையிலே அப்படி நடக்க வேண்டும்... பிறகு உட்காரலாம்... கொஞ்சம் கொஞ்சமாக உடம்பு சில்லிட்டுக்கொண்டே வரும். பிறகு படுத்துவிடலாம்...

சாக்ரடீஸ்: ஆனந்தமான நித்திரை! கனவு மங்கையாலும் கலைக்கமுடியாத நித்திரை! காவல! கொடு இப்படி!

(விஷக் கிண்ணத்தை வாங்குகிறான்.)

கிரிட்டோ: நண்பா!... சிறிது நேரம் பொறுத்துக்கூடச் சாப்பிடலாம்! சிறைச்சாலையிலே அதற்கு அனுமதி உண்டு!

சாக்ரடீஸ்: கிரிட்டோ! உனக்கு மிகவும் அற்ப ஆசை! விஷத்தை இன்னும் இரண்டு நாழிகை கழித்துச் சாப்பிடுவதாக வைத்துக்கொள்! அதற்குள் திடீர் என்று இருதயம் வெடித்து நான் இறந்துவிட்டால்... கிரேக்க நாட்டு நீதிமன்றத்தின் தண்டனையை எப்படி நிறைவேற்றுவது?... புதிய சாக்ரடீசா பிறந்து வருவான்? கூடாது; கூடாது... இப்போதே சாப்பிடுகிறேன்

கிரிட்டோ: 'நண்ப! கடைசியாக எனக்கு ஏதாவது சொல்லு!

சாக்ரடீஸ்: புதிதாக என்ன சொல்லப் போகிறேன் - "உன்னையே நீ அறிந்துகொள்! எதையும் ஏன், எப்படி எதற்காக என்று கேள்! அப்படிக் கேட்டதால்தான் சிலை வடிக்கும் இந்தச் சிற்பி சிந்தனைச் சிற்பியாக மாறினேன். "அவர் சொன்னார்; இவர் சொன்னார் என்று நம்பி அறிவிழந்து தடுமாற்றம் அடைய வேண்டாம் - எவர் சொன்ன சொல்லானாலும் அதனை உந்தன் இயல்பான பகுத்தறிவால் எண்ணிப் பார்ப்பாய்" இதைத்தான் உனக்கும், இந்த உலகத்திற்கும் சொல்ல விரும்புகிறேன்.

கிரிட்டோ: ஏதென்சின் எழுச்சிமிக்க சிங்கமே! எங்கள் தங்கமே!... கிரேக்கப் பெரியாரே! எம்மையும் உம்மையும் இந்த விஷம் பிரிக்கப் போகிறதா?... அய்யகோ, நினைக்கவே நெஞ்சு நடுங்குகிறதே! சாக்ரடீஸ்... உனது சவத்தை எப்படி அடக்கம் செய்யவேண்டும்?...

சாக்ரடீஸ்: புதைப்பதாயிருந்தால், இந்த நாட்டில் உலவும் புளுகு மூட்டைகளையும் என்னோடு போட்டுப் புதைத்துவிடு!...

எரிப்பதாயிருந்தால், ஏமாற்றுக்காரர்களின் சுவடிகளையும் என்னோடு சேர்த்துச் சுட்டுச் சாம்பலாக்கித் தண்ணீரில் கரைத்து விடு!... விடை கொடு. விஷம் அழைக்கிறது!... என் தேசத்துப் பெருமக்களிடம் விடை பெற்றுக்கொள்ளப் போகிறேன்... எனதருமை ஏதென்சு நகரத்துப் பெருமக்களே! இதோ சாக்ரடீஸ் சந்தோஷமாகச் சாகப்போகிறான்!... கிரேக்க நாட்டு நீதிமன்றம், கூடைக்கணக்கிலே அவன்மீது குற்றங்களைக் கொட்டிக் கோப்பை நிறைய நஞ்சையும் நிறைத்துப் பருகடா இந்த உயிர் பருகும் பாயாசத்தை என்று உத்திரவிட்டிருக்கிறது! விஷக்கோப்பையின் விளிம்பிலே, உபதேசங்களை உதிர்த்த சாக்ரடீசின் உதடுகள் பதியப் போகின்றன! இன்னும் ஓரிரு விநாடிகள்! அதன்பிறகு சாக்ரடீசின் உடல், உயிர் எல்லாமே அதனதன் தொடர்பை அறுத்துக்கொண்டு, வாழ்க்கைத் தொடர்கதைக்கு முற்றுப்புள்ளி வைத்துவிடும்!... வருகிறேன்! கிரேக்கமே!... வருகிறேன்! எனதருமை ஏதென்ஸ் நகரமே, வருகிறேன்!... நான் ஆடியோடி ஆவேசமாகப் பேசுவதற்குத் துணைபுரிந்த ஏதென்சு நகரத்து எழில் வீதிகளே! வீதியோரத்து மரநிழல்களே! வீட்டோரத்துத் திண்ணைகளே! உங்கள் அனைவரிடமிருந்தும் இந்தக் கிழவன் விடைபெறுகிறான்! பீடுநடையும் பெருமித நோக்கும்கொண்ட இளைஞர்களே! நாடு காக்கும் நல்ல தம்பிகளே! பேரன்பு கொண்டோரே! பெரியோரே! பெற்ற தாய்மாரே! நல் இளஞ்சிங்கங்காள்! உங்கள் அனைவருக்கும் சாக்ரடீசின் இறுதி வணக்கம் உரித்தாகுக! இந்தக் கிழவன், கிரேக்க இளைஞர்களைக் கெடுத்ததாக யாராவது உண்மையாக, உளமார நினைத்தால் அவர்கள் என்னை மன்னித்து விடட்டும்! மன்னித்து விடட்டும்! வருகிறேன். வணக்கம், வணக்கம். சிந்திக்கத் தவறாதே! ஜெகமே! சிந்திக்கத் தவறாதே! உன்னையே நீ அறிவாய்! அறிவாய்!

(சாக்ரடீஸ் விஷத்தைச் சாப்பிட்டு முடிக்கிறான். கால்கள் தடுமாறுகிறவரையில் நடக்கிறான். பிறகு படுக்கிறான். உடல் ஜில்லிட்டுப் போகிறது! காவலன், போர்வையை இழுத்துச் சாக்ரடீசின் முகத்தை மூடுகிறான். சில விநாடிகளுக்குப் பின் சாக்ரடீஸ் போர்வையை முகத்திலிருந்து விலக்கி)

சாக்ரடீஸ்: கிரிட்டோ! ஒன்று சொல்ல மறந்தேன். பக்கத்து வீட்டு அங்கிளிப்பியசுக்கு ஒரு கோழிக்குஞ்சு கடன் கொடுக்க வேண்டும். அதை மறக்காமல் கொடுத்துவிடு...

(அத்துடன் கிரேக்கப் பெரியவரின் மூச்சு நின்றது. கிரிட்டோ அழுதான். சின்னாள் சென்று கிரேக்கம் அவன் கல்லறையைக் கண்ணீரால் குளிப்பாட்டியது).

அனார்கலி

காட்சி – 4   சமாதி

சலீம்: அனார் அனார். மறைந்துவிட்டாயா என் மாசற்ற ஜோதி மழையே! பெண்ணிற் பெரும் பொருளே! பேரழகின் பிறப்பிடமே! என் கண்ணிற்படாமல் உன் கட்டழகை கல்லறைக்குள் மறைத்துவிட்டார்களா மாபாவிகள்! காதலுக்கோர் எடுத்துக்காட்டே! கவிஞர்களும் தொடுத்திட இயலாக் கற்பனை ஆரமே! சிரித்துச் செழித்த உன் சிங்கார முகத்தை எடுத்துக்கெடுக்க வேண்டாமென்று, கல் கொட்டி மூடினாரோ, கல்லினும் வலிய மனமுடையோர்? காதலி! அனார்கலி!! அனார்கலி!!

பாவிகளே! என் அனார்கலியை அழித்துவிட்டீர்கள்! என் இதய ஜோதியை அணைத்துவிட்டீர்கள்! அமரவீணையை உடைத்துவிட்டீர்கள்! காதல் மகாகாவியத்தின் சிரஞ்சீவிக் கதாநாயகியை கல்லறைக்குள் மூடிவிட்டீர்கள்! அவள் அழகை மறைத்தீர்கள்! ஆனால் அற்ப சந்தோஷக்காரர்களே, அவளைச் சலீம் நெஞ்சத்திலிருந்து எடுத்தெறிய யாருக்கும் துணிவில்லை! யாருக்கும் திறனில்லை!

நாடோடியாம் அவள்! நாடாள வேண்டியவனாம் நான்! என் சுட்டுவிரல் அசைவுக்கு எட்டுத்திக்கும் பணியுமாம்! படை பலம் உண்டாம். எனக்கு? தடை பல கடக்கலாமாம் நான்! பெரிய ஊர் போல அரண்மனை! பிரமாண்டமான கோட்டை! எடுபிடி, ஆள், அம்பு, யானை, சேனை ஏராளம், ஏராளம்! மணி முடியுண்டு! பணிபுரியப் பலர் வருவர்! மந்த மாருதம் வேண்டுமா? அதற்கோர் சோலை! நீந்தி விளையாடவா? அதற்கோர் நீரோடை! பட்டுவிரித்த தரையிலே பாதம் பட்டால் நோகுமோ என்று கவலைப்படக் கணக்கற்றோர்! மொட்டு விரிந்த மல்லிகை நல்லதா, முல்லை நல்லதா மஞ்சத்திலே பரப்ப-என்று யோசிப்போர் ஆயிரம் ஆயிரம்...

இவ்வளவும் இருந்தென்ன? இத்தனை சுகமும் கிடைத்தென்ன? இதயத்தில் குடியேறிவிட்டவளை ஏற்றுக்கொள்ளும் உரிமை கிட்டாத எனக்கு? விரும்பியவளை அடைந்திடும் சுதந்திரமில்லாத எனக்கு? இவ்வளவும் இருந்தால் என்ன இல்லாவிட்டால் என்ன? அரண்மனை ஏன்? ஆடம்பரம் ஏன்? அரச வாழ்வு ஏன்? என் ஆணை கேட்க ஆயிரம் ஆட்கள் ஏன்? ஏன்? ஏன்...? அனார்கலி! உன்னை அடையமுடியாத இந்தப் பாவிக்கு இத்தனையும் ஏன்? உயிரோடு உன்னைச் சமாதி வைத்ததைத் தடுக்க முடியாத இந்த அடிமை ராஜகுமாரனுக்கு ராஜ்யந்தான் ஏன்? நீயில்லாத பூமியில், என் அன்பே! எனக்கு வாழ்வுதான் ஏன்?

அக்பரின் மகன் ஒரு நடன மாதைக் காதலிக்கக்கூடாதாம். என் கட்டழகியை மூடியுள்ள கல்லறையே, நீயே சொல்! ராஜீய அந்தஸ்து குறைந்துவிட்டது என்று அவளை நீ விழுங்கிவிட்டாய். முஸ்லீம் பாதுஷா அக்பர், ராஜபுத்ர ஜோதிபாயை மணந்து கொள்ளலாமாம்; அந்த ஜோதிபாயின் மகன் ஒரு நடன சுந்தரியைக் காதலிக்கக்கூடாதாம்! என் காதலியை விழுங்கியுள்ள கல்லறையே, நியாயந்தானா? சொல்! நீ இப்போது வழங்கியிருப்பது நல்ல தீர்ப்புதானா? சொல்;..! சொல்லமாட்டாய்! உனக்கு உயிரைக் குடிக்கத்தான் தெரியும்! இதோ அந்த வேலையைச் செய்! உனக்குப் பழக்கமான அந்த வேலையைச் செய்!

(சலீம் சாகத் துணிகிறான்... அவன் மரணத்தை, அந்த மண்டலம் விரும்பவில்லை)

பரப்பிரம்மம்

காட்சி 21   நந்தவனத்தையொட்டிய வெள்ளி மாடம்

(சேரனுக்குக் கிரீடமில்லை... சேரன் அவன் மனைவி இருவரின் காலும் - பிறகு முகமும் காட்சியாகி அறிமுகப்படுத்தப்படுகிறார்கள்...)

வேண்மாள்: சுவையான கதையொன்று சொல்லுங்கள் அத்தான்!

சேரன்: சொல்லட்டுமா... சோழன் மகளை சேரன் மணந்தான்... சேரனுக்கொரு செல்வன் பிறந்தான். செல்வன் இந்தச் சிலையை மணந்தான்... .

வேண்மாள்: தெரிந்த கதைதானே இது... .

சேரன்: நடந்த கதைகூட!...

வேண்மாள்: நடக்காத கதை - சொல்லுங்களேன்...

சேரன்: சுவைக்காது கண்ணேயது! சோம்பேறிகள் சொல்வார்கள்... .

வேண்மாள்: காதல் கதையொன்று...

சேரன்: இதோ... (இருந்தாற்போல) புறநானூற்றில்...

வேண்மாள்: போதும்... வீரக்கதைதானே...

சேரன்: இல்லை... வீரத்தை மணந்த காதல் கதை... வேண்மாள்!... கொஞ்சம் கேளேன்... நானே எழுதியிருக்கிறேன்... புது நடையில்...

வேண்மாள்: உம்...

சேரன்: குடிசைதான் ஒருபுறத்தில்
கூரிய வேல் வாள் வரிசையாய்
அமைத்திருக்கும் வையத்தைப்
பிடிப்பதற்கும் வெம்பகை
முடிப்பதற்கும் வடித்து வைத்த

படைக்கலம் போல்
மின்னும் மிளிரும்
புலியின் குகையினிலே
அழகில்லை - புதுமையல்ல
கிலியும் மெய்சிலிர்ப்பும்
கீழ் இறங்கும் தன்மையும்
தலைகாட்ட மானத்தின்
உறைவிடம்
மறவன் மாளிகை.
இல்லத்து வாயிலிலே
கிண்ணத்துச் சோறோடு
வெல்லத்தைச் சிறிது கலந்து
வயிற்றுக்குள் வழியனுப்ப
பொக்கை வாய்தனைத் திறந்து
பிடியன்னம் எடுத்துப் போட்டாள்
பெருநரைக் கிழவியொருத்தி.
ஓடிவந்தான் ஒரு வீரன்
ஒருசேதி பாட்டி என்றான்
ஆடிவந்த சிறுமி போல்
பெருமூச்சு வாங்குகின்றாய்
ஆண் மகனா நீ தம்பி –
மூச்சுக்கு மூச்சு
இடைவேளை ஏற்படட்டும் - பின்
பேச்சுக்குத் துவக்கம் செய்
என்றாள் அந்தக் கிண்டலுக்குப்
பேர்போன கிழட்டுத் தமிழச்சி...

வேண்மாள்: ஆகா ஆகா... உம்!
சேரன்: மடிந்தான் உன் மகன்

களத்தில் என்றான்
மனம் ஒடிந்து. நிமிர்ந்தாள்
தாய்க் கிழவி ஒரு முறை
"தாயம் ஆடுகையில்
காய்களை வெட்டுவதுண்டு –
களமும் அதுதான்
காயம் மார்பிலா, முதுகிலா"
என்றாள்-.
முதுகிலென்றான்-
வேண்மாள்: ஆ!
சேரன்: கிழவி துடித்தனள்
இதயம் வெடித்தனள்
வாளை எடுத்தனள்
முடிவு ஒலித்த திக்கை நோக்கி
முடுக்கினாள் வேகம் -
கோழைக்குப் பால் கொடுத்தேன் -
குப்புறவீழ்ந்து கிடக்கும்
மோழைக்குப் பெயர்
போர் வீரனாம் -
முன்பொரு நாள்
பாய்ந்துவந்த ஈட்டிக்கு பதில்
சொல்ல மார்பைக்காட்டி
சாய்ந்து கிடந்தார் என்
சாகாத கண்ணாளர்
அவருக்குப் பிறந்தானா...
அடடா மானமெங்கே –
குட்டிச்சுவருக்கும் கீழாக
வீழ்ந்துபட்டான் -

இமயவரம்பினிலே
வீரம் சிரிக்கும் - இங்கு
வீணை நரம்பினிலே, இசை
துடிக்கும் - அதுவும்
மானம் மானமென்றே
முழங்கும் -
மதுவும் சுராவும் உண்டு வாழும்
மானமற்ற வம்சமா நீ
ஏடா - மறத்தமிழ்க் குடியிலே
மாசு தூவிவிட்டாய்-
தின்று கொழுத்தாய் -
திமிர் பாய்ந்த தோள்களெங்கே –
தினவெடுக்கவில்லையா அந்தோ-
என்று கதறினாள்
ஏழைக் கிழவி-
சென்றங்கு செருமுனையில்
சிதறிக்கிடந்த செந்தமிழ்க்
காளை காளைப் புரட்டிப் பார்த்தாள்.
அங்கு நந்தமிழ் நாட்டைக்
காக்க ஓடிற்று ரத்த வெள்ளம் -
பினக்குவியலிலே
பெருமூச்சு வாங்க நடந்தாள் -
மணப் பந்தலிலும் அந்த
மகிழ்ச்சி யில்லை
மகன் பிறந்த போதும் மகிழ்ச்சிக்கு
எல்லையுண்டு -

வேண்மாள்: காரணம்... ...

சேரன்: மகன் இறந்து கிடந்தான்

ஈட்டிக்கு மார்பு காட்டி!... ...
அறுத்தெறிய இருந்தேன்
அவன் குடித்த மார்பை –
அடடா கருத்தெறிய
பொய் சொன்ன கயவனெங்கே?
வாளிங்கே! அவன்
நாக்கெங்கே!...

கலைவாணர்: (வந்தபடி) வடக்கே!... வடக்கே!...

சேரன்: (திடுக்கிட்டு திரும்பி) யார்?

கலைவாணர்: வேந்தரும் அரசியும் தனித்திருக்கும் வெள்ளி மாடத்திற்கு வந்திருக்கிறேனேயென்று வியப்படைகிறீர்களா - இதை விட வியப்பான செய்தியொன்று கூறப் போகிறேன்...

சேரன்: என்ன?... ...

கலைவாணர்: நமது புறநானூறு ... பொல்லாத புல்லர்களால் தூற்றப்பட்டது மன்னவா...

சேரன்: அப்படியா?... தூற்றியவர்கள் இருக்கிறார்களா?... ...

கலைவாணர்: இருக்கிறார்கள்... வட நாட்டு மன்னர்கள்... வால் நீட்டுகிறார்கள்...

வேண்மாள்: பிறகென்ன... வாளையா நீட்டுவார்கள்...

கலைவாணர்: அவர்கள் இல்லாத காலத்திலே... . இமயத்திலே படையெடுத்தோமாம் - கனக - விசயன் ஆளும்போது கால் எடுத்து வைக்கட்டும் பார்ப்போம் என்று கர்ச்சிக்கிறார்கள்-

சேரன்: தமிழரின் வாளைப் பழித்தார்கள் - தமிழரின் தாள் பணிய வைக்கிறேன் வேண்மாள் 'வேலை வந்துவிட்டது... வீரத்துக்கு சோதனை வந்துவிட்டது, வருகிறேன்.

காகிதப்பூ

காட்சி 17 இடம்: சொர்க்கம்

(திரவியம் பிள்ளை மகாத்மா காத்திக்கு மாலை போடுதல்.)

காந்தி: நிறுத்து! நிறுத்து! போடாதே மாலையை! (தடுக்கிறார்)

திரவியம் பிள்ளை: ஏன் ஐயனே தடுக்கிறீர்கள்?

காந்தி: காங்கிரசைக் கலைத்துவிட்டு வந்து எனக்கு மாலை போடுங்கள் என்று அப்போதே சொன்னேன்; அதைச் செய்யாமல் மாலை மட்டும் போட்டு என்னை மயக்கப் பார்க்கிறாயா? மாலையா இது? நன்றாகப் பாருங்கள். எலும்புத்தூள்களைப் பொறுக்கி அரும்பு மாலையென எனக்குப் போட வந்து விட்டீர்களா? நிரபராதிகளின் இரத்தத்திலே தோய்ந்த வெள்ளை மலர்களை எடுத்து ரோஜா மலரெனத் தொடுத்து என் கழுத்திலே தொங்கவிடப் புறப்பட்டீர்களா? இதோ என்னை ராஜநடை ராஜ போகங்களோடு வாழ வைத்து என் மனநிம்மதியைக் குலைத்து என்னை இந்தச் சிறைச்சாலையில் சித்திரவதைச் செய்து கொண்டிருக்கிறனே எமன். இந்த எமனை விடக் கொடியவர்கள் நீங்கள். என் முன்னே நில்லாதீர்கள். போய்விடுங்கள்!

திரவியம் பிள்ளை: அப்படி என்ன அபச்சாரம் செய்தோம் தங்களுக்கு?

காந்தி: என்னை இங்கு அனுப்பி வைப்பதற்கு நீங்களெல்லாம் பட்டபாடு கொஞ்சமா? உங்களோடு இருந்தால் நீங்கள் செய்கின்ற அக்ரமங்களையெல்லாம் தட்டிக்கேட்கிறேன்; தடுத்து நிறுத்தப் பார்க்கிறேன் என்ற வெறுப்பில் என்னைப் பாதுகாப்பதற்குக்கூட அக்கறை எடுத்துக்கொள்ள நாதியில்லை. வெள்ளைக்காரன் வைத்துவிட்டுப்போன பலமான இராணுவம் இருந்தது. அதுவும் போதாதென்று படை பலத்தைக் கோடிகோடியாகச் செலவிட்டுப் பெருக்கினீர்கள் எத்தனை இருந்தென்ன? பொட்டென்று முடித்து

விட்டான் காரியத்தை! இங்கே சொர்க்கத்திலே சொல்லொணா வேதனையில் உழன்று கொண்டிருக்கிறேன். என்னைத் துரத்தினீர்களே பாவிகளே! என் ஆசைக்கும் அன்புக்கும் உரிய உடைமைகளைக்கூடக் கொள்ளைக்காரர்களிடம் ஒப்படைத்து விட்டீர்களாம்! நான் வாழ்ந்த குடிசையை எழில் மிகுந்த இருட்டு மண்டபமாக மாற்றிக்கட்டி அந்த மண்டபத்துக்குள்ளே வௌவால்களைத் தோரணமாகத் தொங்கவிட்டிருக்கிறீர்களாம்! பணக்காரப் பச்சோந்திகளைத் தாழ்வாரமெங்கும் விளையாட விட்டிருக்கிறீர்களாம்! வான்கோழிகளை மண்டபத்து முற்றத்திலே ஆடவிட்டுக் கொள்கையற்ற கோட்டான்களின் இசை முழங்கச் செய்திருக்கிறீர்களாம். கொம்பு மாடுகளைக் கொழுப்பேறு மட்டும் வளர்த்து ஒன்றோடொன்று முட்டிக்கொண்டு மண்டபத்தைப் போர்க்களமாக்கியிருக்கிறீர்களாம்!

திரவியம் பிள்ளை: ஐயனே!

காந்தி: அடப்பாவிகளே! நான் நவகாளிப் பயணத்தின்போது ஊன்றிக்கொண்டு நடந்த அருமை மிகு கைத்தடி மோஸஸ் கதையிலே, வருவதைப் போல் பாம்பாக மாறிப் பாட்டாளி மக்களைக் கடித்துக் கொல்கிறதாம்! என் இடுப்பிலே இருந்து எடுப்பாகத் தொடங்கிக்கொண்டிருக்கும் சின்னஞ்சிறு கெடிகாரம் உங்களால் பத்திரப்படுத்தப்பட்டிருக்கும் என்று எதிர்பார்த்தேன். அந்தக் கெடிகாரத்தைக் கள்ள மார்க்கெட்காரர்களுக்கு உரிமையாக்கி நேரம் பார்த்துக் கொள்ளையடிக்கச் சொல்லி விட்டீர்களாம். என் காலணி பட்டுச் சின்னஞ்சிறு ஜீவன்கூடச் செத்துவிடக் கூடாதென்று நான் ஏங்குவேன். இப்போது அந்தக் காலணியை நீங்கள் ஒவ்வொருவரும் ஆளுக்கு ஆள் மாட்டிக்கொண்டு ஆயிரக்கணக்கான மக்களை அடக்கி - மிதித்து - துவைத்து - சேறாக்குகிறீர்களாம்!

(திரவியம் பிள்ளை மௌனம்)

காந்தி: எல்லாமே தொலையட்டும். என் மூச்சுப் போன்றதும் இருதயம் போன்றதுமான என் அன்புக் குழந்தையாம் "ஹரிஜன நலம்" என்ற செல்வத்தையாவது ஒழுங்காகப் பாதுகாத்திருக்கிறீர்களா? என் இன்பக் குழந்தை, சவலைப் பிள்ளை போல் அல்லவா காட்சி தருகிறது? சளி ஒழுகும் மூக்கு! பருக்கை உதிரும் வாய்! தள்ளிய வயிறு ;சூம்பிப்போன கை, கால்கள். எழுபது வயதுக் கிழங்கள் விடுவது போன்ற இழுப்பு மூச்சு இவ்வண்ணம் தள்ளாடித்தள்ளாடித் தடுமாறும் நிலையில் அல்லவா நான் பெற்ற மாணிக்கத்தை நடுத்தெருவில் சாக்கடையோரத்தில் புழுதிமேட்டில் நிர்க்கதியாகவிட்டு விட்டீர்கள்.

இந்த லட்சணத்தில் உன் அழுக்கேறிய கைகளால் எனக்கு மாலை வேறா போட வந்து விட்டாய்? போ! போ!என் முன் நில்லாதே!

(திரவியம் பிள்ளை கீழே விழுதல்)

காட்சி 18

இடம்: திரவியம் பிள்ளை வீடு

(திரவியம் பிள்ளை படுக்கையிலிருந்து அலறி அடித்துக்கொண்டு விழுகிறார்...)

திரவியம் பிள்ளை: ஆ!... ஹா!...ஹா!...மகாத்மா?... மகாத்மா! ...

(வீறிட்டு அலறும் ஒலி கேட்டுத்...தசாவதாரம் வாரிச் சுருட்டிக்கொண்டு தூக்கத்தில் ஓடிவருதல்...)

தசாவதாரம்: எஜமான்...எஜமான் என்னங்க ...

திரவியம் பிள்ளை: எமலோகம்... ரத்தபானம்... ஆகாசவாணி... மகாத்மா காந்தி... மகாத்மா காந்தி... எல்லாரையும் பாத்தேன்...

தசாவதாரம்: கனவு கண்டீங்களா?...

திரவியம் பிள்ளை: தசாவதாரம்! பயங்கரமான கனவு ... பயங்கரமான கனவு.

தசாவதாரம்: அய்யா! ... கனவிலயாவது மந்திரி ஆகிற மாதிரி கண்டீங்களா?

திரவியம் பிள்ளை: கனவிலேகூடக் காணலியே... முழிச்சிகிட்டு இருந்தா காளிகாதேவி விரட்டுரா!... தூங்கினா காந்தி மகாத்மா விரட்டுராரு!...தசாவதாரம் ஒரே குழப்பமா இருக்கு...இந்தக் குழப்பத்துக்கெல்லாம் காரணம்...

தசாவதாரம்: எனக்குத் தெரியுங்க காரணம்! அந்தக் கண்ணன் உங்க கைக்கு அகப்பட மாட்டேங்கிறானேன்னு கவலைப்பட்டுக்... கவலைப்பட்டு ஏதேதோ பயங்கரக் கனவெல்லாம் காணுறீங்க...

திரவியம் பிள்ளை: உண்மை!... நீ சொல்வது உண்மை!... அந்தக் கண்ணன் என் பக்கம் வந்தாதான் எனக்கு மனம் நிம்மதியா இருக்கும்.

தசாவதாரம்: பயப்படாதிங்க... பணத்தைக் கண்டதும் பயல் மயங்கிட்டான்... 250ஆ ... லேசா?...

திரவியம் பிள்ளை: என்னாது ... 250ஆ! ... 500ல்ல கொடுத்தேன்...

தசாவதாரம்: *(தயங்கி...பிறகு)* அவுங்க அம்மாகிட்ட பாதி கொடுத்திட்டேன்...

திரவியம் பிள்ளை: ஓகோ ...

தசாவதாரம்: பொழுது விடிஞ்சதும் விடியாததுமா இங்க வர்ரேன்னு சொல்லியிருக்கான் ...

திரவியம் பிள்ளை: யோவ்!... அவன் வருவான்னு எதிர்பார்த்துக்கிட்டு இருக்காதே ...போயி கையோட அழைச்சிக்கிட்டு வந்துடும்!...

தசாவதாரம்: சரி நீங்க தூங்குங்க...

திரவியம் பிள்ளை: தூங்குவதா?... இப்பத்தான் எமலோகம் போனேன்...அடுத்தது எங்கயோ?...

தூக்குமேடை

காட்சி 27 கோயில் பிரசங்க மன்றம்

(பரமார்த்தீக அய்யங்கார் பிரசங்கம் செய்துகொண்டு இருக்கிறார். திரை தூக்கப்படுகிறது.)

பரமார்த்தீக அய்யங்கார்: ஆகையினால் மெய்யன்பர்களே! இதுவரையில் கூறியவற்றால், சிவபெருமானுடைய திருவிளையாடல்களைப் பற்றி ஒருவாறு தெரிந்திருப்பீர்கள். சிவபெருமான் சாமானியரல்ல, கைலாசபதி! கைலாசத்திலே பார்வதிதேவியாருடன் வீற்றுஇருக்கும் சிவபெருமான் அவ்வப்போது பக்தர்களைச் சோதித்தறிந்து சோதியிலே சேர்த்துக்கொண்ட வரலாற்றைப் பற்றிப் புராணங்கள் கூறுகின்றன! சிறுத்தொண்டரின் பக்தியைச் சோதிப்பதற்காகப் பிள்ளக்கறியைக் கேட்டார் கொன்றை அணி செஞ்சடையார். அத்துடன் கோட்புலி என்பவர் தன் குழந்தையைக் கொன்ற பிறகே மோட்ச சாம்ராஜ்யத்தில் இடங்கொடுத்தார். இயற்பகை நாயனருக்கு இடப வாகனரூபராய்க் காட்சியளிக்கச் சாமான்யமாகத் துணிந்தாரா? அவருடைய மனைவியைப் பள்ளியறைக்கு அனுப்பிய பிற்பாடே பரமன் வந்தார் பக்தரைப் பரவசப்படுத்த! முழங்கை தேய்த்த மூர்த்தி நாயனார், மாற்றாரை மழுவால் வதைத்த எறிபக்தர், சமணரைக் கழுவேற்றிய குலச்சிறை இவர்களுக்கெல்லாம் சொர்க்கவாசல் சுலபத்தில் திறக்கப்பட்டது. ஆனால் ஒன்று! எவ்வளவு கொலை செய்தவராக இருந்தாலும், சிவா என்று ஒருமுறை கூறினால், போதுமே! காட்சி கொடுப்பார் கைலைநாதன்! மகாவிஷ்ணு செய்த குற்றத்தை மன்னித்திருக்கிறார். விஷ்ணுவுக்கும் சிவனுக்கும் பிறந்த பிள்ளைதான் ஐயனார். ஆகா! எத்திக்கும் புகழும் எம்பெருமான் லீலையைப் பற்றிச் சொல்பவர் வாயும் கேட்பவர் காதும் தித்திக்கும், எறும்பு முதல் யானை ஈறாகப் படியளந்தவர் அல்லவா, பரமேஸ்வரன்! உலகத்தில் உள்ள ஜீவராசிகள் எல்லாம் அவராலே உய்கின்றன! அவராலே வாழ்கின்றன.

(இதுவரை வாளாயிருந்த பாண்டியன் திடீர் என எழுந்து)

பாண்டியன்: பண்டிதரய்யா! ஒரு சந்தேகம்! பதில் கிடைக்குமா?

பரமார்த்தீக அய்யங்கார்: எதற்கும் என்னால் பதில் சொல்ல முடியும்.

பாண்டியன்: சகல சீவராசிகளுக்கும் சிவன் படியளப்பதாகச் சொன்னீரே, கிறிஸ்தவர்களுக்கும், முஸ்லிம்களுக்கும் படியளப்பது யார்?... அது போகட்டும் உங்கள் சிவன் படியளப்பது மெய்யானால், வங்கத்திலே பஞ்சம் ஏற்படுவானேன்? வறுமையின் காரணமாகப் பொறுமை இழந்த மக்கள் எத்தனை பேரைக் காண்கிறோம். இதற்கெல்லாம் காரணம்... ?

பரமார்த்தீக அய்யங்கார்: இந்தமாதிரி குருட்டுக் கேள்விகளுக்குப் பதில் சொல்ல முடியாது

பாண்டியன்: சொல்லித்தான் ஆகவேண்டும்.

அபிநயசுந்தரர்: ஏய் உட்காருடா கழுதை

பாண்டியன்: அந்த அதிகாரம் ஆஸ்டலில்!

(கூட்டத்தில் குழப்பம். கேள்விக்குப் பதில் என்ற சப்தம் நாலா பக்கங்களில் இருந்தும் கிளம்புகிறது. போலீசார் வந்து கலகத்தை அடக்க முயல்கிறார்கள். பாண்டியன் சப்- இன்ஸ்பெக்டரைப் பார்த்து!)

பாண்டியன்: நாங்கள் கலகம் செய்ய வேண்டும் என்ற எண்ணத்தோடு வரவில்லை. எங்கள் சந்தேக நிவர்த்திக்காக வந்தோம். அதற்குத் தங்கள் வழி செய்யுங்கள்.

சப்-இன்ஸ்பெக்டர்: அவருக்குத்தான் பதில் சொல்லத் தெரியலையே

பாண்டியன்: பொதுமக்கள் உண்மையை உணர வேண்டாமா? தயவுசெய்து பதில் சொல்லச் சொல்லுங்கள்

(சப்-இன்ஸ்பெக்டர் பண்டிதரை நோக்கி)

சப்-இன்ஸ்பெக்டர்: ஐயா! அவர்கள் அமைதியாக இருப்பார்கள். நீங்கள் சாவாதானமாகப் பதில் சொல்லுங்கள்... பயம் வேண்டாம். பாண்டியா? நீயும் நிம்மதியாகக் கேள்விகளைக் கேள்!

பாண்டியன்: எனக்கு முதல் கேள்விக்குப் பதில் வேண்டும்.

சப் – இன்ஸ்பெக்டர்: சொல்லுங்களேன் ஐயா!

பரமார்த்தீக அய்யங்கார்: சொல்வதென்ன? எல்லாம் விதிப்படிதான் நடக்கும்

பாண்டியன்: விதிப்படி நடக்கும்பொழுது வீணாக ஆண்டவன் ஏன்? மார்க்கடேயரின் மரண விதியை மாற்றிய உங்கள் மகேஸ்வரன் மற்றவர் விதியை மாற்ற இயலாதா?

பரமார்த்தீக அய்யங்கார்: சாரமில்லாத கேள்வி.

பாண்டியன்: சிக்கலான கேள்வி என்று சொல்லும் பொருந்தும். *(கூட்டம் கை தட்டல்)*

பாண்டியன்: அது போகட்டும், கோடிகோடியாகச் செலவிட்டுக் கும்பாபிஷேகம் நடத்திறார்களே, அவர்கள் கையால் கலசத்தில் ஒரு கரண்டி கண்ணீர் ஊற்ற முடிகிறதா? அதற்குக் காரணம் என்ன?

பரமார்த்தீக அய்யங்கார்: அதற்குச் சாஸ்திரம் இடம் கொடுக்காது.

பாண்டியன்: மனிதனை மனிதனாக மதிக்காத நூல் சாஸ்திரமாகுமா?

பரமார்த்தீக அய்யங்கார்: அது ஆண்டவன் கட்டளை.

பாண்டியன்: அயோக்கியத்தனமெல்லாம் ஆண்டவன் கட்டளையா? எல்லோரையும் போலப் பிறந்து எல்லோரையும் போல வாழ்ந்து, எல்லோரையும் போல இறந்துபோகும் மனிதர்களிலே வேறுபாடு உண்டாக்கியது ஆண்டவன் கட்டளையா? நெற்றி வியர்வை நிலத்திலே விழ வேலை செய்து வாடும் உழைப்பாளிகளையும், பற்று ஏதுமில்லை பராபரமே என்று பகற்கொள்ளை அடிக்கும் பரமார்த்தீகர்களையும் உலவ விடுவது உங்கள் ஆண்டவன் கட்டளையா?

பரமார்த்தீக அய்யங்கார்: பாண்டியா!... பிரசங்கம் பண்ணுவது நான் என்பது ஞாபகம் இருக்கட்டும்.

பாண்டியன்: நீர் செய்வது பிரசங்கமல்ல! பித்தலாட்டம்.

(கூட்டம் கைதட்டல்)

பரமார்த்தீக அய்யங்கார்: அது இருக்கட்டும். கேள்விகளைக் கேள் (நடுங்குகிறார்)

பாண்டியன்: கேட்ட கேள்விக்கு ஒன்றுக்காவது பதிலில்லையே... சரி! இன்னொரு கேள்வி உம்மைப்பற்றி, இதற்காவது பதில் சொல்லுங்கள்.

பரமார்த்தீக அய்யங்கார்: சீக்கிரம் கேள்!

பாண்டியன்; நீரோ வைஷ்ணவர்! நீர் சிவனைப் பற்றி பேசுவது ஆச்சரியமாக இருக்கிறதே...

பரமார்த்தீக அய்யங்கார்: ஹரியும் சிவனும் ஒண்ணு. இதைத் தெரியாமலே என்னைக் கேட்கிறாயே?

பாண்டியன்: அதை நீர்மட்டுத்தானா உணந்தீர்? உமது முன்னோர்கள் உணரவில்லையா? சைவ வைணவச் சண்டைகளும், பாகவசம், பெரிய புராணம் போன்ற போட்டிக் கதைகளும், சங்கராச்சாரியாரும், இராமாநுஜரும், சிவமயமும், ராமஜெயமும் தோன்றியது ஏன்? பண்டிதரே! பணம் பறிப்புதற்காக நீர் காலத்திற்கேற்ற கோலம் செய்கிறீர். அதிருக்கட்டும், அரியும், சிவனும் ஒன்று என்றீரே. நீர் மட்டும் நெற்றியிலே திருநீறும் நாமமும் கலந்து பூசாத காரணம்?

பரமார்த்தீக அய்யங்கார்: இதல்லாம் குருட்டுக் கேள்வி!

பாண்டியன்: குருட்டுக் கேள்வி அல்ல! உமது திருட்டுப் பிழைப்பைப் புரட்டித் தள்ளும் புரட்சிக் கருத்தின் புது ஒலி!

பரமார்த்தீக அய்யங்கார்: இன்னும் கேள்வி உண்டா?

பாண்டியன்: வெட்கமில்லையா? தோள்வி பல கண்டும் கேள்வி உண்டா? என்று கேட்கிறீரே! எனது கேள்விகட்கு நீரல்ல, உமது ஆண்டவனே வந்தாலும், பதில் சொல்ல முடியாது. பரமார்த்தீக அய்யங்காரின் பணத்தாசைக்கு, பரலோகத்திலே என்ன தண்டன என்று உமது ஆண்டவனைக் கேட்பேன்! சூழ்ச்சி செய்யும் அவருக்குச் சொர்க்கம் உண்டா என்ற கேட்பேன்! வறுமையைய விதைத்த வைதீக உருவங்கள் வைகுண்டத்துக்கு வருமா என்று கேட்பேன்! ஆலயங்களிலே ஆண்டவனின் ஆடை ஆபரணங்கள் அபகரிக்கப் படுவதேன் என்று கேட்பேன்? கோவில்களிலே குதூகல உருவங்களும் குமுறுகின்ற ஏழைகளும் நடமாடுவதை ஆண்டவன் பார்க்கதில்லையா என்று கேட்பேன்! உயர்ந்தவன் தாழ்ந்தவன் என்ற நிலமை உனக்குகந்ததா என்று கேட்பேன்! பணக்காரன் ஏன் பாட்டாளின் கூட்டாளியாக வாழக்கூடாது என்று கேட்பேன்! இதற்கெல்லாம் உங்கள் ஆண்டவன் ஊமையாக இருந்தால், மாண்டவன் செய்த மடத்தனமான கற்பனைதானே ஆண்டவன் என்று கேட்பேன்.

அபிநயசுந்தரர்: ஏய்! பாண்டியா நிறுத்து.

பாண்டியன்: ஏன் நிறுத்த வேண்டும்.?

அபிநயசுந்தரர்: இது கோயில்! பொது இடமல்ல.

பாண்டியன்: தனிப்பட்ட இடத்திலே பொதுப்பட்ட சிவனைப் பற்றிப் பேசுவானேன்! நாட்டில் கேட்பாரில்லை என்ற எண்ணமா? அல்லது அதிகாரத்தின் உச்சியில் அமர்த்திருக்கின்றீர் என்ற துணிவா? மக்களுடைய உணர்ச்சியை, உரிமையை உயரவிடாமல் தடுத்தது போதாதா? இன்னுமா பித்தலாட்டங்கள் பிரசங்க உருவில் வரவேண்டும்? மேல்நாடுகளைப் பார்க்கிறோம். அங்கிருந்து இறக்குமதியாகும் இணையில்லாக் கருவிகளைப் பார்க்கிறோம். உங்கள் தெய்வங்கள் செய்யாத அதிசயங்களை அயல்நாட்டு மனிதர் செய்து அனுபவிப்பதை அறிகிறோம். சுயநலத்திற்காகக் கொள்கையையும் சுகபோகத்திற்காக கோவிலும் ஏற்படுத்திக்கொண்டு அதிக நாள் வாழ முடியாது. ருஷ்ய நாடு திகைக்கும்படியான புரட்சி ஒன்று திராவிடத்தை மீட்கப் போகின்றது என்பது நினைவிருக்கட்டும்.

அபிநயசுந்தரர்: இதை விட்டுப் போகிறாயா? இல்லையா?

பாண்டியன்: என் கேள்விக்குப் பதில் வேண்டும். பிறகு தான் போவேன்.

வேலழகன்: பதில் சொல்லாவிடில் தோல்வியை ஒப்புக்கொள்ள வேண்டும்.

கூட்டம்: ஆமாம்! ஆமாம்! தோல்வியை ஒப்புக்கொள்.

பரமார்த்தீக அய்யங்கார்: சரி, நான்தான் தோற்றுவிட்டேன்... அவ்வளவுதானே!

கூட்டம்: சூழ்ச்சி ஒழிக! சூழ்ச்சி ஒழிக!

(ஒரே குழப்பம். பரமாத்தீகரும் அபிநயசுந்தரரும் பதுங்குகின்றனர்)

(திரை)

மணிமகுடம்

காட்சி 43

(சீமான்கள் சபை-அரசன், அமைச்சர், சீமான்கள், கைதி, உலகப்பன்.)

அமைச்சர்: குருநாதர் இவ்வளவு பெரிய மோசக்காரர்-சூழ்ச்சிக்காரர் என்று எனக்குத் தெரியாது! அவர் செய்த அக்ரமத்துக்குச் சரியான தண்டனை, அவராகவே அளித்துக்கொண்டார்!

அரிஹரநாதர்: போதுமய்யா, மந்திரியாரே -நிறுத்தும்! நீர் என்ன பெரிய ஒழுங்காம்? சீமான்களே! செத்துப்போன குருக்நாதரைக் குற்றவாளி எனக் கூறும் இந்த அமைச்சர் யார் தெரியுமா? - ஊர் பெயர் தெரியாத வழிப்போக்கனைப் பிடித்து அரசனைப் போல ஜோடித்து அவனைத் தன் இஷ்டப்படி ஆட்டிவைக்கும் மாயாவிதான் இந்த மந்திரியார்!

அமைச்சர்: பொய் - பொய்! அரிஹரநாதர் பேசுவது விபரீதமான பொய்!!

சீமான் (அரிஹரநாதரிடம்) என்னய்யா உளறுகிறீர்? ஏன் மன்னரையும் மந்திரியையும் இழித்துப் பேசுகிறீர்?

அரிஹரநாதர்: நான் பேசவில்லை! இதோ, இந்தக் கடிதம் பேசும்! இது யார் எழுதியது தெரியுமா? மணிமகுடபுரியின் உண்மையான அரசன் மணிமாறன் எழுதியது! படியுங்கள்-எல்லாம் புரியும்!

(சீமான் படித்துவிட்டு)

சீமான்: என்ன-மன்னர் முன்பே வெளியேறி விட்டாரா?

அரி: ஆமாம்-ஆமாம்! சந்தேகமேன்? - என் பேச்சையும் கேட்கவேண்டாம் - மந்திரி பேச்சையும் கேட்க வேண்டாம்-

(அரசனிடம்) அவனையே கேளுங்கள்! ஏய் நீ உண்மையான அரசனா? மந்திரி உண்டாக்கிய அரசனா? மறுக்காமல் சொல்--உம்!

அரசன்: சாமி, சாமி! என்னை விட்டுடுங்க! நான் உண்மையான ராஜா இல்லைதான்!

அரிஹரநாதர்: கேட்டீர்களா? -இன்னும் கேளுங்கள்! இந்தப் போலி அரசனை வைத்துக்கொண்டு கல் நாட்டு விழாவிலே பொதுமக்கள் முன்னிலையில் அதிகாரமனைத்தும் தன் பெயருக்கு மாற்றிக்கொள்ள அமைச்சர் திட்டம் போட்டது உண்மையா இல்லையா?

அமைச்சர்: நம்பாதீர்கள் - எல்லாம் பொய்!

அரசன்: ஆமாங்க – உண்மைதான்! ராஜா மாதிரி நடிடான்னு, மந்திரிதான் சொன்னாருங்க!

சீமான்: என்ன, மந்திரியாரே – விழிப்பு?

அமைச்சர்: விழிப்பு ஒன்றுமில்லை – அரசன் ஓடிவிட்டான்! இந்தச் செய்தி நாட்டிலே பரவினால் குழப்பம் ஏற்படுமேயென்றுதான் ஒரு ஏற்பாட்டைச் செய்தேன்!

சீமா: அந்த ஏற்பாட்டைச் செய்ய உமக்கு என்ன அதிகாரமிருக்கிறது? சீமான்கள் சபையை ஏமாற்றியிருக்கிறீர்! இது பெருங்குற்றம்! போலி மனிதன் ஒருவனுக்கு பொன்னாபரணம் பூட்டிப் பொம்மலாட்டம் நடத்தியிருக்கிறீர் - மிகப்பெரிய குற்றம்! யாரும் செய்யத் துணியாத சதி! சீமான்கள் சபை, இவரை உடனே கைது செய்ய வேண்டும்!

(அனைவரும்)

சீமான்கள்: ஆமாம் - கைது செய்யத்தான் வேண்டும்!

பெரிய சீமான்கள்: ம் - உலகப்பா - நடக்கட்டும்!

(மந்திரி கைது செய்யப்படுகிறார்.)

பெரிய சீமான்கள்: (அரசனைக்காட்டி) இந்தப் போலி அரசனையும் காராக்கிரகத்தில் தள்ளிக் கடுந்தண்டனை விதிக்க வேண்டும்!

அரசன்: பிரபுக்களே! என்னைக் கைது செய்வதற்கு முன்பு ஒரு வார்த்தை! சிறிது நேரம் பேச எனக்கு அனுமதி வேண்டும் - சில உண்மைகளை இங்கு வெளியிட விரும்புகிறேன்!

சீமான்: நீயோ பொய்யன் - புளுகன் - போலி மனிதன்! உன்னிடம் ஏதடா உண்மை?

அரசன்: நான் பொய்யனுமல்ல - புளுகனுமல்ல - போலி மனிதனுமல்ல! நானே உண்மையான அரசன்!

சீமான்: என்ன?

அரிஹரநாதர்: நம்பாதீர்கள் - நம்பாதீர்கள்! இவன் ஒரு நடுத்தெரு நாராயணன் - குப்பைமேட்டுப் பயல்! இவனைக்கொண்டு போய்க் கோபுரத்தில் ஏற்றியது இந்த மந்திரி! அவ்வளவுதான்! இவன் மன்னனுமல்ல; மண்ணாங்கட்டியுமல்ல!

அரசன்: நான் போலி அரசன் என்பதற்கு என்ன ஆதாரமிருக்கிறது, பத்திரிகாசிரியரே?

அரிஹரநாதர்: ஒரே ஆதாரம் - உனக்கு எழுதத் தெரியாது! கையெழுத்துப் போடவும் கையாலாகாதவன், நீ! அரசனைப் போல உனக்குக் கையெழுத்துப் போடத் தெரியாததால்தான் - முதல்நாள் சீமான்கள் சபையில் - சித்தங் கலங்கியவனைப் போல நடிக்கச் சொன்னார் மந்திரி!

அரசன்: உண்மைதான்! சபையோர்களே, கேளுங்கள்! அரண்மனையிலே அமைச்சர், மதகுரு, இந்த அரிஹரநாதர் - மூவரும் செய்யும் அக்கிரமங்கள் தாங்காது-மன்னன் மணிமாறன் வெளியேறியது உண்மைதான்! ஆனால் நாட்டைத் துறந்த மணிமாறன் - இவர்களின் கேட்டை விளக்குவதற்காக மாறுவேடத்திலே திரிந்தான்! மணிமகுடம் ஏடு விற்பனை செய்யும் வாலிபனாக மாறினான்! அரசாங்கக் காவலர்கள் அவனைக் கைது செய்து அமைச்சர் முன்னே நிறுத்தினார்கள்! அமைச்சருக்குத் தெரியாது; தன் முன் நிற்கும் அனாதை இளைஞன் அரசன் தானென்று! அரசன் காணாமற்போன நேரம் - இந்த மூவரும் மூளையைக் குழப்பிக்கொண்டிருந்த வேளை - அந்த சமயம் நான் கொண்டுபோய் நிறுத்தப்பட்டேன்; எனக்கு ராஜா வேடம் கட்டினார்கள் - ராஜனைப் போலவே நடந்துகொள் என்று மிரட்டினார்கள் - **மணிமாறனாகிய என்னை** - மணிமாறனைப்போல நடிக்கச் சொல்லி தூபம் போட்டார்கள்! அரசனைப்போல கையெழுத்துப் போடச் செய்ய அமைச்சர் எவ்வளவோ முயன்றார்! ஒரேயடியாக நான் நடித்துவிட்டேன் - கையெழுத்தே போடத் தெரியாதென்று! ஏமாளிப் பையன் ஒருவனை ஏமாற்றிவிட்டதாகவும் - சீமான்கள் சபையின் கண்ணை மறைத்து விட்டதாகவும் எண்ணி, தங்களைத் தாங்களே ஏமாற்றிக்கொண்டார்கள் - இந்த முற்றிப்போன ஏகாதிபத்யப் பித்தர்கள்! எத்தனை நாளைக்கு ஏமாற்றி வாழ முடியும்? இருள் மறையும் நேரம்

வந்துவிட்டது? உதயசூரியனின் ஒளி அதோ கண்ணுக்குத் தெரிகிறது! இனியும் இருட்டடிப்பு செய்யும் அரிஹரநாதர்களும் - அறிவை விரட்டியடிக்கும் மதக்குருக்களும் - அடக்குமுறை தொடுத்தளிக்கும் இவர் போன்ற அமைச்சர்களும் உலவுவதற்கு உலகத்திலே எந்த மூலையிலும் இடமில்லை!

அரிஹரநாதர்: சபை - இவனை நம்பிக் கெட வேண்டாம்! இவன் அரசனேயல்ல! அரசனாயிருந்தால் கையெழுத்துப் போடட்டும், பார்ப்போம்!

அரசன்: கையெழுத்து! ஒன்று போதுமா? - ஓராயிரம் வேண்டுமா? இந்தா!

(கையெழுத்துக்களைச் சிறு சிறு தாள்களில் மளமளவென்று போட்டுப் பறக்க விடுகிறான்.)

கையெழுத்து மட்டும் போதாதென்றால் இதோ இன்னும் ஆதாரம்! (மார்பைத் திறந்து) நான்தான் மணிமாறன் என்பதற்கு மறுக்கமுடியாத ஆதாரம்!! மருதாலங்கானத்து வேந்தன் மணிமுடிக்காரியோடு போர் தொடுத்தபோது ஏற்பட்ட காயத்தின் அடையாளம்! களம் தந்த வடு! போர்த் தழும்பு போதுமா ஆதாரம்? இன்னும் வேண்டுமா?

சீமான்: போதும் - போதும்! அரசே! எங்களை மன்னித்து விடுங்கள்! அரிஹரநாதரின் பேச்சை நாங்கள் இனியும் நம்ப மாட்டோம்!

(குருநாதரின் கையாளாக இருந்த கைதி)

கைதி: ஆமாங்க! குருநாதரும், இந்த அரிஹரநாதரும் சேர்ந்துதாங்க அரசரைக் கொல்லும்படி என்னை அனுப்பினாங்க!

அரிஹரநாதர்: அய்யகோ! ஒரே பொய் மயம் ஜகத்! நாளைக்கே என் பத்திரிகையில் இதற்கெல்லாம் மறுப்புக் கொடுக்கிறேன்!

சீமான்: அதுவரை உம்மை விட்டுவைக்க உத்தேசமில்லை! உம்! இப்போதே இவரையும் கைது செய்யுங்கள்! (உலகப்பன் கைது செய்தல்.)

அரிஹரநாதர்: அட ஆண்டவனே! பரமசிவம்! ஓடிவந்து என்னைக் காப்பாற்று!

உலகப்பன்: ம் - அவரால் ஓடிவர முடியாது! ரிஷப வாகனத்துக்குக் கால் ஒடிந்து விட்டதாம்!

அரிஹரநாதர்: அட முருகா! இந்த நாஸ்தீகாளிடமிருந்து என்னைக் காப்பாற்று!

உலகப்பன்: ம் - அவர் எங்கேயிருக்காரோ? வள்ளி வீடோ? தெய்வயானை வீடோ? இந்தக் கத்தல் காதில் விழற நேரமோ, என்னமோ?

அரிஹரநாதர்: மகாவிஷ்ணு - நீயாவது வாயேன்!

உலகப்பன்: ஊஹும் - அது அவசரத்துக்கு நடக்காது! கருடன் மலையில் மோதிக்கிட்டு ரெக்கை ஒடிஞ்சு போச்சாம்!

சீமான்: இழுத்துப் போங்கள் எல்லாரையும் ! மந்திரி - அரிஹரநாதன் - இந்தக் கொலைகாரன் மூவரும் - ஒரே கூண்டில் கிடக்கட்டும் - ம் - கொண்டு போங்கள்...

(உலகப்பன் மூவரையும் ஒன்றாகக் கட்டி இழுத்துப் போகிறான்.)

அரசன்: மதிப்பு வாய்ந்த பிரபுக்களே! மணிமகுடத்திலே கப்பியிருந்த காரிருளின் ஒரு பகுதி நீங்கி விட்டது! மிச்சமிருக்கும் கரையும் நீங்குவதற்கு உங்கள் அனைவரின் மனமும் இளக வேண்டும்! இந்த நாட்டுத் தலை எழுத்தை நிர்ணயிக்கக்கூடிய சபை இது! நாடாளவும் - நாட்டுக்கு நன்மை புரியவும் - அமைக்கப்பட்டதாகக் கூறப்படும் இந்தச் சபை இதுவரையிலே மதகுருவின் ஆலோசனைகளுக்கு அடி பணிந்தும், மந்திரியின் சூழ்ச்சிகளுக்குக் கட்டுப்பட்டும், பத்திரிகாசிரியரின் துஷ்பிரச்சாரத்திற்குத் துவண்டுகொடுத்தும், மணிமகுடபுரியின் மக்களிடத்திலே மாறாத வெறுப்பைச் சம்பாதித்துக் கொண்டிருக்கிறது! இந்த வெறுப்பு விலகுவது என்பது சாதாரணமல்ல! அந்த மக்களுக்கு விடுதலை வழங்குவதின் மூலமாகத்தான் அந்த வெறுப்பை விலக்கிக்கொள்ள முடியும்! பொதுமக்களுக்காகப் பாடுபடும் பொன்னழகன் - புதுமைப்பித்தன், ஆகியோர் பயங்கரவாதிகள் என்று இந்தச் சபையிலே சற்று முன்பு பேசினோமே - நினைத்துப் பாருங்கள்! யார் பயங்கரவாதிகள்! - ஜரிகை உடையிலே இருக்கும் அமைச்சர் - ஜப மாலையோடிருக்கும் மதகுரு -- ஜனங்களை ஏய்த்துப் பிழைக்கும் பத்திரிகாசிரியன் இவர்களைவிடவா அவர்கள் பயங்கரவாதிகள்? கொடிக்கால் நகரை அழித்துக் கோயில் கட்டும் திட்டத்தை நான் தடுத்தும் கேட்காமல் தங்களுக்குள்ள தனிப்பட்ட அதிகாரத்தின் வலிமையாலும் - தந்திரத்தின் சக்தியாலும், அந்த ஏழைகள் பகுதியை இடித்து மண்ணாக்கினார்களே - சீமான் சபையின் முத்திரையைக் குத்திக்கொண்டு; இவர்கள் அல்லவா பயங்கரவாதிகள்! அன்பு நிறைந்த பிரபுக்களே! நடந்தவைகள் நடந்தவைகளாயிருக்கட்டும் - இனி நடப்பவைகள் நல்லவைகளாக இருக்கட்டும்! அதற்கான அவசர

முடிவை இந்தச் சபை இன்றைக்கே - இப்பொழுதே - இன்றிரவே செய்து முடிக்க வேண்டுகிறேன்!

சீமான்.1: என்ன செய்யவேண்டுமென்று அரசர் விரும்புகிறார்?

அரசன்: சீமான்கள் சபை கலைக்கப்பட வேண்டும்! அரசன் முடி துறக்க வேண்டும்!

சீமான்.2: என்ன?

சீமான்3: இது முடிகிற காரியமா?

அரசன்: நம்மால் முடியாதுதான்! ஆனால் மக்கள் இந்தக் காரியத்தை சுலபமாக முடித்துவிடுவார்கள்! அன்பு நிறைந்த பிரபுக்களே! - என்மீதும், இந்தச் சபையின் மீதும் மக்களுக்கு ஏற்பட்டிருக்கிற ஆத்திரம் எங்கே போய் நிற்கும் என்று சொல்ல முடியாது! திடீரென்று ஒருநாள் உங்கள் மன்னனின் தலை பந்தாடப்படலாம்! பாராளும் மன்றத்திலே அமர்ந்திருக்கும் சீமான்களாகிய உங்கள் தலைகள் - பனங்காய்கள் போலச் சீவப்படலாம்! இது ஆருடமல்ல - அனுபவ உண்மை - அழியாமல் இருக்கும் சரித்திரங்கள் காட்டும் அபாய அறிவிப்பு! மக்கள் தீர்ப்பே மகேசன் தீர்ப்பு என்ற தத்துவத்தை உணராத எத்தர்களின் உடல்கள் சத்தெடுக்கப்பட்ட சக்கைகளாக வீசியெறியப்பட்டிருக்கின்றன - சரித்திரத் தெருவின் ஓரங்களிலே! எத்தனை நாளைக்கு, ஆண்டவன் விட்டவழியென்று ஆயுளை நகர்த்திக் கொண்டிருப்பார்கள்? 'ஏன்?' என்ற கேள்வி கருவிலே வந்துவிட்டால் - அந்தப் புரட்சிக் குழந்தை உதயமாகப் பத்து மாதங்கூடத் தேவையில்லையே! பழைய காலத்துப் புராணக் கற்பனையிலே - ரிஷிப்பிண்டம் இராத் தங்காது என்பார்களே; அதுபோல, உடனடியாகக்கூட உதயமாகி விடலாமே! அந்தக் கேள்வி, மணிமகுடத்திலே கிளம்பவில்லையென்று கருதுகிறீர்களா? தூரப்போடா ஜாதிகெட்டவனே- பெரிய ஜாதிக்காரன் வருவது கண் தெரியவில்லை - கபோதிப் பயலே" என்று பூசனிக்காய் வயிறு படைத்தோன், கேட்கிறானே; புழுதியடைந்த மேனியனைப் பார்த்து! அப்போது தோன்றுகிறதே - அந்த 'ஏன்?' என்ற எக்காளக் கேள்வி! "பொன்மலையும் - பூரிப்பான வாழ்வும் எங்களுக்குத்தானடா சொந்தம் - மண்மேடும், மங்கிய வாழ்க்கையும் உங்கள் கர்ம வினையடா"... என்று கர்ஜிக்கிறானே; கனம் - தனம் இரண்டும் படைத்தோன் - கண்ணிலே குளங்கொண்டவனைப் பார்த்து! அப்போது கொக்கரித்துக் கிளம்புகிறது கோமான்களே - நம் குரல்வளையை அமுக்கும் அந்த

"ஏன்?' என்ற கேள்வி! "எட்டிப் போ - எமை நத்திக்கிட" - இனி செல்லாது சீமான்களே - செல்லாது! நம்மை எதிர்ப்பதா? - ஆயுதமற்ற நிராயுதபாணிகளா? - சுட்டுப் பொசுக்கிவிட மாட்டோமா?" இந்த இறுமாப்பு நிறைந்த வீரப்பேச்சுகள் - வெறும் வெத்து வேட்டுகள்தான்! விடுதலை முரசு தட்டுவோரின் பக்கம் திரும்பியிருக்கும் துப்பாக்கி முனைகள், திடீரென, நம்மை நோக்கித் திருப்பப்படலாம் - யார் கண்டார்கள்? நம்முடைய படையிலே எத்தனை பேர் உள்ளத்திலே – "ஏன்?" என்ற மந்திரம் பதிவாகியிருக்கிறதோ? - எந்த நேரத்திலே அந்த மந்திரம் ஜெபிக்கப்பட்டுப் புரட்சி வேள்வியிலே, நம்முடைய உடலிலேலேயுள்ள கொழுப்பு, நெய்யாக வார்க்கப்பட இருக்கிறதோ? நேரமும் காலமும் சொல்ல முடியாது! புயலைக் கண்டு பிடிக்க இயலாது! அதன் விளைவையும் கணக்குப்போட இயலாது. அந்தப் பயங்கரமான விளைவு தேவையென்று நீங்கள் விரும்புகிறீர்களா? - புரட்சி எரிமலை வெடித்து - அதன் நெருப்புக் குழம்பிலே சிக்கி உருவற்றுப் போய்விட விரும்புகிறீர்களா, உண்மை நண்பர்களே! ஒருகணம் யோசித்துப் பாருங்கள்! புரட்சிக்காரர்களின் கையிலே சிக்கிவிட்டால் - என்ன நடக்கும் என்பதை யோசித்துப் பாருங்கள்! "சிசுக்களையும் - பசுக்களையும் - சிங்காரப் பெண்களையும் - சேர்த்து வைத்துக் கொளுத்திய சீமான் சபையின் உறுப்பினரே! - இதோ - இந்தத் தீக்குண்டத்திலே உமது மனைவியோடு நீச்சல் விளையாட்டு நடத்துமய்யா!" என்று கட்டளை பிறப்பிப்பார்கள்-கண்ணீரை மட்டுமே இதுவரை தங்கள் உடமையாகக் கொண்டிருந்தவர்கள்! யாரய்யா நீர்? வரிபோட்டு வாட்டிய சீமானா? - இதோ உமது முதுகெல்லாம் வரி போடுகிறேன்!" என்று கொள்ளிக்கட்டையால் கோடு போடுவார்கள்; குடல் கருகிச் செத்த குடும்பத்திலே மிச்சமிருப்பவர்கள்! "ஆகாகா, அகப்பட்டுக் கொண்டீரா - ஆடம்பரப் பிரபுவே! பன்னீர்க் குளியலும் பழ ரசபானமும் - கன்னியர் சூழ் கட்டிலறையும் இல்லாவிட்டால் உமக்குத் தூக்கம் வராதாமே? இதோ, நீர் விழுந்து புரண்டு தூங்குவதற்கு அருமையான இடமொன்று சாக்கடை சகதியிலே தூக்கி எறிவார்கள்; - இதுவரையிலே சாக்கடை ஓரத்திலே வாழ்ந்து கொண்டிருப்பவர்கள்! இந்த முடிவுகளை வரவேற்க நீங்கள் தயார்தானா? பயமுறுத்துகிறேன் - என்று எண்ணாதீர்கள்! பக்குவப்பட்டுவிட்டது நாடு என்பதையே அறிவிக்கிறேன்! அரசன், ஆண்டவனின் பிரதிநிதி! மதகுரு, மகேஸ்வரனின் அவதாரம் - என்றெல்லாம் நம்பிக்கிடந்தவர்கள் - புதுமைப்பித்தனின் பிரச்சாரத்தால் விழித்துக் கொண்டார்கள்! விதியை நொந்துகொண்டு விழியை நதியாக்கிக் கொண்டவர்கள்

வேதனைக்குக் காரணம் - விதியல்ல என்பதை உணர்ந்து விட்டார்கள்! அறிவியக்கம் தலை தூக்கிவிட்டது - வறட்டுப் பொதுவுடமை மட்டும் பேசி வந்தவர் உள்ளங்களிலே கூட வளமான கருத்துக்கள் முளைவிடத் தொடங்கிவிட்டன! சுயமரியாதைக் கனலும் - சுதந்திர அனலும் சூறாவளி வேகத்திலே பரவ ஆரம்பித்துவிட்டன! இனி சுருட்டிக்கொள்ள வேண்டியதுதான் நமது வாலை! என்ன சொல்லுகிறீர்கள்? - புதிய பாதை கண்டுபிடித்து புத்தியோடு நடக்கப் போகிறீர்களா? - இல்லை - பழைய பாதையிலே நடந்து - கத்திக்குத் தலைவணங்கப் போகிறீர்களா? - 'முடி துறந்தேன்' என்று சரித்திரம் வேண்டுமா? - "முடி சாய்ந்தது" என்ற வரலாறு வேண்டுமா? - எது வேண்டும்? சமத்துவ அரசா - அல்லது நமக்கு ஆளுக்கொரு சவக்குழியா? சொல்லுங்கள்! நண்பர்களே - சொல்லுங்கள்!!

சீமான்1: அரசர் கூறுவதனைத்தும் சரியானதுதான்! புரட்சி வெள்ளம் கரை புரண்டு நிற்பதும் உண்மைதான்!

சீமான்2: அதைத் தடுக்க அரசரே ஒருவழி சொல்லட்டும்!

அரசன்: சொன்னேனே - முன்பே! ஒரே வழி! அறிஞர் வகுக்கும் வழி!! அரசைப் பொதுவாக்குவதுதான்.

சீமான் 1: அதற்கு மாற்று? -

அரசன்: மாற்று என்ன? - பொதுத் தேர்தல் நடத்த வேண்டும்! அதிலே போட்டியிட்டு வெற்றி பெறுகிறவர்கள் ஆட்சிக்கு வரவேண்டும்!

சீமான் 2: நிலைமை அதுவானால் - அதுவே உகந்த வழியானால் - அரசர் இஷ்டப்படி நடப்பதே நல்லது!

அரசன்: எல்லோர் அபிப்பிராயமும் அதுதானே?

சீமான் 1: ஆமாம்! (கைதூக்கல்)

அரசன்: கை தூக்கிவிட்டீர்கள்! மக்களின் கை நம்மை நோக்கித் தூக்கப்படுவதற்கு முன் - எச்சரிக்கையாக இப்போதே தூக்கிவிட்டீர்கள்!! மகிழ்ச்சி! நாளைக் காலையிலே - இந்த நாடு நல்ல செய்தி கேட்கும்! இன்றிரவு நான் நிம்மதியாகத் தூங்குவேன்!

ஒரே முத்தம்

காட்சி 28.   இடம்: தூக்குமேடை

(மக்களைச் சிப்பாய்கள் தடுத்து ஆவலை அதிகப்படுத்துகிறார்கள். ஒரே பரபரப்பு, கூச்சல் தூக்குமேடையில் மூவரும்)

புத்தன்: அமைதியாயிருங்கள். நான் சாகும்போது உங்கள் அமைதியையாவது காண்கிறேன். (கூட்டத்தில் ஒருவன்) இளைய மகாராஜா! இந்த அநியாயத்தை நாங்கள் காணவேண்டுமா?

புத்தன்: காணவேண்டாம். போய்விடுங்கள். சிறிது நேரத்தில் சாகப்போகும் நாங்கள், இந்தக் குழப்பத்தால் இப்பொழுதே செத்துவிடுவோம். உங்கள் ஆத்திரத்தால் எங்கள் உயிரைக் காப்பாற்ற முடியாது. உங்கள் அனுதாபத்தால் எங்கள் லட்சியத்தைப் பூர்த்தி செய்யுங்கள். பேதமற்ற பெருவாழ்வு சீமான், ஏழை என்ற நிலை ஒழிந்த சிங்கார வாழ்வு; சமத்துவ வாழ்வு. சமாதான வாழ்வு, இதற்காக அடிகோலினோம். அழியப்போகிறோம், இதோ ஒரு தீண்டத்தகாதவள்; சாதி கெட்டவள்; அவளும் நானும் ஒன்றாக உயிர்விடுகிறோம். எங்கள் பிணங்களைக் கண்ட பிறகாவது சாதி உணர்ச்சி ஒழியட்டும். எதிர்காலத்தில் எங்கள் கல்லறைகளின் மீது சாதி உணர்ச்சி ஒழியட்டும். எதிர்காலத்தில் எங்கள் கல்லறைகளின் மீது சாதியை விரட்டிய சமரசக் காதலர்கள் சாந்திகீதம் பாடட்டும்.

(ஒரே அமைதி)

சேனாதிபதி: இளவரசே! கடைசியாக சொல்ல வேண்டியது.

புத்தன்: எதை...? யாருக்குச் சொல்லப் போகிறேன்! என் நாட்டு மக்களுக்குச் சொல்ல வேண்டியதைச் சொல்லி விட்டேன். ஏ! தூக்குமேடையே! நீதியின் முன்னே நிறுத்தப்பட்டு மரணதண்டனை பெற்ற எத்தனையோ துரோகிகளின் பிணங்களை முத்தமிட்டிருக்கிறாய். இன்றைக்கு இந்த நிரபராதிகளின் பிணங்களுக்கும் புஞ்சணையாகப் போகிறாய்! சதிசெய்தவர்கள்- கொலை புரிந்தவர்கள் - ரரஜத்துரோகிகள்

இத்தனை பேரையும் கழுத்தை நெறித்திருக்கிறாய், இன்றைக்கு எங்களையும் கட்டித்தழுவப் போகிறாய், கோரமாக. குற்றவாளிகளை உன் கோரப்பசிக்கு இரையாக்கிக் கொண்டிருக்கிறாய். இந்நாட்டில் கொந்தளிப்பை ஒடுக்கப் புறப்பட்ட எங்களையும் சுவை பார்க்கப் போகிறாய். சுவைத்துப் பார்! எங்கள் ரத்தத்தில் துரோக உணர்ச்சி இருக்கிறதா என்று சுவைத்துப்பார்! எங்கள் இருதயத்தில் சதியாலோசனை தேங்கியிருக்கிறதா என்று சுவைத்துப்பார்! எங்கள் எலும்புக்கூட்டில் சூழ்ச்சி எண்ணம் ஒட்டிக்கொண்டிருக்கிறதா என்று சுவைத்துப்பார்!

சேனாதிபதி: (யாளிதத்தரிடம்) நீங்கள் ஏதாவது?'

யாளிதத்தர்: இளவரசரோடு சாகிறேனே என்ற பெருமை. மகாராஜாவின் தீர்ப்புக்கேற்ப மடிகிறேனே என்ற திருப்தி என் நாட்டு தமிழர் முன்னிலையில் என் உயிர் விடை பெறுகிறதே என்ற ஆறுதல் சேனாபதியாரே! சாவதற்குமுன் ஒரு வேண்டுகோள். இளவரசருக்கு முன் நான் சாகவேண்டும். அந்த உத்தமரின் உயிர் தூக்குமரத்தில் துடிப்பதை நான் காணமாட்டேன். வாகை மாலை சூடவேண்டிய அவர் கழுத்தில் சாவுக்கயிறு இறுக்கப்படுவதை நான் காணமாட்டேன் சிம்மாசனத்தில் அமர வேண்டிய இவர் பொன்மேனி சவமாக இந்த மண்ணில் சாயும் கோரத்தை நான் காணமாட்டேன். நானே முதலில் சாகிறேன்.

பொன்னி: நானே முதலில் சாகிறேன். இளவரசரைத் தூக்குமேடையில் நிறுத்தியது நான்! நானில்லாவிட்டால் இந்த நாட்டுக்கே இந்த நாசம் வந்திருக்காது. என்னுடைய காதல், இளவரசரின் பலிபீடம். நான் ஒருத்தி நாட்டில் பிறந்தேன். ஆம்! இந்த நாட்டையே அழிக்கப் பிறந்தேன். நானே முதலில் சாகிறேன்.

'யாரும் சாகவேண்டியதில்லை"

(என்ற குரல்கேட்டு எல்லோரும் திரும்புதல். குமரி பிரவேசித்தல் எதிர்ப்புறத்தில் மகாவீரர், விபீஷணர் பிரவேசித்தல்)

குமரி: நிறுத்துங்கள். அவர்களைத் தொடாதீர்கள்.

மகாவீரர்: ஏன் நிறுத்தவேண்டும்? குமரி! நீயும் வீணாய்ச் சாகாதே!

விபீஷணர்: புரட்சியின் தலைவி, மகாராஜா! இதுவும் ஒருவகையில் ராஜத்துரோகம்.

குமரி: ராஜத்துரோகம்! மகாராஜாவுக்குத் தன் மகனிடத்திலிருந்த மாறாத அன்பு உள்ளத்தை அறுத்தெறிந்துவிட்டு, ஆளப்பிறந்தவர்க்குத்

துரோகி என்ற பட்டம் சூட்டி, தூக்குமேடையில் நிறுத்திவிட்டு, இன்பபுரியின் நீதியையே கொலை செய்யத்; துணிந்தீரே! அது கலப்பில்லாத ராஜபக்தி! - நான் செய்வது ராஜத்துரோகம். அப்படித்தானே?

விபீஷணன்: குமரி! கொலைக்களத்தில் கூக்குரலிட உன்னை யாரும் கூப்பிடவில்லை. அரசர் பெருமானுக்குத் தெரியாத நீதியை எடுத்துரைக்க உன்னை யாரும் அழைக்கவில்லை.

குமரி: யாரும் என்னை அழைக்க வேண்டியதில்லை. இது நான் ராஜகுடும்பத்திற்குச் செய்யவேண்டிய கடமை! நாட்டுக்குச் செய்யவேண்டிய வேலை! இளவரசருக்காகச் செய்யவேண்டிய தியாகம்

விபீஷணன்: காமவெறிக்காகச் செய்யவேண்டிய சாகசம் என்று கூறு, பொருத்தமாயிருக்கும் (அரசரிடம்) மகாராஜா! நாம் தாமதிக்கும் ஒவ்வொரு கணமும் பயங்கரமானது குமரி ஏதோ முன்னேற்பாட்டோடு வந்திருக்கிறாள். தாமதித்தால் புரட்சி நடக்கும். உடனே மாளிகைக்குப் புறப்படுங்கள்.

மகாவீரர்: (கொலையாளிகளிடம்) உம். நடக்கட்டும். (மாளிகையை நோக்கித் திரும்பல்)

குமரி: அரசே! கொஞ்சம் பொறுங்கள். இளவரசர் நிரபராதி என்பதை நிரூபிக்கிறேன்.

மகாவீரர்: அவன் ஒரு நீசன் என்பதைப் பொன்னியின் காதலும், ஒரு துரோகி என்பதை விபீஷணரிடமிருந்த கடிதங்களும், நிரூபித்துவிட்டன.

குமரி: மகன் என்ற வாஞ்சைகூட இவ்வளவு சீக்கிரத்தில் மறந்துவிட்டதே.

மகாவீரர்: நான் நீதி தவறாதவன்.

குமரி: ஆனால் அவசரக்காரர்.

விபீஷணர்: உம். நடக்கட்டும்.

(நிறுத்துங்கள்" என்ற ஒலியுடன் சித்ராவின் பிரவேசம்)

விபீஷணர்: சித்ரா! எங்கே வந்தாய்?

சித்ரா: கணவனுக்கு துரோகம் செய்ய, நாட்டுக்கு நன்மை செய்ய!

விபீஷணர் சித்ரா!

சித்ரா: அன்பாக அழைக்கவேண்டாம். நான் உங்கள் எதிரி. இந்தச் சதி வேலைகள் உங்கள் சுயநலத்தின் அளவோடு இருந்தால் - சித்ரா

உங்களுக்குப் பகையாக வந்திருக்க மாட்டாள். உங்கள் பயங்கர -எண்ணத்திற்குப் பட்டத்து இளவரசர் பலியாவது, அதை நான் அனுமதிப்பது, நாட்டுக்குச் செய்யும் பாவமல்லவா?

மகாவீரர்: என்ன? என்ன?

விபீஷணர்: ஒன்றுமில்லை மகாராஜா! ஏதோ மாயாஜாலம். என் மனைவியையும் மயக்கிவிட்டார்கள்.

சித்ரா: என்னை யாரும் மயக்கவில்லை. நிதானத்தோடுதான் பேசுகிறேன். இளவரசர் நிரபராதி!

மகாவீரர்: எப்படி?

சித்ரா: இன்பபுரியைக் கைப்பற்ற என் கணவர் எழுதிய சதிக் கடிதங்கள். (அவரிடம் நீட்டி) இவைகளை முன்பு ஒருமுறை இளவரசர் கைப்பற்றி, மீண்டும் இழந்தார். அவைகளே இந்தக் கடிதங்கள்.

(மகாவீரர் வாங்கிப் படித்தல்)

விபீஷணர்: அரசே! என்னவோ மாயம் நடக்கிறது. நீங்கள் நம்பாதீர்கள்.

மகாவீரர்: (படித்து முடித்து) நான் நம்புவதா? விபீஷணரே! பயப்படாதீர், நீதி தவறி நடக்கமாட்டேன். நீர் செய்த உதவிக்குத் தகுந்த பரிசு அளிக்கப் போகிறேன்.

விபீஷணர்: (மகிழ்ந்து) பரிசு எனக்குப் பெரிதல்ல. நாடுதான் பெரிது

மகாவீரர்: அப்படிச் சொல்லாதீர். இது நான் தரும் பரிசல்ல. இந்நாட்டுச் சட்டம் தரும் பரிசு

விபீஷணர்: சட்டமா?

மகாவீரர்: இளவரசன் ஸ்தானத்தை உமக்கு அளிக்கப் போகிறேன்.

விபீஷணர்: (இளித்தபடி) இளவரசர் ஸ்தானமா?

மகாவீரர்: ஆம். இந்த ஸ்தானம். (தூக்குமேடையைக் காட்ட, விபீஷணன் திகைக்கிறான்)

மகாவீரர்: திகைக்காதீர்! மாணிக்கக்கோட்டை காவலன், மாதவன் எழுதிய கடிதம் பாரும். "மன்னனைச் சாய்த்து மணிமுடியை விபீஷணர் தலையில் வைக்காத வரையில், மாதவன் தூங்கமாட்டான்." இதோ படையெடுக்கத் தயாரித்த படம். விபீஷணரே! நல்ல முயற்சிகள்.

விபீஷணர்: இவை பொய்க் கடிதங்கள் மகாராஜா!

சித்ரா: இல்லை. இளவரசர், யாளிதத்தர், பொன்னி, மூவரையும் சூழ்ச்சியாக வரவழைத்துத் துணில் கட்டி, ஒருவரைக் கொல்வதாக ஒருவருக்கு பயங்காட்டி தயாரித்த, உங்கள் கடிதங்கள்தான் பொய்!

விபீஷணர்: இதெல்லாம் என்ன மாயை?

மகாவீரர்: துரோகி! பாம்பைப்போல் நெளிந்து, என் பரம்பரையைப் பாழாக்கப் பார்த்தாய். நாளை உனக்கும், உன் கூட்டாளிகள் மாதவன், எல்லப்பன், மற்றவர்களுக்கும் விசாரணை. புத்தா! என்னை மன்னித்துவிடு.

(தழுவிக்கொள்கிறார்)

புத்தன்: மக்கள் உங்களை மன்னிப்பார்கள்.

மக்கள்: இளவரசர் வாழ்க! மகாராஜா வாழ்க!

மகாவீரர்: சித்ரா! நாட்டுக்காக நீ செய்த தியாகத்தை, இன்பபுரி உள்ளளவும் மறக்காது

விபீஷணர்: தியாகம்! இல்லை, இளவரசன்மேல் உள்ள மோகம். சண்டாளி செய்த சதிக்குப்பெயர் தியாகம். ஆசை நாயகனுக்காகச் சொந்த நாயகனைக் காட்டிக்கொடுத்த சூன்யக்காரியின் சூழ்ச்சிக்குப் பெயர் தியாகம்!

(சித்ராவின் கண்களில் நீர்)

மகாவீரர்: உம். இந்த விபீஷணனுக்கு விலங்கிடுங்கள்!

(விலங்கிட வந்த காவலாளிகளின் கட்டாரியை இழுத்து வீசுகிறான். அது இளவரசன் மேல் பாய்வதற்குள் குமரி குறுக்கிட்டுத் தன் மார்பில் தாங்குகிறாள். காவலர் அவனை இழுத்து நிறுத்துகின்றனர்)

மகாவீரர்: இந்தப் பழிகாரனை இப்பொழுதே பலியிடுங்கள்.

(வீபீஷணன் தூக்குமேடையில் நிறுத்தப்படல்; குமரியைப் பொன்னியும் சித்ராவும் வாரியெடுக்கிறார்கள்)

மகாவீரர்: எங்கே அரண்மனை வைத்தியர்?

(கூட்டத்திற்குள் இருந்த வைத்தியர் வெளிப்பட்டு)

வைத்தியர் இதோ, இருக்கேனுங்க.

மகாவீரர்: வைத்தியரே! குமரி பிழைக்கவேண்டும். அவசர சிகிச்சை தேவை. கொண்டு செல்லுங்கள் அரண்மனைக்கு.

(குமரி எடுத்துச் செல்லப்படுகிறாள். கூட்டம் கலைகிறது)

சிலப்பதிகாரம்

காட்சி 34 வீதியிலுள்ள மண்டபம்

வஞ்சினங்கூறுதல்

(கோவலன் வெட்டுண்ட செய்தி அறிந்த கண்ணகி துடித்துக்கொண்டு ஓடிவருகிறாள். வெட்டுண்ட கணவனின் உடல்மீது விழுந்து கதறி அழுகிறாள்.)

கண்ணகி: அய்யய்யோ அத்தான்! அத்தான்! அத்தான்! உங்களைப் பிணமாக்கி விட்டார்களா அத்தான்? நல்ல காலம் வருமென்று மதுரைக்கு அனுப்பி வைத்தேனே! இதுதானா அந்த நல்ல காலம், அத்தான்! ஏன் அத்தான் அநியாயமாகக் கொலையுண்டீர்கள்? செய்யாத குற்றத்தை ஏன் அத்தான் ஒப்புக்கொண்டீர்கள்? கண்ணகி கதறி மடியட்டும், கண்ணீரில் மிதக்கட்டும், எண்ணெயிட்ட கடுகுபோல் இதயம் வெடித்துச் சிதறட்டும் என எண்ணி இப்படியொரு காட்சிக்குப் பொருளானீரோ அத்தான்? நிலவின் ஒளி காட்டும் திருமுகமும், நீல விழி காட்டும் பெரு நோக்கும், நித்திலப் பல்வரிசை காட்டும் பேரழகும் நீங்கள் களங்கமற்றவர்கள் என்பதைத் தெரிவிக்கவில்லையா? தேனமுதே, தென்னகத்துப் புகழ் முத்தே, என்னுயிரே, பொன் விளக்கே ஏன் உயிர்விட்டீர்? இதற்குத்தானா சிலம்போடு நடந்து காட்டு கண்ணகி, கடைசிமுறையாகக் கண்டு களிக்கிறேன் என்று சொன்னீர்கள்? அய்யோ! அப்போதெல்லாம் தெரியாதே இப்படியொரு கொடுமை காத்திருக்கிற செய்தி! அப்போதெல்லாம் தெரியாதே அத்தான்! அகிற்புகையால் மணமேற்றி, பொதிகை மலைச் சந்தனத்தைப் பொன்னவிர் மேனியெங்கும் பூசிவிட்டு, கிளிப்பச்சை இலை எடுத்துப், புதுக் கிழிஞ்சல் சுண்ணாம்பும் பாக்கும் சேர்த்துத் தாம்பூலம் மடித்துத் தந்து, சிரிப்பு தழைக்கின்ற செவ்விதழின் இன்பமெல்லாம் சுவைத்த பின்னர், வழியனுப்பிவைத்தேனே! 'வருவீர், வருவீர்' என்று வழிமேல் விழி வைத்து நின்றேனே! ஏன்னை ஏமாற்றிவிட்டீர்களே அத்தான், என்னை ஏமாற்றி விட்டீர்களே!

அத்தான்! நான் என்ன குற்றம் செய்தேன்? எனக்கேன் பிரபு இந்தத் தண்டனை? சொல்லுங்கள் அத்தான், சொல்லுங்கள்! பேசமாட்டீர்களா அத்தான்? மாசறு பொன்னே, வலம்புரி முத்தே, காசறு விரையே, கரும்பே, தேனே என்றெல்லாம் என்னைக் கொஞ்சுவீர்களே, அந்தக் கொவ்வைக் கனிவாய் திறந்து பேசுங்கள் அத்தான்! அத்தான், ஒருமுறை பேசுங்கள் அத்தான்! அத்தான்! அத்தான்! உங்கள் கண்ணகி வந்திருக்கிறேன் அத்தான்! பேசுங்கள் அத்தான்! பேசமாட்டீர்களா! வேண்டாம்.

(சினங்கொண்ட புலிபோலக் கண்ணகி எழுகிறாள்.)

கண்ணகி: வேண்டாம்! உங்களுக்காக இந்த உலகத்தையே பேச வைக்கிறேன். நீங்கள் கள்வரல்ல. என் உள்ளம் கவர்ந்த கள்வரே நீங்கள் கள்வரல்ல. இதை உலகம் ஒப்புக்கொள்ள வேண்டும். வளைந்த செங்கோலைக் கையில் வைத்திருக்கும் பாண்டியன் தலை குனிய வேண்டும். உங்களை ரத்தச் சகதியிலே புரளவிட்ட அநியாயக்காரர்களைப் பழி வாங்க வேண்டும். மதுரை மூதூர், மாசற்ற உங்களை குற்றவாளியாக்கித் தன் புகழைக் குறைத்துக்கொண்ட மதுரை மூதூர் அழிய வேண்டும். அடியோடு அழிய வேண்டும். பழிக்குப்பழி! பழிக்குப்பழி! அத்தான்! உங்கள் ரத்தத்தின் சாட்சி.

(வெட்டுண்ட கோவலன்மீது வடிந்துள்ள ரத்தத்தை எடுத்துத் திலகமிட்டுக் கொள்கிறாள்)

வருகிறேன். நொடியில் வருகிறேன்.

(கண்ணகி கனல் கக்கும் விழிகளுடன் தனது காலில் இருந்த மற்றொரு சிலம்பைக் கழற்றிக் கையில் எடுத்துக்கொண்டு, சினங்கொண்ட வேங்கையெனப் பாண்டியன் அரண்மனை நோக்கி ஓடுகிறாள்.)

காட்சி 35 பாண்டியன் கொலு மண்டபம் (வெளியே)

வழக்குரை படலம்

(கண்ணகி வருகிறாள், கையிற் சிலம்புடன்! காவலர் அவளை அதிகாரத்துடனுடன் வியப்புடனும் நோக்குகின்றனர்.)

கண்ணகி: *காவலரே! காவலரே! காவியுகு நீருங் கையில் தனிச் சிலம்பும் ஆவி குடி போன வடிவுங்கொண்டு ஒருத்தி வந்திருக்கிறாள், உம்மைச் சந்திக்க என்று உமது மன்னனிடம் சென்று உடனே கூறுவீர்!!*

(காவலர் உள்ளே செல்லுதல்)

காவலர்: *மன்னவா! கண்ணீரும் கம்பலையுமாக ஒரு பெண்மணி தங்களை அவசரமாகக் காண வேண்டுமென்று துடிக்கிறார்கள்!*

பாண்டியன்: *அப்படியா? அழைத்து வா உடனே!*

(கண்ணகி வருகிறாள் எரிமலை போல! அவைக்களம் திகைப்பில் ஆழ்கிறது!)

பாண்டியன்: *யாரம்மா?... வேதனை உருவமாகக் காட்சி தரும் நீ யார்?*

கண்ணகி: *புறாவுக்கு உடல்தந்து புகழ் பெற்ற மன்னவரின் வரலாற்றைத் - தேர்க் காலில் காத்த மனுநீதிச் மகனையிட்டு நியாயம் சோழனது பெருங்கதையை - நீதியின் இலக்கணமாய்ப் பெற்றுப் பெருமைகொண்ட திருமாவளவன் கரிகாற் சோழனது பூம்புகாரே எனது ஊர்! பெருவணிகன் மாசாத்துவானின் மருமகள்! என் பெயர் கண்ணகி!*

பாண்டியன்: *உன் முறையீடு என்னவோ!*

கண்ணகி: *முத்து விளைகின்ற மூன்று கடல் சூழ்ந்திருக்கும் தென்னகத்தில், மும்முரசு கொட்டி, முச்சங்கம் வளர்த்து, முக்கொடியின் நிழலிலே, முத்தமிழைக் காப்பாற்றும் மூவேந்தர் பரம்பரையின் பெருமைதனை மூளியாக்க முடிபுனைந்த மன்னவனே!*

என்றன் முறையீட்டைக் கேட்பதற்குள் நான் யாரென்று முழுவதும் தெரிந்துகொள்க!

பாண்டியன்: யார் நீ!

கண்ணகி: கண்ணகி! கையில் தனிச் சிலம்போடு வந்திருக்கும் கண்ணகி! மெய்பிற் பொடியும் விரித்த கருங்குழலும் நெறித்த புருவமும்கொண்டு நீதி வழுவா நெடுஞ்செழியப் பாண்டியனைத் துணிந்து இகழ்ந்துரைக்கும் கண்ணகி! அவ்வளவுதான் உனக்குத் தெரியும்!

பாண்டிய மன்னா! ரோமாபுரியின் கொலு மண்டபத்திலே உனது தூதுவர் இருக்கிறார்கள்! இதோ, பாண்டியத்துப் பேரவையிலே ரோமானியர் வீரர்களாகவும் தூதுவர்களாகவும் வீற்றிருக்கிறார்கள்! கடல் கடந்து கொடி கட்டி ஆளுகின்றாய்!

அந்தக் கொடிக் கம்பம் முறிந்து விழ...

அயல் நாட்டார் இகழ்ந்துரைக்க...

உன் கொடுங்கோல் அளித்த அவசரத் தீர்ப்புக்கு ஆளாகிக் கொலையுண்ட கோவலன் மனைவி கண்ணகி நான் என்பதையும் அறிந்திடுக அரசே, அறிந்திடுக!.

பாண்டியன்: கோவலன் மனைவி!!! சிலம்பு திருடிய கள்வனின் மனைவி!

கண்ணகி: போதும்! யாகாவாராயினும் நாகாக்க மன்னா! நாகாக்க! யார் கள்வன்? என் கணவனா கள்வன்? இல்லை! அவரைக் கள்வனென்று குற்றம் சாட்டிய கயவர்களே கள்வர்கள்!

பாண்டியன்: ஆத்திரத்தில் அறிவுக் கண்ணை மூடிவிடாதே கண்ணகி! கையும் களவுமாகப் பிடிப்பட்டான் உன் கணவன்! கள்வனைத் தமிழகத்து நீதி கொல்லாமல் விடாது என்பது உனக்குத் தெரியுமல்லவா?

கண்ணகி: நீதியின் இலக்கணம் உரைக்கும் நெடுஞ்செழியப் பாண்டியனே! உன்னுடைய நாட்டில் எதற்குப் பெயர் நீதி?

நல்லான் வகுத்ததோ நீதி? அல்ல! அல்ல! வல்லான் வகுத்ததே இங்கு நீதி! அதனால்தான் என் வாழ்வுக் கருவூலத்தைச் சாவுப் படுகுழியில் கொட்டிவிட்டீர்! கொற்றவனே! குடைநிழலில் குஞ்சரம் ஊர்பவனே!

கொலு மண்டபத்தில் விசாரிக்கப்பட வேண்டிய வழக்கு, கோயில் மண்டபத்தோடு முடிவானேன்?

குற்றம் சாற்றப்பெற்றவரின் மறுப்புகளுக்கு மதிப்புத் தராமல், கொலைவாளின் வேலை அவ்வளவு அவசரமாக நடைபெறுவானேன்?

இதற்குப் பெயரா நீதி?

இதற்குப் பெயரா நேர்மை?

இதற்குப் பெயரா நியாயம்?

இதற்குப் பெயரா அரசு?

உனக்குப் பெயரா அறங்காக்கும் மன்னன்?

பாண்டியன்: கண்ணகி! உன் கணவன் கையிலேயிருந்தது அரசி கோப்பெருந்தேவியின் சிலம்பு!

கண்ணகி: இல்லை! கோப்பெருந்தேவியின் சிலம்பில்லை - கோவலன் தேவியாம் என்னுடைய சிலம்பு!

பாண்டியன்: நம்பமுடியாது என்னால்!

கண்ணகி: நீ யார் நம்புவதற்கு? உன்னை யார் நம்பச் சொல்கிறார்கள்? உன் மீது வழக்குரைக்க வந்தவள் நான்! குற்றவாளி நீ! அதனால் தீர்ப்பளிக்கும் உரிமை உன் கையில் இல்லை! இதோ இருக்கிறார்கள் - பெருங்கேண்மைப் பெரியோர்கள்! அவர்களே இப்போது நீதிபதிகள்! அவர்கள் உரைக்கட்டும் - நல்ல தீர்ப்பு! ஆன்றோர்களே! அறிவு மிகுந்த சான்றோர்களே! அணிதேர்ப் புரவி ஆட்பெரும் படைகொண்டவன் பாண்டியன் என்பதற்காக நீதியின் பாதையை வளைக்காமல்... ஆரியப்படை கடந்தான்... அவனியெல்லாம் புகழ்பெற்றான்... என்ற கீர்த்தித் திரையால் அவன் செய்த குற்றத்தை மறைத்துவிடாமல்... தாய்மேல் ஆணையாகத் - தமிழ்மேல் ஆணையாகத் - தாயகத்து மக்கள்மேல் ஆணையாகத் தீர்ப்புக் கூறுவீர்! தீர்ப்புக் கூறுவீர்!

கோப்பெருந்தேவியின் சிலம்பைக் கோவலன் திருடினார் என்பது குற்றச்சாட்டு!

அதற்கு மரண தண்டனை! அது ஆராயாமல் அளித்த தீர்ப்பு... அதற்கு மன்னன் பொறுப்பு... என்பது என்னுடைய வழக்கு!

அமைச்சர்: வழக்கிற்கு ஆதாரம்?

கண்ணகி: இதோ, இந்தச் சிலம்பு! இதற்கு இணையான மற்றொரு

சிலம்பைத்தான் என் மணவாளர் விற்க வந்தார்... மாபாவிகள் அவரைக் கொன்று குவித்து விட்டார்கள்!

பாண்டியன்: அப்படியானால் தேவி அணிந்திருக்கும் சிலம்பு...?

கண்ணகி: அவைகளில் ஒன்று என்னுடையது... அதற்கு அடையாளம் வேண்டுமா? ஆயிரம் கேள்வி எனைக் கேட்டு உன்னைக் குற்றமற்றவனாய் ஆக்கிக்கொள்ளத் துடிக்கிறாயே; நீதிமன்றத்தின் தூய்மையை அழித்த பாண்டியனே!... இப்படி ஒரு கேள்வி நேருக்கு நேர் என் அத்தானைக் கேட்டிருந்தால், நீதி வழுவா நெடுஞ்செழியன் என்ற பெயர் உனக்கு நிலை பெற்றிருக்கும்! என் அத்தான் உயிரும் தங்கியிருக்கும்!

அமைச்சர்: பெண்ணே! தேவி அணிந்திருப்பதில் ஒரு சிலம்பு உன்னுடையது என்பதை மெய்ப்பித்துக் காட்டுவாயா?

கண்ணகி: மெய்ப்பித்து என்ன பயன்? இறந்த என் கணவரை எழுப்பித் தருவீர்களா? வெட்டுண்ட தலைதனை ஒட்டித் தருவீரோ? முடியாது உங்களால்... முடியாது உங்களால்! ஆனால் ஒன்று... உயிர் போனதால் தொங்கிவிட்ட என் அத்தானின் தலைபோல உங்கள் தலைகளையும் தொங்கவைக்கிறேன்... உங்கள் மானம் போனதால்... உங்கள் நேர்மை போனதால்... உங்கள் நீதி அழிந்ததால்... இதோ, உங்கள் தலைகளையும் தரை நோக்கித் தொங்க வைக்கிறேன்...

மதுரைப் பாண்டியா! உனது மனைவியின் பழைய சிலம்பிலே உள்ள பரல்கள் முத்துக்களா? மாணிக்கங்களா?

பாண்டியன்: முத்துக்கள்! கொற்கை முத்துக்கள்!

கண்ணகி: என் சிலம்பிலே உள்ளவை மாணிக்கப் பரல்கள்!

பாண்டியன்: எங்கே பார்க்கலாம்... தேவி! கொடு இப்படி!

(அரசி சிலம்புகளைத் தருகிறாள்)

பாண்டியன்: கீழே ஆத்திரமாக வீசி உடைத்தவாறு) இதோ பார்...

(முதற் சிலம்பு - முத்துப்பரல்கள் தெறிக்கின்றன)

பாண்டியன்: இதோ, கோவலன் திருடிய சிலம்பு!

(அதையும் உடைக்கிறான்.)

(அதில் மாணிக்கப் பரல்கள் சிதறுகின்றன...)

அவையோர்: ஆ!

கண்ணகி: இன்னும் சந்தேகமா? இதோ என்னுடைய மற்றொரு சிலம்பு!

(உடைக்கிறாள், ஆவேசமாக...மாணிக்கப் பரல்கள் சிந்துகின்றன.)

கண்ணகி: என்ன சொல்லுகிறாய் பாண்டியா, இப்போது? அமைச்சர்களே! அறங்கூறும் சான்றோர்களே! இதற்கென்ன பதில்? தலை தொங்கிவிட்டதா? நெடுஞ்செழிய பாண்டியனின் அறம்... மறம்... திறன்... அத்தனையும் மண்ணோடு மண்ணாகக் கலந்துவிட்டதா? அய்யோ, ஏனிந்த வாட்டம்? தமிழகம் சிரிக்கிறது பாண்டியா; நீ தலை குனிந்து நிற்பதைப் பார்த்து!

தமிழ் நாட்டு மறைநூல் திருக்குறள் கேலி புரிகிறது பாண்டியா; உன் நீதி வளைத்த செய்தி கேட்டு!

ஆனை, சேனை ஆயிரமாயிரம் எதிர்த்து வந்தாலும் அண்ணாந்து தலைகுனியாமல் படை நடத்தும் உன் வீரமெங்கே?

கம்பீரமெங்கே?

வெற்றித் திருப்பார்வை எங்கே? எல்லாம் பாழ்; எல்லாமே பாழ்; பாழ்! மானமெல்லாம் போனபின்பு உனக்கு மாடமாளிகை... மணிமண்டபம் ஒரு கேடா? மாசு படரவும் மாநிலம் இகழவும் நீதி வழங்கிய உனக்குச் செங்கோல் எதற்காக?

வெண்குடை எதற்காக?

வேற்படை...

வாட்படை...

வேழப்படை எதற்காக?

வீணனே!

வீரர் குலத்துக்கு இழிவு கற்பிக்க வந்தவனே!

இமிழ்கடல் வேலித் தமிழகமெங்கும் நீங்காமல் நிறைந்திருந்த நீதிதனை நொடிப்பொழுதில் அழித்துவிட்ட பாதகனே!

அழு! அழு! நன்றாக அழு! என்னைக் காலமெல்லாம் அழவைத்த காவலனே; நன்றாக அழு!

என்றன் காதலனைக் - கண்ணாளனைக் - கண் நிறைந்த மணவாளனைத் துடிக்கத்துடிக்கக் கொன்றுவிட்ட பாவி; அழு! அழு! அழு!

பாண்டியன்: கண்ணகி! உன் கணவன் கள்வனல்ல! ஆராயாமல் அவசரத்தில் "கொண்டு வருக அவனை!" என்பதற்குப் பதில்... "கொன்று வருக அவனை" என்று ஆணையிட்ட

நானே கள்வன்!

நானே கள்வள்!

தமிழே!

தாயகமே!

என் தாயே!

என்னை மன்னித்து விடு!

மன்னித்து விடு!

(அடியற்ற மரமென விழுந்து சாகிறான். கோப்பெருந்தேவியும் அவனைத் தழுவி

கோப்பெருந்தேவி: அரசே!

அரசே!!

அரசே!!!

(என அவன்மீது உயிர் விடுகிறாள்)

கண்ணகி: அழியட்டும்! வீழ்ந்து ஒழியட்டும்!!

நீதி தவறிய பாண்டியா! உன் களங்கத்தைக் கழுவக்கூடிய சாதனம் சாவு ஒன்று தான்? சாவு ஒன்றுதான்!!

அழியட்டும்!

ஒழியட்டும்!!

என் கணவன் சாவைத் தடுக்கமுடியாத மதுராபுரியே, அடியோடு அழியட்டும்! மாளிகைகள் மண்மேடுகளாகட்டும்!

பூமி பிளக்கட்டும்!

புழுதி பறக்கட்டும்!

நெருப்புப் பரவட்டும்|

நியாயத்தின் பிழம்பு தெரியட்டும்!

(பயங்கரச் சிரிப்பு... நகரெங்கும் கேட்கிறது! நகரில் தீ பரவுகிறது! தெருவில் மக்கள் ஓட்டம்.)

கலைஞரின் ஆளுமைப் பண்புகள்

கடந்த காலத்தில் நிகழ்ந்த சம்பவங்களின் தொகுப்பாக விரிந்திடும் வரலாறு என்பது, நுண்ணரசியல் பின்புலமுடையது. ஒரு குறிப்பிட்ட காலவெளியில் மனிதர்கள் இப்படியெல்லாம் இருந்தனர் எனச் சித்திரிக்கப்படுகிற விவரணையில், தனிமனிதர்களின் செயல்பாடுகள், பல்வேறு நிலைகளில் இயங்குகின்றன. சமூகத் தேவையின்பொருட்டு வரலாறு தேர்ந்தெடுத்து உருவாக்குகிற மாபெரும் ஆளுமைகள், எப்பொழுதும் தனிச்சிறப்புடையவர்கள். இன்னொருநிலையில் சமூக வரலாற்றில் பாத்திரமாக உருவாகி, ஒரு காலகட்டத்தின் சமூகச் செயல்பாடுகள்மீது ஆதிக்கம் செலுத்துகிற ஆளுமைகள், ஒருகட்டத்தில் வரலாற்றை உருவாக்குகிறவர்களாக மாறுகின்றனர். வரலாற்றுத் தேவையினால் கட்டமைக்கப்படும் நாயகர்கள், வேறுபட்ட தளங்களில் சமூகத்தின் எதிர்பார்ப்பை நிறைவேற்றும் சூழலில், தனிமனிதனாகச் செய்கிற சாதனைகள், காலங்கடந்த சிறப்பினை முன்னிறுத்துகின்றன. இரண்டாயிரமாண்டு வரலாற்றுப் பின்புலமுடைய தமிழர் வாழ்க்கையில், ஒவ்வொரு காலகட்டத்திலும் சமூக இயக்கத்தையும் தேவைகளையும் நேர்மறையாகத் துரிதப்படுத்துகிறவர்களின் செயல்கள், கவனத்திற்குரியன. தமிழகத்தின் வரலாற்றுச் சூழலை அவதானிக்கையில், கி.பி. 14ஆம் நூற்றாண்டில் மதுரையில் ஏற்படுத்தப்பட்ட டில்லி சுல்தான்களின் ஆட்சியைத் தொடர்ந்து தெலுங்கர், மராட்டியர், ஆங்கிலேயர், பிரெஞ்சுக்காரர் என வேற்று மொழியினரின் ஆட்சியதிகாரம் நிலவியதை அறிய முடிகிறது. ஏற்கனவே பல நூற்றாண்டுகளாக வைதிக சநாதனத்தின் ஆதிக்கத்தில் சம்ஸ்கிருத மொழியின் ஆளுகையுடன் போராடிக்கொண்டிருந்த தமிழ் மொழியானது தெலுங்கு, மராட்டி, பிரெஞ்சு, ஆங்கிலம் போன்ற மொழிகளின் ஆதிக்கத்தையும் எதிர்கொள்ள வேண்டியிருந்தது. தமிழை முன்வைத்து நடைபெற்ற அரசியல் என்பது ஒருவகையில் தமிழர் பண்பாட்டு அடையாள அரசியலாகும். குமரகுருபரர்,

வள்ளலார், பாரதியார் போன்ற கவிஞர்கள் தொடங்கித் தமிழுக்கான பேச்சுகள் பேசுவதற்கான நெருக்கடி ஏற்பட்டது, தமிழர் வரலாற்றில் முக்கியமானதாகும். இருபதாம் நூற்றாண்டின் தொடக்கத்தில்கூட தமிழ் மொழி எதிர்கொண்ட சவால்கள் ஏராளம். இத்தகு சூழலில் தமிழை முன்னிறுத்தித் தமிழறிஞர்கள் எழுதிய எழுத்துகளால் ஈர்க்கப்பட்டு, இலக்கிய உலகிலும் கலைத்துறையிலும் அரசியலிலும் அடியெடுத்து வைத்த கலைஞர் என்று அழைக்கப்படுகிற மு. கருணாநிதியின் பிரவேசம், ஒப்பீடு அற்றது. பெரியாரின் பகுத்தறிவுச் சிந்தனையின் விளைவாகத் தமிழக வரலாற்றுப் போக்குகளைக் கேள்விக்குள்ளாக்கிய கலைஞரின் பன்முக ஆற்றல்கள், அவரை வரலாற்றை உருவாக்குகிறவராக மாற்றியமைத்தன. தமிழக வரலாற்றில் தனிநபரின் பாத்திரம் என்னவெல்லாம் செய்யும் என்பதற்கு அடையாளமாக விளங்குகிற கலைஞரின் பன்முக ஆளுமைப் ப்ண்புகள், தனித்துவமானவை. கலைஞர் என்ற அரசியல்வாதி, உருவாவதற்கான சமூகப் பின்புலம் குறித்த பதிவுகள், தமிழர் வரலாற்றில் என்றும் நிலைத்திருக்கும்.

இருபதாம் நூற்றாண்டின் தொடக்கத்தில் தமிழக நிலவெளியில் தமிழரின் வாழ்க்கையானது, ஒருபுறம் ஆங்கிலேய ஏகாதிபத்தியத்தின் காலனிய ஆதிக்க ஆட்சியினால் நலிடைந்திருந்தது; இன்னொருபுறம் வைதிக சநாதனம், மநு தருமம், வருணக் கோட்பாடு போன்ற ஆச்சார நெறிகளுக்குள் ஒடுங்கியிருந்தது. வைதிகம் முன்னிறுத்திய சநாதனத்தின் விளைவாக மேலோங்கியிருந்த பார்ப்பனியம், பிறப்பின் அடிப்படையில் மனிதர்களுக்கு இடையில் மேல்Xகீழ் கற்பித்துத் தீண்டாமையை வலியுறுத்தியது. நிலத்தில் வேளாண்மையின்மூலம் தானியங்களை உற்பத்தி செய்கிற பள்ளர்கள் தொடங்கிக் கொல்லர், குயவர், நாவிதர், வண்ணார், ஆசாரி போன்ற சேவை சாதியினர் எல்லோரையும் இழிவாகக் கருதும் நிலை நிலவியது. பஞ்சமர் எனப்பட்ட தலித்துகளைச் சமூக அடுக்கில் கீழானவர்களாக ஒடுக்கிடும் சாதிய அரசியல் வலுவாக இருந்தது. சாதி, மத ஒடுக்குமுறையுடன் பொருளாதார நிலையில் வாடிவதங்கிய விளிம்புநிலையினரான தமிழர்கள் மலேஷியா, மொரிஷியஸ், பிஜி, டச்சுக் கயானா, ரீயூனியன் போன்ற நாடுகளுக்குக் கூலிகளாகப் புலம்பெயர்ந்து அடைந்த துயரங்கள் அளவற்றவை. ஆங்கிலேயரின் ஆட்சியில் அடிக்கடி ஏற்பட்ட பஞ்சங்களினால், அடித்தட்டு மக்கள் பல்லாயிரக்கணக்கில் மடிந்தபோது ஆங்கிலேயரும், அவர்களுடைய அடிவருடிகளாக அரசாங்கத்தில் உயர் பதவிகள் வகித்த பார்ப்பனர்களும் பிற

உயர்சாதியினரும் வளமாக இருந்தனர். கிராமங்களில் செல்வாக்குடன் விளங்கிய நிலப்பிரபுகள், பார்ப்பனர்களுடன் சேர்ந்துகொண்டு, வருணாசிரம முறையைக் கறாராக அமல்படுத்தினர். அத்துமீறல் எனக் கருதப்பட்டால் விளிம்புநிலையினருக்குக் கடுமையான தண்டனைகள் வழங்கப்பட்டன. இந்தியர்களின் போராட்ட மனநிலைக்கு வடிகாலாக விளங்குவதற்காக ஆங்கிலேயரால் தோற்றுவிக்கப்பட்ட காங்கிரஸ் பேரியக்கம், காலப்போக்கில் விடுதலைப் போராளிகளின் களமாக மாறியது. இத்தகு சூழலில் ஆங்கிலேயர் அறிமுகப்படுத்திய புதிய வகைப்பட்ட கல்விமுறையினால் பெண்கள் உள்ளிட்ட ஒடுக்கப்பட்ட சாதியினரும் படிக்கலாம் என்ற நிலை, சமூக அமைப்பில் காத்திரமான பாதிப்புகளை ஏற்படுத்தியது ஆங்கிலக் கல்வியின் விளைவாக இந்தியச் சமூக அமைப்பில் வைதிக சநாதன மதம், பல நூற்றாண்டுகளாக உருவாக்கியிருந்த கொடூரமான செயல்கள் கேள்விக்குள்ளாக்கப்பட்டன. சதி என்ற பெயரில் கணவனை இழந்த இளம் பெண்ணைச் சிதை நெருப்பில் எரித்தல், குழந்தை மணம் போன்ற மத அடிப்படைவாதச் செயல்பாடுகளைத் தடுக்கும்வகையில் ஆங்கிலேய அரசு இயற்றிய சீர்திருத்தச் சட்டங்கள், அதுவரை சமூக அடுக்கில் சௌகரியமாக உச்சியில் இருந்த பார்ப்பனர்கள் உள்ளிட்ட உயர்சாதியினரின் இடத்தை அசைத்தன. இதனால் பாரம்பரியமான தங்களுடைய உரிமைகள் பறிக்கப்பட்டதாகக் கருதிய சநாதனவாதிகள், ஆங்கிலேயருடன் கருத்துரீதியில் மோதினர். அதேவேளையில் 19ஆம் நூற்றாண்டின் பிற்பகுதியில் அயோத்தி தாசர் போன்றோர் சாதியரீதியில் இழிவுபடுத்தப்பட்ட மக்களுக்குச் சார்பாக எழுதினர் என்பது கவனத்திற்குரியது. குலத்தொழில் முறை நிலவிய தமிழகத்தில் இடைநிலைச் சாதியினர் கல்வியினால் விழிப்புணர்வு அடைந்தனர். சோழ ஏகாதிபத்தியக் காலகட்டம் தொடங்கிச் சாதியினால் ஒடுக்கப்பட்டு, தீண்டாமை ஆதிக்கம் செலுத்திய தமிழகத்தில் விளிம்புநிலையினர் மரபு, ஆச்சாரம் என்ற பெயரில் ஆதிக்கம் செலுத்திய மூடத்தனங்களைக் கேள்விக்குள்ளாக்கினர். தமிழகத்தைப் பொருத்தவரையில் நாட்டு விடுதலையை முன்னிலைப்படுத்திய காங்கிரஸ் இயக்கமும், சாதிய, மத அடிப்படைவாதப் போக்குகளுக்கு எதிராகப் போராடிய திராவிடர் இயக்கமும் முக்கியமானவை. அன்றைய காலகட்டத்தில் மக்களைத் தொடர்ந்து மூடத்தனத்திற்குள் மூழ்கடித்த வைதிக சநாதனத்திற்கு எதிராகக் குரலெழுப்பிய பார்ப்பனர் அல்லாதார் அமைப்பு முதலாகத் தென்னிந்திய நலவுரிமைச் சங்கம், நீதிக் கட்சி, திராவிடர் கழகம் போன்ற அமைப்புகளின் சமுதாயப்

பணிகள் குறிப்பிடத்தக்கன. ஆரியர் எதிர்ப்பு, கடவுள் மறுப்பு, சாதிகள் ஒழிப்பு, கோவில் நுழைவு, விதவை மறுமணம், பார்ப்பனிய எதிர்ப்பு, வருணாசிரம ஒழிப்பு, பகுத்தறிவு நோக்கு, மூடநம்பிக்கை எதிர்ப்பு, தமிழின் மேன்மை, தமிழரின் பண்பாட்டுச் சிறப்பு போன்ற கருத்தியல்கள் சார்ந்த பேச்சுகள், அன்றைய காலகட்டத்தில் தமிழரின் வாழ்க்கையில் அதிர்வுகளை ஏற்படுத்தின. இத்தகைய பின்புலத்தில்தான் தட்சிணாமூர்த்தி என்ற பெயரில் சிறுவனாக வளர்ந்த கருணாநிதியின் சமூக, அரசியல், கலை இலக்கியச் செயற்பாடுகளைப் பொருத்திக் காண வேண்டியுள்ளது.

தஞ்சை மாவட்டத்தில் திருவாரூர் என்ற ஊருக்கு அருகிலுள்ள துருக்கோளிலி என்ற திருக்குவளை என்ற செழிப்பாகவும் சிங்காரமாகவும் இருந்த கிராமத்தில் 1924-ஆம் ஆண்டில் பிறந்த கலைஞர், வளர்ந்த சூழல் கவனத்திற்குரியது. பிறப்பினால் இசை வேளாளர் குடும்பத்தில் பிறந்த கலைஞர், நிலப்பிரபுக்கள் ஆதிக்கம் செலுத்திய காவிரி டெல்டா பகுதியில் சாதியப் பிரச்சினைகளை எதிர்கொண்டிருந்திருந்தார். சாதியத்தின் இறுக்கம் நிலவிய சமூகச் சூழலில், ஒடுக்கப்பட்ட சாதியப் பின்புலத்தில் இருந்து வந்த கலைஞரின் மனம், சிறுவனாக இருந்தபோது நிச்சயம் துயரமடைந்திருக்கும். சாதியானது ஏன் இப்படி மனிதர்களுக்குள் பேதங்களை உருவாக்கி, மனித உறவுகளை நாசமாக்குகிறது என்று நடைமுறை வாழ்க்கையிலிருந்து கலைஞர் கற்றுக்கொண்டார். கிராமத்தில் இருந்து உயர்நிலைப் பள்ளியில் சேர்ந்திட திருவாரூக்குச் சென்ற கலைஞரின் உத்வேகம், புதிய கோணத்தில் வெளிப்பட்டது. கலைஞரின் வாழ்க்கையை கருத்தியல் வெளிப்பாடு, அரசியல் நடவடிக்கைகள் என நுணுக்கமாக ஆராய்ந்தால், இளம் கலைஞர், கலைஞர் எனப் பிரிக்கலாம். 1941-இல் திருவாரூரில் பதினாறு வயதான கருணாநிதி, 'தமிழ் மாணவர் மன்றம்' தொடங்கியதிலிருந்து, 1967-இல் தமிழக அரசில் அமைச்சராகப் பொறுப்பேற்றதுவரை நடைபெற்ற இளம் கலைஞருக்கான செயல்பாடுகள் தனித்துவமானவை. 1969-இல் முதலமைச்சராகப் பதவியேற்றது முதல் கலைஞர், ஓய்வறியாமல் தமிழ்ச் சமூகத்தின் மேம்பாட்டினுக்காகச் செய்த மகத்தான பணிகள், மகத்தானவை; ஒப்பீடு அற்றவை.

தட்சிணாமூர்த்தி என்ற கருணாநிதி எதிர்காலத்தில் கலைஞர் என்ற சொல்லால் அழைக்கப்படுவதற்கேற்ப அவருடைய இளமைப் பருவம், இசையுடன் தொடர்புடையதாக விளங்கியது. கலைஞரின்

தந்தையார் முத்துவேலர் நாதஸ்வரம் வாசிப்பதில் ஆர்வமுடையவர்; கவி புனைந்திடும் ஆற்றல் பெற்றவர்; வடமொழிக் கிரந்தங்களில் தேர்ச்சியடைந்தவர்; பாரத, ராமாயணக் கதைகளைச் சொல்கிறவர்; கிராமிய மெட்டுகளில் கேலிப் பாடல்களை எழுதுகிறவர்; தேவாரம், திருவாசகத்தில் புலமையாளர்; தேர்ந்த விவசாயி. திருக்குவளையில் இருந்த குத்தகைக்கார அய்யர் என்ற பண்ணையாரின் கொடுமையை எண்ணி விவசாயக் கூலிகள் பயந்திருந்த காலகட்டத்தில் அவரை எதிர்த்து முத்துவேலர் பாடல் எழுதியுள்ளார். இந்தக் கொடுமைகள் செய்தால் ஏழைகள்/ என்ன செய்வோம்?/ இனிப் பொறுக்க மாட்டோம்/ ஈட்டியாய் வேலாய் மாறிடுவோம்... அடக்குமுறைக்கு எதிராகக் கிளர்ந்தெழுந்து, படைப்புகள் படைக்கிற செயல், சிறுவனாக இருந்த கருணாநிதிக்கு அவருடைய தந்தையாரிடமிருந்து வந்திருக்க வேண்டும். முத்துவேலர், நாதஸ்வரம் வாசிப்புப் பயிற்சியையும் இசைப் பயிற்சியையும் தனது மகனான கருணாநிதிக்கு அளித்திட முயன்றார். கலைஞருக்கு நாதஸ்வர இசையின்மீது ஆர்வம் இருப்பினும், அன்றைய சமூகம், நாதஸ்வர வித்வான்களுக்குத் தந்த அவமரியாதை, அவரிடம் ஆழமான எதிர்ப்புணர்வை ஏற்படுத்தியது. "நாலு பெரிய மனிதர்கள் இருக்குமிடத்தில் சட்டை போட்டுக்கொண்டு போக முடியாது. மேல் துண்டினை எடுத்து இடுப்பிலே கட்டிக்கொள்ள வேண்டும். செருப்பு அணிந்துகொள்வதும் தவறு. இப்படியெல்லாம் கடுமையான அடிமைத்தனம் தெய்வீகத்தின் பெயராலும், சாதி மத சாத்திர சம்பிரதாயத்தின் பெயராலும் ஒரு சமுதாயத்தினரைக் கொடுமைக்கு ஆளாக்குவதை என் பிஞ்சு மனம் வன்மையாக எதிர்த்துக் கிளம்பியது. அதன் காரணமாக இசைப் பயிற்சியை வெறுத்தேன்" என்று கலைஞர் குறிப்பிட்டுள்ளார். தமிழகத்தில் தஞ்சை மாவட்டத்தில்தான் கோவில்களின் எண்ணிக்கை அதிகம். அங்கே இசை வேளாளர் சாதியைச் சார்ந்த பெண்களுக்குக் கோவிலுக்குப் பொட்டுக்கட்டி விடுகிற வழக்கம் நிலவியது. அந்தப் பெண்கள் சதிர் கச்சேரி செய்கிறவர்களாக இருந்ததுடன், கோவிலுக்கு உரிமையுடையவர்களாக இருந்தனர். எனினும் அவர்களின் சமூக மதிப்பீடு, தேவடியாள் என இழிவாகக் குறிப்பிடுமளவு கேவலமாக இருந்தது. கோவிலுடன் சார்ந்த நாதஸ்வரக் கலைஞர்களின் நிலையும் பொது மதிப்பீட்டில் உயர்வானதாக இல்லை. மரியாதைக்குரிய நாதஸ்வர வித்வானாகத் தமிழகமெங்கும் பிரபலமடைந்து பேரும் புகழும் அடைய வேண்டுமென்ற தந்தையாரின் மரபான கண்ணோட்டம், சிறுவனாக இருந்த கலைஞருக்கு உவப்பானதாக இல்லை. அவர், தன்னுடைய

நடப்பு வாழ்க்கையை இலட்சியத்துக்கு அர்ப்பணிக்குமாறு அன்றையச் சமூகச் சூழல் நெருக்கடி தந்தது. குலத்தொழில், மரபு, பாரம்பரியம் எனக் கருதாமல், கலையைச் சமூக மதிப்பீட்டின் அடிப்படையில் பத்து வயதுச் சிறுவனாக இருந்த கலைஞர் கணித்தது, இளமையில் அவருக்குள் இயற்கையாகப் பொதிந்திருந்த சுயமரியாதையின் வெளிப்பாடு. அந்த எண்ணம், நாளடைவில் பெரியாரின் குடியரசு பதிப்பக வெளியீடுகளைத் தொடர்ந்து வாசிப்பவராகக் கலைஞரை மாற்றியது. புத்தக வாசிப்பின்மூலம் கண்டறிந்த புதிய உலகமானது, கலைஞரின் கருத்தியலைப் புதிய நோக்கில் வடிவமைத்தது. அதேவேளையில் அவர் எதிர்கொண்ட அனுபவங்கள், சூழல்கள், நடைமுறைகள் போன்றன அவருடைய அரசியல் மனோபாவத்தை உருவாக்கியதில் முக்கியப் பங்காற்றின. இளைஞனான கலைஞருக்கு ஒவ்வொரு மனிதனுக்கும் தன்மானம் அவசியம் என்ற புரிதல் ஏற்பட்டதில், சூழலின் பங்கு கணிசமானது. அவர் தன்னுடைய வாழ்க்கையின் இறுதிவரையிலும் சுயமரியாதைக்காரன் என்ற சொல்லை நடைமுறையில் பின்பற்றியதுடன் உளப்பூர்வமாக நேசித்தார். கலைஞர் என்ற ஆளுமை உருவாக்கத்தில் பெரியாரின் கருத்துகள் எப்பொழுதும் பின்புலமாக இருக்கின்றன. அவர் சாதிய இழிவு, கட்புலன்களுக்குப் புலப்படாதவகையில் எப்பொழுதும் தன்னைத் துரத்துவதை அறிந்து, அதற்கெதிரான போராட்டத்தில் கடைசிவரை முனைப்புடன் ஈடுபட்டிருந்தார். அந்தவகையில் கலைஞர் சாதியத்துடன் ஒருபோதும் சமரசம் செய்யவில்லை.

திருவாரூரில் பள்ளிக்கூட மாணவனாக இருந்த கலைஞர், பெரிதும் பெரியாரின் பகுத்தறிவுக் கருத்துகளால் ஈர்க்கப்பட்டிருந்தார். அன்றைய காலகட்டத்தில் புராணங்கள், பக்தி இலக்கியங்கள், கடவுளர்களின் கதைகள் போன்றன பெரிய அளவில் மக்களிடம் ஆதிக்கம் செலுத்தின. விண்ணுலகில் இருப்பதாக நம்பப்படுகிற கடவுள்களின் பெயரால் அவிழ்த்து விடப்பட்ட புராணப் புளுகுகளை உண்மையென்று நம்புகிறவர்கள் கணிசமாக இருந்தனர். எல்லாவற்றுக்கும் தலைவிதி என்ற மூடநம்பிக்கையின் பின்னர் வைதிக சநாதனம் ஆதிக்கம் செலுத்தியது. பெரியார், கடவுளின் பெயரால் நடைபெறும் செயல்களைப் பகுத்தறிவுக் கண்ணோட்டத்தில் கடுமையாக விமர்சித்தார். சாதி, சமயம் கடந்த நிலையில் பெரியார் நடத்திய குடியரசு பத்திரிகையின் வாசகரான கலைஞர், தான் சரியென நம்பியதை நடைமுறைப்படுத்துவதில் இளைஞனாக இருக்கும்போதே முனைந்து செயல்பட்டார். கலைஞர் பள்ளி மாணவர் சங்க ஆண்டு

விழாவில் துருவன் நாடகத்தில் இந்திரனாக வேடமிட்டுச் சுயமாகப் பேசிய வசனங்கள், அவருடைய வைதிக சநாதன எதிர்ப்பினுக்கு அடையாளமாகும். "அகல்யாவிடம் கொஞ்சியதற்குத்தான் உடம்பெல்லாம் கண்ணாகிப் போகுமாறு சாபம் பெற்றுவிட்டேன். ஒரு கண் இரண்டு கண்கள் இருக்கும் தேவர்களே காதல் வியாதியால் கஷ்டப்படும்போது ஆயிரங்கண்ணுடையான் நான் என்ன செய்வேன்? ஏனய்யா நாரதரே! எனக்குத்தான் ஆயிரம் கண்கள்; காளிதேவியையும் ஆயிரங்கண்ணுடையாள் என்கிறார்களே அவளுக்கும் என்னைப்போல ஏதாவது சாபந்தானோ?" மாணவப் பருவத்திலே புராணக் கடவுள்களைக் கேலியுடன் விமர்சிப்பது, கலைஞரின் இயல்பாயிற்று. துருவன் நாடகத்தில் நடிக்கும்போது கலைஞரின் வயது பதினாறு. அந்த வயதில் புராண எதிர்ப்பை உள்ளடக்கிய கலகக்குரலை நாடகத்தில் பதிவாக்கியது, எதிர்காலத்தில் அவருடைய அரசியல் வாழ்க்கைக்கான தொடக்கம் என்று சொல்ல முடியும். அவருடைய செயல், சாதி, சமய ஆதிக்கம் நிலவிய நிலப்பிரபுத்துவச் சமூகத்தில் பெரும் அதிர்வுகளை ஏற்படுத்தக்கூடியது என்பதை நன்கு அறிந்தும் பதின்பருவத்தில் துணிந்து செயல்பட்டுள்ளார்.

1936-ஆம் ஆண்டில் திருவாரூர் உயர்நிலைப் பள்ளியில் சேர்வதற்காகத் தனது உயிரை மாய்த்துக்கொள்வேன் என்று பன்னிரண்டு வயதுச் சிறுவனான கருணாநிதி, தலைமை ஆசிரியர் கஸ்தூரி அய்யங்காரிடம் போராடிய காலத்திலே அவருக்குள் 'தான்' என்ற எண்ணம் உருவாகி இருந்தது. போராட்டம் என்பது அவருடைய வாழ்வின் இறுதிக்காலத்திலும் பிரிக்க முடியாத அம்சமாக இடம் பெறப் போவதற்கான முன்னறிவிப்பாகப் பள்ளிப் பருவத்தில் நடைபெற்ற சம்பவம் சுட்டுகிறது. ஐந்தாம் வகுப்பில் பள்ளிப் பாடத்தில் துணைப்பாடமாக இருந்த 'பனகல் அரசர்' என்ற சுமார் ஐம்பது பக்கங்கள் கொண்ட புத்தகம், நீதிக்கட்சியின் செயல்பாடுகளைக் கருணாநிதிக்கு அறிமுகப்படுத்தியது. இட ஒதுக்கீடு, தனியாரிடமிருந்த கோவில்களை அரசு கைப்பற்றியது, தேவதாசி ஒழிப்புச் சட்டம், பார்ப்பனர் அல்லாதவர் அரசியல் போன்ற நீதிக்கட்சியின் செயல்பாடுகளால் இளைஞராக இருந்த கருணாநிதி கவரப்பட்டார். அதேவேளையில் அவர் குடியரசு பதிப்பகத்தின் அரசியல் கருத்துகள் மீதான ஈடுபாட்டினால் பெரியாரையும் அண்ணாவையும் தனது தலைவர்களாக ஏற்றுக்கொண்டார். எட்டாம் வகுப்பு மாணவனாக இருந்தபோது, சிறுவர் சீர்திருத்த சங்கம், தமிழ்நாடு மாணவர் மனறம் போன்ற அமைப்புகளை ஏற்படுத்தியதுடன், 'மாணவ நேசன்' என்ற

மாதமிருமுறை வெளியாகும் கையெழுத்துப் பத்திரிகையையும் நடத்தினார். திருவாரூரில் 'தமிழ்நாடு தமிழ் மாணவர் மன்றம்' என்ற அமைப்பின் தொடக்க விழாவிற்கு வாழ்த்துப்பா வழங்குமாறு 11.11.1942 ஆம் நாள் பாவேந்தர் பாரதிதாசனுக்குக் கருணாநிதி கடிதம் எழுதினார். பாரதிதாசனிடமிருந்து 20.11.1942 ஆம் நாள் அஞ்சலில் வந்த வாழ்த்துப்பா, கலைஞருக்கும் அவருடைய நண்பர்களுக்கும் உற்சாகம் அளித்தது.

தண்பொழிலில் குயில்பாடும் திருவாரூரில்

தமிழ்நாடு தமிழ் மாணவர் மன்றங்காண்

எனத் தொடங்கி,

கிளம்பிற்றுக் காண் தமிழ்ச் சிங்கக் கூட்டம்!

கிழித்தெறியத் தேடுது காண் பகைக் கூட்டத்தை!

என முழக்கமிட்ட பாவேந்தரின் பாடல் வரிகள் உயிர்த்துடிப்புடன் விளங்கின. பள்ளி மாணவன் என்று கருதிடாமல், கவிஞர் பாரதிதாசன் மதித்து அனுப்பிய வாழ்த்துப்பா, கலைஞரின் எழுத்தார்வத்திற்குத் தூண்டுகோலானது. திருக்குவளை என்ற குக்கிராமத்தில் பிறந்திட்ட கருணாநிதியின் மனதில் பாவேந்தரின் பாடல், நுட்பமான விளைவுகளை நிச்சயம் ஏற்படுத்தியிருக்கும். இந்தச் சம்பவத்தினால் பாரதிதாசன் பாடல்களை ஆர்வத்துடன் வாசித்த கலைஞர், அவருடைய கவித்துவ வரிகளால் ஈர்க்கப்பட்டுத் தனது வாழ்நாள் முழுக்கப் பாரதிதாசன் பாடல்களை மேற்கோள் காட்டிப் பேசவும் எழுதவும் செய்தார்.

1938-இல் மதராஸ் மாகாணத்தின் முதல்வராக இருந்த இராஜாஜி, இந்தியை ஆட்சி மொழியாக்கிடத் திட்டமிட்டார். ஏற்கனவே பெரியார், பட்டுக்கோட்டை அழகிரி போன்றவர்களின் மேடைப் பேச்சுகளைக் கேட்டு, சமூக மாற்றத்திற்கான போராட்ட மனநிலையை வளர்த்துக்கொண்டிருந்த கருணாநிதி, தன்னுடன் படித்த மாணவர்களைத் திரட்டி, இந்தித் திணிப்பு எதிர்ப்புப் போராட்டத்தை முன்னின்று நடத்தினார். சிறுவனாக இருந்த கருணாநிதிக்குக் கிடைத்த சமூக விழிப்புணர்வும் போராட்ட மனநிலையும் அவருடைய எதிர்காலத்தியச் செயல்பாடுகளுக்கு வித்திட்டன. தஞ்சை வண்டல் நிலவெளியில் சாதியரீதியில் ஒடுக்கப்பட்டிருந்த இசை வேளாளர் சாதியில் பிறந்த கருணாநிதி, பொது அரசியல் களத்தில் நுழைந்து, தன்னிருப்பைத் தக்க வைத்துக்கொண்டது ஒருவகையில் சவால்தான். பின்னர் திமுகவில் முக்கியத் தலைவராக உயர்ந்து, அண்ணாவின்

அமைச்சரவையில் அமைச்சராகி, அண்ணாவின் மறைவினுக்குப் பின்னர் முதலமைச்சரானது கலைஞரின் சமூக வாழ்க்கையில் குறிப்பிடத்தக்க சம்பவங்கள். பிறப்பினால் தன்னை அடையாளப்படுத்துகிற சாதி குறித்துப் பொதுப்புத்தியில் நிலவிய இழிவினால், தன்னை ஒதுக்குவதும், பிறரிடமிருந்து ஒதுங்கியிருப்பதுமான மனநிலையினை ஒருபோதும் கலைஞர் தனக்குள் அனுமதிக்கவில்லை. ஒருவகையில் சாதிக்கும் தனக்கும் என்ன தொடர்பு என யோசித்த கலைஞர், சாதியைத் தனது நினைவிலிருந்து முழுக்க அப்புறப்படுத்தி விட்டார். " உதைக்கப்பட்ட பந்து மேலும் வேகமாகக் கிளம்புவதுபோல், ஒடுக்கப்பட்ட இனத்திலிருந்து புறப்படுகிறவன் இழிவு துடைக்க ஆவேசமாகப் புறப்படுகிறான்" என்று கலைஞர் குறிப்பிட்டிருப்பது, கவனத்திற்குரியது. சாதியத்தின் ஆதிக்கத்தினால் கலைஞர் தனக்கு ஏற்பட்ட அவமானங்களைத் தனக்கானதாக மட்டும் குறுக்கி, சோம்பி ஒதுங்கிடாமல், ஒட்டுமொத்தத் தமிழ்ச் சமூகத்துக்கும் பொருத்திப் பார்த்துப் போராடியபோதுதான் கலைஞர் என்ற மாபெரும் தலைவராக வடிவெடுத்தார். கோடிக்கணக்கான தமிழர்கள் சாதியைப் பொருட்படுத்தாமல் கலைஞரைத் தங்களுடைய தலைவராக ஏற்றுக்கொண்டது, வரலாற்றில் குறிப்பிடத்தக்க நிகழ்வாகும். வைதிக சநாதன மேலாதிக்கம் காரணமாகச் சாதியினால் நசுக்கப்பட்டிருந்த தமிழர்களின் தலைவராகக் கலைஞர் போற்றப்படுவதன் பின்புலத்தில், அவர் வாழ்க்கை முழுக்க எதிர்கொண்ட போராட்டங்களும் சமூகச் செயற்பாடுகளும் பொதிந்துள்ளன.

அண்ணாவின் 'திராவிட நாடு' பத்திரிகையில் பதினெட்டு வயதான கருணாநிதியின் 'இளமைப்பலி' என்ற கட்டுரை பிரசுரமானது, அவருடைய எழுத்துப் பணிக்குத் தொடக்கமாக அமைந்திருந்தது. திராவிட இயக்கத்தில் சேர்ந்து தீவிரமாகப் பணியாற்ற வேண்டுமென்ற எண்ணம், அவருக்குள் அழுத்தமாகப் பதிந்தது. 1942- ஆம் ஆண்டில் கலைஞரால் துண்டறிக்கையாக முரசொலி பிரசுரிக்கப்படும்போது, அவருடைய வயது பதினெட்டுத்தான். பதின்பருவத்திற்குரிய கொண்டாட்டங்களைத் துறந்துவிட்டு, லட்சிய நோக்குடன் எழுதத் தொடங்கிய கலைஞரைப் பிடித்த எழுத்துப் பிசாசு, அவருடைய வாழ்நாளின் இறுதிவரையிலும் அவரைவிட்டு விலகவில்லை. 1948-இல் வார இதழாக கலைஞரால் வெளியிடப்பட்ட முரசொலி, பின்னர் 1960-இல் நாளிதழாக மாற்றப்பட்டது. கலைஞரின் பத்திரிகையாளர் மனம் எப்பொழுதும் முரசொலி பத்திரிகையைச் சுற்றிச் சுழன்றது. திராவிட இயக்கத்தின் மீதான வெறியும் செயல்பாடும் ஒருவகையில்

கலைஞரின் பள்ளிக் கல்விக்கு முற்றுப்புள்ளி வைத்தன. தமிழ்நாடு தமிழ் மாணவர் மன்ற நிதிக்காகப் 'பழனியப்பன்' என்ற நாடகத்தைக் கருணாநிதி, தனது, பதினெட்டு வயதில் எழுதிய சம்பவம், அவரின் கலையுலக நுழைவுக்கு வழி வகுத்தது. அந்த நாடகம் பின்னர் சாந்தா, நச்சுக் கோப்பை போன்ற பெயர்களிலும் தமிழகமெங்கும் நிகழ்த்தப்பட்டது. கலைஞருடைய முதல் படைப்பான பழநியப்பன் நாடகத்தின் முடிவில் அய்யரின் சதியினால், அநியாயமாகப் பழநியப்பன் கொல்லப்பட்டபோது, ஆத்திரமடைந்த சிவகுரு பேசுகிற வசனத்தில் இளம் கலைஞரின் கூர்மையான சமூக விமர்சனம் இடம் பெற்றிருந்தது." உபயோகமற்ற சமூகமே! உலுத்துப்போன பிசாசே! கொன்று விட்டாயா பழநியப்பனை? அவன் என்ன தவறு செய்தான்? ஏன் இந்தப் பழிகார வேலை? பள்ளந்தனில் விழும் பழமைச் சமூகமே! சாகப் போகும் சாதிக் கட்டுப்பாடே! பொட்டுப் பூச்சியே!...புன்மைத் தேரையே! அழு, இளி, அஞ்சு! குனி, பிதற்று!...இது ஒரு உலகம்! இது ஒரு வாழ்வு! இதற்கொரு சமுதாயம்! கட்டியாள ஒரு கடவுள்! தூ வெட்கமில்லை!.. நின்று தடை புரிந்த சமூகமே! நீ நிச்சயம் தோல்விகொள்வாய்." ஆவேசமான சொற்களில் ததும்பிடும் உணர்ச்சிக் கொந்தளிப்பானது, பதின்பருவத்திலே இளம் கலைஞர், அன்றைய சமுதாயத்தை எங்ஙனம் எதிர்கொண்டார் என்பதற்குச் சாட்சியமாகும்.

கருணாநிதி தனது இளம் பருவத்துக் காதல், சுயமரியாதைக் கொள்கையினால் நிறைவேறவில்லை என்று நெஞ்சுக்கு நீதி நூலில் குறிப்பிட்டுள்ளார்? வைதிகப் புரோகிதர் மூலம்தான் திருமணம் நடைபெற வேண்டுமெனக் கலைஞர் காதலித்த பெண்ணின் பெற்றோர் வலியுறுத்தியபோது, அது தன்னுடைய சுமரியாதைக் கொள்கைக்கு இழுக்கு என்பதால், காதலைத் துறந்தார். காதல் தோல்வியினால் வேதனையடைந்த கருணாநிதியின் மனத்தின் வெளிப்பாடாக எழுதப்பட்டதுதான் பழநியப்பன் நாடகம். கலைஞர், இளம் பருவத்திற்குரிய காதலில் ஈடுபட்டாலும், அது முறிந்ததும், சற்றும் தளராமல், போராட்ட அரசியலைத் தொடர்ந்தது, அவருடைய ஆளுமைப் பண்பு உருவாக்கத்தில் அழுத்தமானது. நடப்பு வாழ்க்கையையும் கலை வாழ்க்கையையும் ஒப்பீட்டு, விருப்பு வெறுப்பற்றுத் தனது சீர்திருத்தக் கருத்தினை முன்வைப்பதில் அவர் பின்தங்கியது இல்லை. சொந்த வாழ்க்கையில் நிகழ்ந்த காதல் தோல்வியையும் சமூக மாற்றப் பின்புலத்தில், அணுகிடும் மனம் அவருக்கு இருந்தது. கலைஞரின் காதலிக்கும் வேறொருவருக்கும் புரோகித முறைப்படி, சாஸ்திர சம்பிரதாயப்படி திருமணம் நடந்தாலும்,

சில மாதங்களில் மணமகன் இறந்துவிட அவள் விதவையானாள். அந்தக் கொடுமையான சம்பவம் தந்த நெருக்கடியினால், சாந்தா நாடகத்தில் கலைஞர் எழுதிய வசனத்தில் அவருடைய மூடநம்பிக்கை எதிர்ப்புக் குரல், பதிவாகியுள்ளது. "எந்தச் சமுதாயம் அவளை மூடநம்பிக்கைக்காகப் பலியிட்டதோ, அதே சமுதாயம் அவளுடைய வாழ்வைத் துண்டித்துவிட்டது! எந்தச் சமுதாயம் அவளுடைய வாழ்வைப் பிணைத்ததோ, அதே சமுதாயம் அவளுடைய வாழ்வை முறித்தது. எந்தச் சாஸ்திரம் அவளுக்குத் திருமணம் நடத்தி வைத்ததோ, அதே சாஸ்திரம் அவளை விதவையாக்கிற்று. எந்த வைதிகம் அவள் காதலை ஏற்க மறுத்ததோ, அதே வைதிகம் அவளுடைய தாலியை அறுத்தது." வைதிக சாஸ்திரத்திற்கு எதிரான கலைஞரின் ஆவேச முழக்கம், அன்றைய காலகட்டத்தில் கலகமாகும். இறுகிப்போயிருந்த தமிழர் வாழ்க்கையின்மீது, படைப்புகளின் மூலம் அதிர்வுகளை ஏற்படுத்திட முயலுவது, அவருடைய பதின்பருவத்திலிலே தொடங்கிவிட்டதன் அடையாளம்தான் சாந்தா நாடகம். பிறப்பினால் ஒடுக்கப்பட்ட சாதியில் பிறந்த கலைஞர், தன்னுடைய சாதிய அடையாளத்தைப் பதின்பருவத்திலே தூக்கியெறிந்துவிட்டு, அரசியல் களத்தில் புகுந்ததுடன், கலையுலகில் கலகக்காரராக மாறினார். கையெழுத்துப் பத்திரிகை நடத்துவதில் தொடங்கி, நாடக ஆசிரியர், திரைப்பட வசனகர்த்தா, மேடைப் பேச்சாளர், கவிஞர், பத்திரிகையாளர், நாவலாசிரியர், சிறுகதை ஆசிரியர் எனப் பன்முகரீதியில் விரிவடைந்ததில் அடங்கியுள்ள ஓய்வறியா உழைப்பும் சமூக அக்கறையும் இளம் கலைஞரிடம் தொடங்கிவிட்டது.

1944 ஆம் ஆண்டு வெளியான முரசொலியில் சேரன் என்ற புனைபெயரில் சிதம்பரத்தில் நடைபெறவிருந்த வருணாசிரம மாநாட்டினை வன்மையாகக் கண்டித்துக் கலைஞர் எழுதிய துண்டறிக்கை, அவர் தனது இருபதாவது வயதில் பெற்றிருந்த அரசியல் தெளிவையும், சநாதன எதிர்ப்பையும் காட்டுகிறது. வருணமா? மானமா? என்ற சிறிய கட்டுரை, வைதிக சமயத்தின் ஆணி வேரை அசைத்தது." இளித்தவாயர்களை உண்டு பண்ணினால்தான் களித்திருக்கிற வழி ஏற்படும் எனக் கண்டு, மடிந்துபோன வருணாசிரம பிணத்தை மயக்கமென்று கூறித் தண்ணீர் தெளித்துக் கண்ணீர் பெருக்குகிறார்கள்." கடுமையான முறையில் எழுதப்பட்டுள்ள அந்தக் கட்டுரையில் இறுதியில் கலைஞர் எழுதியுள்ள பாடல் வரிகள் முக்கியமானவை.

பரணி பல பாடிப் பாங்குடன் வாழ்ந்த

பைந்தமிழ் நாட்டில்

சொரணை சிறிதுமில்லாச் சுயநலத்துச்

சோதரர்கள் சிலர் கூடி

வருணத்தை நிலைநாட்ட வகையின்றிக்

கரணங்கள் போட்டாலும்

மரணத்தின் உச்சியிலே மானங்காக்க

மறத்தமிழா! போராடு!

வருணாசிரமம் வீழ்க!

சமுதாயத்தை ஆதிக்கம் செய்த வருணாசிரத்தை எதிர்த்திட்ட கலைஞர், தனது கண்டனக் குரலைப் பதிவு செய்துள்ள முறையானது, எதிர்காலத்தில் அவர் அரசியலிலும் கலை இலக்கிய உலகிலும் வெளிப்படப் போகிறார் என்பதற்கு அடையாளமாக உள்ளது.

அதிகாரத்தின் முழுமையான ஆற்றலானது, பிறப்பு அடிப்படையில் பார்ப்பனர்களாகப் பிறந்தவர்களிடம் மட்டும் குவிக்கப்படும்போது, பிற சாதியினர் அனைவரும் ஆற்றல் இல்லாதவர்களாகி விடுகிறார்கள். பார்ப்பனர் கடவுளுக்கு நெருக்கமானவர் என்ற நிலையில் சுத்தம்X அசுத்தம், மேல்Xகீழ் கற்பித்து, விண்ணுலகு பற்றிய புனைவு உச்சநிலை அடையும்போது, பிற சாதியினரான ஒட்டுமொத்தத் தமிழரும் மனிதத்தன்மை இல்லாத, விலங்கு நிலையில் இருக்கின்றனர் என்று பொருளாகும். மதத்தில் கடவுளின் உச்ச அதிகாரம், மனிதனைக் கடவுளின் அடிமையாக மாற்றுவது போன்று, பார்ப்பனர்கள் இந்துத்துவாச் சாதிய அடுக்கில் இன்றளவும் உயர்நிலை வகித்துச் சமூகத்தில் அடிமைப் புத்தியை விதைக்கின்றனர். இதிலிருந்து மீளவியலாமல், வருணாசிரம நெறி என்ற பெயரில் பெரும்பான்மையினர் சூத்திரர்களாகத் தங்களைப் பாவித்துக்கொள்வதுதான் வரலாற்றில் பெரும் சோகம். அன்றைய சமுதாயத்தில் வலுவாக நிலவிய சாதிய ஏற்றத்தாழ்வு, தீண்டாமை, பார்ப்பனியத்தின் மேலாதிக்கம் போன்றவை அநீதியானவை, அருவருப்பானவை என்ற கருத்தியல் கலைஞரின் அரசியல் செயல்பாடுகளில், மேலோங்கியிருந்தது. ஏற்கனவே பெரியாரின் புரட்சிகரமான சமூகக் கருத்துக்களால் ஈர்க்கப்பட்டிருந்த கலைஞர், சமூக யதார்த்தத்தை எப்படி அடியோடு மாற்றுவது எனச் சிந்தித்தார். நாடகம், திரைப்படம், நாவல், சிறுகதை, பத்திரிகை, மேடைப்பேச்சு போன்றனவற்றின் மூலம் தனது

கொள்கைகளைப் பரப்பிட விழைந்தார். திராவிட இயக்க அரசியலை நடைமுறையுடன் இணைத்துச் சமூக மாற்றத்தைத் துரிதப்படுத்திட முயன்ற கலைஞரின் அரசியல் விமர்சனம் காத்திரமானது. 'அம்பாள் எந்தக் காலத்திலே பேசினாள் அறிவு கெட்டவனே' எனப் பராசக்தி திரைப்படத்தில் கலைஞர் எழுதிய வசனம், புன்மைத்தேரைகளாக ஒடுங்கி, மூடநம்பிக்கையில் மூழ்கியிருந்த பெரும்பான்மைத் தமிழர்கள்மீது ஏவி விடப்பட்ட வலிமையான ஆயுதமாகும். கலைஞர், வைதிக சநாதன மதத்தின் மீதும் குறிப்பாகப் பார்ப்பனர்களின் மேலாதிக்கத்தின் மீதும் போர் தொடுத்தபோது, அவர் முதன்மையான பாசாங்குக்காரரும் கொடுங்கோலருமாகிய கடவுள்மீதும் போர்ப் பிரகடனம் செய்தார். மத அடிப்படைவாதத்துடன் உறவை முறித்துக்கொள்ளாமல், அற்பவாதமான வாழ்க்கையுடனான தொடர்பை முழுமையாகத் துண்டித்துக்கொள்ள முடியாது. கருத்து முதல்வாத நிலைப்பாட்டிலிருந்து மதத்தைப் பற்றி ஈவிரக்கமற்ற முரணற்ற விமர்சனத்தைச் செய்திட முடியாது. எனவே கலைஞர் மதத்துடன் தனது உறவைத் துல்லியமாக முறித்திட்டார். எனவேதான் பின்னர் அவர் திமுகவின் தலைவராக இருந்தபோதும், முதல்வராகப் பணியாற்றியபோதும் கடவுள் நம்பிக்கையைக் கேலிக்குள்ளாக்கினார். அவர் கடைசிவரையிலும் கடவுள் விவகாரத்தில் ஒருபோதும் சமரசம் செய்துகொள்ளவில்லை. இந்தியாவிற்கும் இலங்கைக்கும் இடையில் ராமர் பாலம் குறித்த விவாதம் நடைபெறுகையில், கடவுளாகக் கருதப்படுகிற 'ராமர் எந்தப் பொறியியல் கல்லூரியில் படித்தார்? என்ற கலைஞரின் கேள்வியில் பொதிந்திருந்த பகடி, நுட்பமானது. வடநாட்டைச் சார்ந்த பொறுக்கிச் சாமியார் ஒருவன், கலைஞரின் தலையைச் சீவ வேண்டுமெனச் சொல்லி அவருடைய தலைக்கு விலை வைத்தபோது, " என் தலையை நானே சீவி நீண்ட நாளாச்சு" என்று கேலி செய்தது தற்செயலானது அல்ல. கோவில் திருவிழாவில் மூடநம்பிக்கையினால் தீ மிதித்த அமைச்சரைக் 'காட்டுமிராண்டித்தனம்' என்றும், இந்து என்றால் திருடன் என்று துணிச்சலுடன் பொருள் என்றும் சொன்ன கலைஞரின் பகுத்தறிவுப் பேச்சுகள், இளைஞனாக இருந்தபோது அவருக்குள் உருவான ஆளுமையின் தொடர்ச்சியாகும். இளம் வயதிற்குரிய துடிப்புடன் சமூகம் புனைந்திருந்த புனிதங்களை உற்சாகத்துடன் கட்டுடைத்த கலைஞர், அரசியல் வாழ்க்கையில் முதலமைச்சர் பதவி வகித்தபோதும், இந்திய அரசியலில் முக்கியமான ஆளுமையாக அறியப்பட்டபோதிலும் தனது அடிப்படையான கொள்கைகளை மாற்றிக்கொள்ளவில்லை.

இளம் கலைஞர், லட்சிய வேகத்துடன் தான் மாற்ற விரும்பிய சமுதாயப் போக்குகள் குறித்துக் கனவு கண்டார். அவருடைய வாழ்க்கையில் ஒடுக்கப்பட்ட மக்களின் விடிவுக்காகப் போராடுவது என்பது இளம் பருவத்திலே தொடங்கிவிட்டாலும், அவருக்குள் கனன்று கொண்டிருந்த விடுதலை நெருப்பு, இறுதிவரையிலும் சுடர் விட்டு ஒளிர்ந்தது. தமிழகத்தின் தலைவிதியை மாற்றுவதற்குப் பல்வேறு முனைகளில் முயன்ற இளம் கலைஞரின் செயல்பாடுகள், 1967-ஆம் ஆண்டில் அண்ணாவின் தலைமையிலான திமுகவின் ஆட்சியில் அமைச்சராகப் பதவியேற்றவுடன், புதிய நிலையை அடைந்தன. அண்ணாவின் மறைவினுக்குப் பின்னர் 1969-இல் முதலமைச்சராகப் பதவியேற்ற கலைஞரின் வாழ்க்கைப் போக்கு, பெரும் மாறுதலுக்குள்ளானது. திருக்குவளையில் பிறந்து, திருவாரூர் வீதிகளில் அரசியல் வாழ்க்கையைத் தொடங்கிய கலைஞரின் கனவுகளும் லட்சியங்களும் செயல் வடிவம் பெறத் தொடங்கின. திமுக என்ற அமைப்பும் பரந்துபட்ட தமிழர்களின் ஆதரவும்தான் சாதிய ஏற்றத்தாழ்வற்ற சமத்துவச் சூழலையும் பொருளாதார மேம்பாட்டினையும் உருவாக்குவதற்குக் கலைஞருக்குப் பின்புலமாக இருந்தன. எந்தப் பிரச்சினைகளை முன்வைத்து மக்களின் ஆதரவைப் பெற்று ஆட்சியதிகாரத்தைக் கைப்பற்றினோம் என்பதைக் கலைஞர் எப்பொழுதும் நினைவில் வைத்திருந்தார். எனவேதான் கடந்த நாற்பதாண்டுக் கால அரசியல் வாழ்க்கையில் ஆட்சியில் இருந்தாலும் இல்லாவிட்டாலும் மக்களின் சமூக மேம்பாடு குறித்த அக்கறையுடன் செயல்பட்டார். இந்தக் காலகட்டத்தில் கலைஞர் கட்சியிலும், குடும்பத்திலும் எதிர்கொண்ட பிரச்சினைகள் ஏராளம். துரோகம், சூழ்ச்சி, நயவஞ்சகம் போன்ற அற்பத்தனங்களைத் தனது வாழ்க்கை முழுக்கச் சந்தித்த கலைஞர், அவற்றைச் செயல்தந்திரத்துடன் எதிர்கொண்டு, தனது லட்சியப் பயணத்தைத் தொடர்ந்தார். ஆட்சியில் இருந்தாலும் இல்லாவிட்டாலும் அவருடைய மனம், சமநிலையில் இருந்தமையினால்தான், தோல்வியைக் கண்டு, சோர்வடைந்திடாமல் திமுக என்ற இயக்கத்தின் தொண்டர்களை அரவணைத்துக் காத்திரமான தலைவராகச் செயல்பட முடிந்தது.

கலைஞர் தமிழகத்தின் முதல்வராக இருந்த காலகட்டத்தில் மக்களின் நலன்களுக்காக செய்த செயல்களைச் சாதனைகள் என்று வெறுமனே கூறிட முடியாது. திருவாரூரில் இளம் கலைஞராகச் சமூக மாற்றத்திற்காகப் போராடியபோது எவையெல்லாம் மாற்றியமைக்கப்பட வேண்டுமென விரும்பினாரோ, அவற்றை

அவருக்கு வாய்ப்புக் கிடைத்தபோது நடைமுறைப்படுத்தினார். அவருடைய லட்சியங்களை நிறைவேற்றுவதற்கான வாய்ப்பாக முதலமைச்சர் பணியையும் ஆட்சியதிகாரத்தையும் கருதியதால்தான், அவருடைய செயல்பாடுகள் பன்முகத்தன்மையுடையனவாக விளங்குகின்றன. சாதிய ஒடுக்குமுறையைத் தகர்ப்பது எப்படியென்று யோசித்துச் செயலாற்றிய கலைஞரின் செயல்கள், கவனத்திற்குரியன. 'பிறப்பொக்கும் எல்லா உயிர்க்கும்' என்ற வள்ளுவரின் வரிகளை உள்வாங்கிப் பாடலாக்கியுள்ள கலைஞர், சாதியரீதியில் ஒடுக்கப்பட்ட அனைவருக்கும் சமூக நீதி கிடைத்திட கடுமையாகப் போராடினார். வைதிக சநாதன மதத்தின் செல்வாக்கு இன்றுவரை மேலோங்கியிருப்பதற்கு முதன்மைக் காரணமாக விளங்குவது, கோவில் கருவறையில் நுழைந்து வழிபாடு நடத்தும் உரிமை பார்ப்பனர்களிடம் மட்டும் இருப்பதுதான். இந்நிலைமையை மாற்ற வேண்டுமெனில், பிறப்பின் அடிப்படையில் எல்லாச் சாதியினரும் அர்ச்சகராக நியமிக்கப்பட வேண்டுமென்று கண்டறிந்திட்ட கலைஞர், அனைத்துச் சாதியினரும் அர்ச்சகராகும் சட்டத்தை இயற்றினார். தலித்துகள் உள்ளிட்ட எல்லாச் சாதியினரும் வேத ஆகமங்களில் பயிற்சி பெற்றிட பள்ளிகளை நிறுவினார். இதனால் பார்ப்பனியத்தின் இடம் ஆட்டங் கண்டது. தமிழர்கள் சாதியினால் பிளவுண்டிருந்த நிலையில் மாற்றம் ஏற்பட வேண்டுமெனில், சாதி மறுப்புத் திருமணம் பரலாக வேண்டுமென்று கருதிய கலைஞர், அரசின் அங்கீகாரத்துடன் சாதி மறுப்புத் திருமணம் செய்துகொண்ட தம்பதியினருக்குத் தங்கப் பதக்கம், ஊக்கத் தொகை, சான்றிதழ் வழங்கிட ஆணை பிறப்பித்தார். கோவில்களில் நியமிக்கப்படுகிற அறங்காவலர் குழுவில் பட்டியல் சாதியினர் நிச்சயம் இடம் பெற வேண்டுமென ஆணையிடப்படுவதற்குக் கலைஞர்தான் காரணம். அரசு ஆவணங்களில் உயர் சாதியினரை அர் விகுதியுடன் மரியாதையாகக் குறித்திடும்போது, அட்டவணைச் சாதியினரைக் குறிப்பிடும்போது, அன் விகுதியுடன் மரியாதையில்லாமல் குறிப்பிடுவதை மாற்றி, முதல்வரான கலைஞர் ஆணையிட்டார். சேரி என்று காலங்காலமாகத் தலித்துகள் ஒதுக்கப்பட்ட வாழிடங்களில் தனித்து வாழ்ந்திட்ட நிலையை மாற்றியமைத்திட விரும்பிய கலைஞர், தமிழகமெங்கும் அனைத்துச் சாதியினரும் சேர்ந்து வாழ்வதற்கான சமத்துவபுரங்களை உருவாக்கினார். பட்டியல் சாதியினருக்கு இலவச வீடுகள், அருந்ததியினருக்கு 3% இட ஒதுக்கீடு போன்றனவும் கலைஞரால் வழங்கப்பட்டவை. இன்றைக்கும் இந்தியாவின் பல மாநிலங்களில் குழந்தைகளுக்குச் சாதியப் பெயர்கள்

பின்னொட்டுகளாகச் சூட்டப்படுகிற சூழலில், தமிழகத்தைப் பொருத்தவரையில் மனதுக்குள் சாதிய அபிமானம் இருப்பினும், சாதியின் பெயரை வெளியே சொல்வதைக் கேவலமாகவும் அக்கிரமாகவும் கருதுகிற மனப்பான்மையை உருவாக்கியதில் திராவிட இயக்கத்திற்கு முதன்மை இடம் உண்டு. அத்தகைய சூழலை நடைமுறைப்படுத்தியதில் கலைஞர் தனிச்சிறப்புடையவர். சமத்துவம் என்ற சொல்லினை முன்வைத்துச் சாதிகளை மறுக்கிற கலைஞரின் கொந்தளிக்கிற மனம், போராட்டத்தின் உலைக்களம் போன்றது.

மக்களின் போராட்டங்கள் காரணமாக ஐரோப்பிய நாடுகள், விளிம்புநிலையினருக்காகப் பல்வேறு நலத்திட்டங்களைச் செயல்படுத்தி வருகின்றன. இந்திய நடுவண் அரசாங்கமானது பொதுவாக மக்கள் நலத்திட்டங்களைப் பெரிதும் நடைமுறைப்படுத்துவது இல்லை. முதலில் பொருளாதார வளர்ச்சி பின்னர் சமூக நலன் என்று பிரதமராக இருந்த நேரு பின்பற்றிய கொள்கைக்கு எதிராகப் பெரியார் தொடங்கி திராவிடர் இயக்கத்தினர் சமூக வளர்ச்சியை முதன்மையான குறிக்கோளாகக் கொண்டிருந்தனர். கல்வி, மருத்துவம், போக்குவரத்து, குடிநீர் வேண்டி சிறந்த சமூக நலத்திட்டங்களைச் செயலாக்குவதில் முதலமைச்சராக இருந்த கலைஞர் எப்பொழுதும் முன்னணியில் இருந்தார். மக்களுக்கான ஜனநாயக அரசாங்கம் எனில் எந்தவொரு நலிந்த பிரிவினரும் வறுமையில் கஷ்டப்படக் கூடாது என்று இயல்பிலே பொதுவுடைமைக் கருத்துடன் ஈடுபாடுகொண்டிருந்த முதல்வரான கலைஞர், அடித்தட்டு மக்களின் பொருளாதார மேம்பாடு குறித்துத் தீவிரமாக யோசித்தார். 'வன்முறை இல்லாமல் வறுமையை ஒழிப்போம்' என்று பேசிய இளம் கலைஞரின் எண்ணத்தைச் செயல்படுத்திட அவர் முதலமைச்சரானவுடன் அதற்கான சாத்தியங்களைப் பல்வேறு வழிகளில் கண்டறிந்து, அரசின் திட்டங்களாக அறிவித்துள்ள சமூக நலத்திட்டங்களின் பலன்களைத் தமிழகத்தின் விளிம்புநிலையினர் அனுபவித்து வருகின்றனர். 'எல்லோரும் ஒரு குலம் எல்லோரும் இந்நாட்டு மன்னர்' என்ற பாரதியின் கவிதை வரிகளை நடைமுறைப்படுத்திட விரும்பிய கலைஞர் தனது ஆட்சிக்காலத்தில் அறிவித்துள்ள கணக்கற்ற மக்கள் நலத்திட்டங்கள், அவருடைய ஆளுமை உருவாக்கத்தில் முதன்மை இடம் வகிக்கின்றன. சமூகத்தில் பல்வேறு பிரிவினராக வாழும் நெசவாளர்கள், பனையேறும் தொழிலாளர், கட்டுமானப் பணியில் ஈடுபட்டிருப்போர், விவசாயிகள், ஆட்டோ ஓட்டுநர்கள், விவசாயிகள், முதியவர்கள், கர்ப்பிணிப் பெண்கள், குழந்தைகள், விதவைகள், விவசாயிகள், சலவைத்

தொழிலாளர் போன்ற நலிவடைந்தவர்களுக்குத் தனித்தனியாக வகுக்கப்பட்ட நலத்திட்டங்கள் காத்திரமானவை. கை ரிக்ஷாவை ஒழித்து சைக்கிள் ரிக்ஷா வழங்குதல், நடைபாதைவாசிகளுக்கும் குடிசைவாசிகளுக்கும் குடிசை மாற்று வாரியம், கண்ணொளித் திட்டம், பிச்சைக்காரர், தொழுநோயாளிகள் மறுவாழ்வு மையங்கள், ஊனமுற்றோர் நலவாழ்வுத் திட்டம், விவசாயத்துக்குக் கட்டணமில்லா மின்சாரம், விவசாயக் கடன்கள் தள்ளுபடி, ஒரு ரூபாய்க்கு ஒரு கிலோ அரிசி, அமைப்புசாரா தொழிலாளர்களுக்கான நலவாரியங்கள், அரவாணிகளைத் திருநங்கைகள் எனப் பெயர் மாற்றியதுடன் அவர்களுக்கெனத் தனி வாரியம், ஆதரவற்ற குழந்தைகளுக்கான கருணை இல்லங்கள், இலவச வண்ணத் தொலைக்காட்சி வழங்குதல், உழவர் சந்தைகள், நமக்கு நாமே திட்டம், அண்ணா மறுமலர்ச்சி திட்டம், மகளிர் சுய உதவி குழுக்கள் போன்ற நலத் திட்டங்களை அமல்படுத்தியதில் கலைஞர் இந்தியாவிற்கே முன்னோடியாக விளங்குகிறார். அடித்தட்டு மக்கள் அன்றாட வாழ்க்கையை நடத்துவதற்காகப் போராடுகிற சூழலைக் கண்டறிந்து அவற்றைப் போக்குவதற்கான வழிமுறைகளைத் திட்டமிட்ட முறையில் வகுத்தது, கலைஞரின் சமூக நலக் கொள்கையின் அடிப்படையாகும். பொது விநியோகம், கிராமப்புறங்களில் பாதுகாப்பான மகப்பேறு திட்டங்கள், முழுமையான ஆரம்ப சுகாதார மையங்கள், சிசு மரண விகிதம் குறைப்பு, 108 ஆம்புலன்ஸ், இலவச அமரர் ஊர்தி, பள்ளி முதல் பல்கலைக்கழகம் வரை தரமான கல்வி போன்ற பல சமூக நலத்திட்டங்கள் கலைஞரால் தொடங்கப்பட்டாலும், அவை இன்றும் தொடர்ந்து நடைமுறையில் இருப்பதனால்தான், தமிழகத்தின் மனிதவளமானது மேம்பாடு அடைந்துள்ளது. ஓடிசா மாநிலத்தில் பழங்குடியினர் ஒருவர் அரசு மருத்துவமனையில் இறந்துபோன தனது மனைவியைத் தோளில் தூக்கிக்கொண்டு, எட்டு கி.மீ. தொலைவிலுள்ள கிராமத்திற்கு நடந்துபோன சம்பவம் போன்று தமிழகத்தில் ஒருபோதும் நடந்திட வாய்ப்பில்லை. சமூக நலன், மருத்துவம், கல்வி, வறுமையொழிப்பு போன்றவற்றில் இன்று தமிழகம் அடைந்திருக்கிற பிரமாண்டமான வளர்ச்சியுடன் குஜராத், ஓடிசா, சட்டீஸ்கார், பீகார், மத்திய பிரதேசம், உத்திரப் பிரதேசம் போன்ற வட இந்திய மாநிலங்களை ஒப்பிட்டால், அவை மிகவும் பலவீனமாக இருக்கின்றன என்பது புலப்படும். ஒப்பீட்டளவில் பல வடமாநிலங்கள் முப்பதாண்டுகள் பின்தங்கியிருக்கின்றன. தமிழகத்தின் பொருளாதார சமூக வளர்ச்சியில் இத்தகைய வளர்ச்சியைக்

கட்டமைத்ததில் கலைஞரின் பங்கு குறிப்பிடத்தக்கது. இந்நிலையினை அறியாமல், திராவிடக் கட்சிகளின் ஆட்சியில் தமிழகம் வீழ்ச்சி அடைந்துள்ளது என்று வெறுமனே போலியாகப் பிதற்றுகிற பேச்சுகள் அபத்தமானவை; உள்நோக்கம் கொண்டவை.

பெண் அசுத்தமானவள் என ஒதுக்கிவைத்த வைதிக சநாதன சமயக் கருத்துக்கு மாற்றாகப் பெரியார், ஆணும் பெண்ணும் சமம்; ஆணைப் போலவே பெண்ணுக்கும் எல்லா உரிமைகளும் உண்டு எனப் பாலினச் சமத்துவத்தை முன்வைத்தார். அவருடைய கொள்கைகளை ஏற்றுக்கொண்ட அண்ணாவும் கலைஞரும் முதலமைச்சர் பதவியில் இருக்கும்போது, பெண்களின் நலன்களுக்காகப் பல்வேறு திட்டங்களைச் செயல்படுத்தினர். ஒருவரையொருவர் விரும்பிய இளைஞனும் இளைஞியும் புரோகிதர் இல்லாமல் செய்துகொள்ளும் திருமணத்தை ஏற்கும்வகையில் 'சுய மரியாதைத் திருமணச் சட்டம்' அண்ணா முதல்வராக இருந்தபோது இயற்றப்பட்டது, திராவிட இயக்கத்தின் கொள்கைக்குக் கிடைத்த வெற்றியாகும். 1989-இல் மீண்டும் முதல்வரான கலைஞர், பெண்களுக்குக் குடும்பச் சொத்தில் உரிமையளிக்கிற வகையில் இயற்றிய சொத்துரிமைச் சட்டம், இந்தியாவிலே முதன்முதலாகத் தமிழகப் பெண்களுக்குச் சமத்துவத்தை அளித்தது. பத்தாம் வகுப்பு வரையிலும் கல்வி கற்ற வசதியற்ற பெண்களுக்குத் திருமண உதவித் தொகை வழங்கப்படுமென 1989-இல் கலைஞரின் அறிவிப்பினால், கிராமப்புற நடுநிலைப் பள்ளிகளில் பெண்கள் சேர்க்கை அதிகரித்தது. அரசு அலுவலகங்கள், ஊராட்சி மன்றங்கள், அரசின் நிறுவனங்கள், கூட்டுறவு நிறுவனங்கள் போன்றவற்றில் பெண்களுக்கு 33% இட ஒதுக்கீடு வழங்கிடச் சட்டம் இயற்றப்பட்டதனால் பெண்களின் புழங்குவெளியும் தன்னிச்சையான வாழ்க்கையும் உறுதி செய்யப்பட்டன. காவல் துறையில் பெண் காவலர்களின் எண்ணிக்கையை அதிகரித்தல், தொடக்கப் பள்ளிக்கூடங்களில் ஆண்டுதோறும் ஆயிரக்கணக்கில் பெண்களை ஆசிரியராக நியமித்தல் காரணமாகப் பெண்களின் உலகு விரிந்திடும் சூழல் ஏற்பட்டுள்ளது. இதுவரையிலும் ஆண்களின் உலகமாக இருந்துவந்த துறைகளில் பெண்கள் பணியேற்றதனால், பெண் பற்றிய சமூக மதிப்பீடுகளில் மாற்றம் ஏற்பட்டுள்ளது. திராவிட இயக்கம் முன்னிறுத்திய சமத்துவப் பெண்ணியக் கருத்தியலுக்குக் கலைஞர் நடைமுறையில் செயல் வடிவம் தந்துள்ளார்.

கலைஞர் என்றால் தமிழ், தமிழிலக்கியம் என்ற கருத்தியல், தமிழர்களிடையே ஆழமாக ஊடுருவியுள்ளது. இருபதாம் நூற்றாண்டின்

முற்பகுதியிலும் ஆளுகையாகவும் வளமாகவும் இல்லாமல் சோனியாக இருந்த தமிழ் மொழி குறித்த விழிப்புணர்வை மக்களிடையில் உருவாக்கியதில் திமுகவின் செயல்பாடுகள் முக்கியமானவை. கோவில்களில் வழிபாட்டு மொழியாக சம்ஸ்கிருதமும் இசைக் கச்சேரிகளில் தெலுங்குக் கீர்த்தனைகளும், ஆங்கிலம் ஆட்சி மொழியாகவும் உயர் கல்வி மொழியாகவும் என்ற நிலைமை தமிழகத்தில் நிலவியது. பார்ப்பனர்xபார்ப்பனர் அல்லாதோர், தமிழ்X சம்ஸ்கிருதம் என்ற எதிரிணையான அரசியல் சூழலில், தமிழுக்கான இடத்தை முன்வைத்துத் திமுகவினர் தொடர்ந்து போராடினர். இந்தி மொழியைத் தமிழகத்தில் திணித்தபோது அதற்கெதிராகப் போராடிய வரலாற்றில் கலைஞரின் பெயர் தனித்து விளங்குகிறது. இந்தியாவின் பிற மாநிலங்களில் பள்ளிக்கூடத்தில் தாய் மொழி, ஆங்கிலம், இந்தி என மும்மொழிக் கொள்கை நடைமுறையில் இருக்கும்போது, தமிழ்நாட்டில்தான் இந்திக்கு இடமளிக்காத சூழல் நிலவுகிறது. இளம் கலைஞர் எழுதிய தொடக்கக்காலப் படைப்புகளிலே தமிழ் குறித்த சொல்லாடல்கள் இடம் பெற்றுள்ளன. தமிழ் மொழி, தமிழர் குறித்த பேச்சுகளை உருவாக்கிட கலைஞர், தனது வாழ்நாள் முழுக்கத் திட்டமிட்டுச் செயலாறியுள்ளார். கலைஞரின் தமிழரின் பண்பாட்டுச் சிறப்பினை முன்மொழிந்திடக் கலைஞருக்குச் சிலப்பதிகாரம் காப்பியம் பயன்பட்டுள்ளது. சங்க இலக்கியம், திருக்குறள், தொல்காப்பியம் போன்ற பண்டைத் தமிழிலக்கியப் படைப்புகளைப் போற்றுகிற கலைஞர், அவை இளைய தலைமுறையினருக்குப் புரிந்திட வேண்டுமெனச் சங்கத் தமிழ், குறளோவியம், தொல்காப்பியப் பூங்கா என மறு உருவாக்கம் செய்துள்ளார். ஈழத்தின் போராளி மன்னனை வைத்துப் பாயும் புலி பண்டார வன்னியன், பொன்னர் சங்கர், இராமானுஜர் தொலைக்காட்சித் தொடர், சிலப்பதிகாரம் காப்பியப் பின்புலத்தில் பூம்புகார் திரைப்படம், ரஷிய எழுத்தாளர் மக்சீம் கோர்க்கி எழுதிய தாய் நாவலைத் தழுவிக் கவிதை நடையில் எழுதப்பட்ட தாய் காவியம் போன்ற படைப்புகள், அவருடைய எழுத்தாற்றலுக்குச் சான்றுகள். ரோமாபுரிப் பாண்டியன், தென்பாண்டிச் சிங்கம் போன்ற வரலாற்று நாவல்களுடன் பல சமூக நாவல்களையும் கலைஞர் எழுதியுள்ளார். சிறுகதைகள், மரபுக் கவிதைகள், கவியரங்கக் கவிதைகள், புதுக்கவிதைகள், கட்டுரைகள், கடிதங்கள், என கலைஞரின் இலக்கிய முயற்சிகள் கணக்கறவை. அவர் குறைந்தபட்சம் லட்சம் பக்கங்கள் எழுதிக் குவித்திருப்பார். இடைவிடாத அரசியல் வாழ்க்கையில் இவ்வளவு படைப்புகள் படைத்திருப்பது, ஒருவகையில் சாதனைதான்.

அன்றைய தமிழகத்தில் கல்வியறிவு பெற்றோரின் எண்ணிக்கை மிகவும் குறைவு. எனவேதான் அண்ணா, கலைஞர் போன்ற திராவிட இயக்கப் படைப்பாளிகள் எழிலான மேடைப் பேச்சு, நாடகம், திரைப்படம் போன்ற வடிவங்களில் கவனம் செலுத்தினர். அச்சு ஊடகத்தினைப் பயன்படுத்தியபோது அடுக்கு மொழி, அலங்காரச் சொல்லடுக்கு, அலங்கார மொழி என எழுதிய கலைஞருடைய படைப்புகளுக்கான வாசகர் பரப்பு விரிவடைந்தது. திராவிடச் சிந்தனை, ஓரளவு வாசிக்க அறிந்தவரிடமும் போய்ச் சேர வேண்டுமென்ற நோக்கம், வெற்றியடைந்தது. திராவிடர் இயக்க எழுத்தின் மையமாகத் திகழ்கிற தமிழின் சிறப்பைப் பரப்புதல், தமிழுணர்வை வளர்த்தல், தமிழர் பண்பாட்டை மீட்டுருவாக்குதல், ஆரியப்பண்பாட்டை அகற்றுதல், பண்டைத் தமிழிலக்கியத்தின் பெருமையை எடுத்துரைத்தல் போன்றவை கலைஞரின் படைப்புகளில் ஊடும் பாவுமாக இடம் பெற்றுள்ளன. திராவிட இயக்கக் கருத்தியல் பிரச்சாரத்திற்குக் கலைஞரின் சமூக நாடகங்களும் அரசியல் நாடகங்களும் பெரிய அளவில் பயன்பட்டுள்ளன. உதயசூரியன், காகிதப் பூ, திருவாளர் தேசீயம் பிள்ளை ஆகிய மூன்று நாடகங்கள்மூலம் ஆளுங் கட்சியான காங்கிரசின் மக்கள் விரோதப் போக்கினை அம்பலப்படுத்தவும், திமுகவின் கொள்கைகளைப் பிரச்சாரம் செய்திடவும் வலிமையான நிகழ்த்துக் கலைகளைக் கலைஞர் வெறிகரமாகக் கையாண்டுள்ளார். கலைஞர் தான் எழுதிய தூக்கு மேடை நாடகத்தில் எம்.ஆர். ராதாவுடன் சேர்ந்து நடித்துள்ளார். நாடகம் என்ற கலை வடிவத்தைக் கலைஞர் முழுமையாகப் பயன்படுத்தியதுடன் திரைப்படங்களுக்குக் கதை-வசனம் எழுதுவதிலும் சிறப்புடன் செயல்பட்டார். திராவிட இயக்கக் கருத்தியலைப் பராசக்தி முதலாகப் பல திரைப்படங்களில் வெளிப்படுத்தியது, அவருடைய அரசியல் செயல்பாடுகளுக்கு உதவியது. அன்றைய காலகட்டத்தில் கதாநாயகனைவிட கலைஞர் அதிகம் ஊதியம் பெற்றதுடன், திரைப்படத்தின் தொடக்கத்திலே கதை- வசனம் கருணாநிதி என்ற பெயரைத் திரையில் காண்பித்தது, அவருடைய படைப்பாககச் செல்வாக்கினைக் காட்டுகிறது. ராஜகுமாரி, அபிமன்யூ, மந்திரிகுமாரி, மலைக்கள்ளன் தொடங்கி திரையுலகில் கலைஞரின் கொடி பறக்கத் தொடங்கியது. இடைவிடாத அரசியல் செயல்பாடுகள், முதலமைச்சர் பணிகள், கட்சிப் பணிகள், மேடைப் பேச்சுகள் என்ற நெருக்கடியான சூழலிலும் கலைஞர் 75 திரைப்படங்களுக்கு கதை,வசனம் எழுதியிருப்பது, அவருடைய கலை ஆளுகையின் வெளிப்பாடுதான்.

தமிழுக்குச் செம்மொழித் தகுதி வழங்கிட நடுவண் அரசை வலியுறுத்தி, ஆணை பெற்றதும், மைசூரு நகரில் செயல்பட்ட செம்மொழித் மத்திய தமிழாய்வு நிறுவனத்தைச் சென்னை நகருக்குக் கொண்டு வந்ததும் கலைஞரின் சீரிய முயற்சியின் வெளிப்பாடுகள். கவிஞரின் ஆட்சியில் 110க்கும் மேற்பட்ட தமிழ் எழுத்தாளர்களின் படைப்புகள் நாட்டுடமையாக்கப்பட்டன. எழுத்தாளர்களின் குடும்பத்தினருக்குக் கணிசமான பணம் கிடைத்தது. நாட்டுடையான புத்தகங்களை யார் வேண்டுமானாலும் பிரசுரிக்கலாம் என்ற நிலையில் பல புத்தகங்கள் மறுஅச்சு வடிவம் பெற்றன.

இந்தியாவின் விடுதலைக்குப் பின்னர் தமிழகத் தொடக்கப்பள்ளிக் கல்வியில் வியக்கத்தக்க வளர்ச்சியை உருவாக்கிய அன்றைய முதல்வர் காமராசர் வகுத்த அடித்தளத்தில், உயர் கல்வியின் வளர்ச்சியில் கலைஞர் செய்த சாதனைகள் அளப்பரியன. கலைஞரின் ஆட்சியின்போது ஐம்பதுக்கும் கூடுதலான அரசு கல்லூரிகள் தோற்றுவிக்கப்பட்டன. சிறிய நகரங்களிலும் அரசு கலை அறிவியல் கல்லூரிகள் நிறுவப்பட்டதனால், கிராமப்புற மாணவிகளின் எண்ணிக்கை, கணிசமாக உயர்ந்தது. கோவை வேளாண் பல்கலைக்கழகம், கால்நடை மருத்துவப் பல்கலைக்கழகம், மனோன்மணியம் பல்கலைக்கழகம், திருவள்ளுவர் பல்கலைக்கழகம், பெரியார் பல்கலைக்கழகம், அம்பேத்கார் சட்டப் பல்கலைக்கழகம், மத்தியப் பல்கலைக்கழகம், இந்தியக் கடல் சார் பல்கலைக்கழகம் போன்ற உயர் கல்வி நிறுவனங்கள் நிறுவப்படுவதற்குக் கலைஞர் காரணமாக இருந்தார். பள்ளிக் கல்வி மேம்பாடு அடைந்திட பள்ளிக் கல்விக்கெனத் தனித்துறையும், பள்ளிக் கல்வி அமைச்சரையும் நியமித்தது, சமச்சீர் கல்வி போன்ற நிகழ்வுகள், கலைஞரின் தொலைநோக்குச் சிந்தனையின் வெளிப்பாடுகள். கல்வித் துறையில் அறிவுஜீவிகளாக விளங்கிய கல்வியாளர்களின் ஆலோசனைகளைப் பெற்றுச் செயல்பட்ட கலைஞர், தமிழக இளைய தலைமுறையினர் உயர் கல்வியில் சிறந்து விளங்கிட வேண்டுமென விரும்பினார். அதற்கான ஆக்கப்பூர்வமான பணிகளை ஈடுபாட்டுடன் செய்தார். தமிழகத்தின் கல்வி, தொழில் வளர்ச்சியில் கலைஞர் ஒருபோதும் சமரசம் செய்துகொண்டது இல்லை.

தமிழை நவீனத் தொழில்நுட்பத்திற்கு ஏற்றவகையில் மாற்றங்களை உருவாக்கியதில் கலைஞரின் முயற்சி, தொலைநோக்குடையது. 1999- இணையத்தில் தமிழ், இலவச தமிழ் மென்பொருட்கள் என்று கணினியில் தமிழை நவீனயுகத்திற்கேற்ப மாற்றியமைத்ததில் கலைஞர்

தலைமையிலான திமுக அரசின் பங்கு கணிசமானது. 1999-இல் தோற்றுவிக்கப்பட்ட தமிழ் இணையப் பல்கலைக்கழகம், தமிழை அறிவியல் அடிப்படையில் வளர்த்தெடுத்தது. கலைஞரின் ஆட்சியில் உருவாக்கப்பட்ட டைட்டல் மென்பொருள் பூங்கா, தென்னகத்து இளைய தலைமுறையினருக்குக் கணினித் துறையில் அளவற்ற வேலை வாய்ப்புகளை அளித்துள்ளது. தகவல் தொழில்நுட்பத்தின் வளர்ச்சியைத் தமிழக இளைய தலைமுறையினர் அறிந்திட வேண்டுமென்பதற்காக 1999-இல் மேல்நிலைப் பள்ளிப் பாடத்திட்டத்தில் கணினிப் பாடம் சேர்க்கப்பட்டது. கலைஞர், கணினிக் கல்வியை மேம்படுத்திட 2007-ஆம் ஆண்டில் 1,880 அரசு பள்ளிகளில் கணினி ஆய்வகம் அமைத்திட்டார். மாறிவரும் அறிவியல் சூழலுக்கேற்ப தமிழகத்தில் கலைஞர் நடைமுறைப்படுத்திய திட்டங்கள் காரணமாகத்தான், இன்று தமிழ்நாட்டில் கணினிக் கல்வி கற்ற இளைஞர்கள், உலகம் முழுக்கப் பரவியுள்ளனர்.

ஈழத் தமிழர் போராட்டத்திற்கு ஆதரவாக 1985-இல் மதுரையில் டெசோ மாநாட்டினைக் கூட்டி, இந்தியாவிலும் சர்வதேசரீதியிலும் கவனத்தைத் திருப்பிட முயன்ற கலைஞரின் செயல்பாடுகள் கவனத்திற்குரியன. ஈழத்தில் தமிழர்மீது சிங்கள ராணுவத்தினர் வன்முறையைக் கட்டவிழ்த்து விடும்போது, அதற்கெதிராகக் குரலெழுப்புவதில் கலைஞர் எப்போதும் முன்னணியில் இருந்தார். 1987 இல் இலங்கைக்குச் சென்ற இந்திய அமைதிப்படையினர் பொதுமக்கள்மீது நடத்திய கொலைத் தாக்குதல்களையும், பாலியல் வன்புணர்ச்சியையும், விமானத் தாக்குதல்களையும் கலைஞர் உடனுக்குடன் கண்டித்தார். உச்சக்கட்டமாக இந்திய அமைதிப்படை, 1990-இல் நாடு திரும்பியபோது, அதை வரவேற்க வேண்டிய கடமையை முதல்வரான கலைஞர் மறுத்தார். அதனால் தேசத் துரோகி என்று விமர்சனத்தையும் தாங்கிக்கொண்டு, மன உறுதியுடன் இருந்தார். ஈழத்தில் போரிடச் சென்ற இந்திய அமைதிப் படையைத் திரும்பச் செய்யுமாறு வலியுறுத்தியது, இந்தியாவிற்குத் திரும்பிய அமைதிப் படையை வரவேற்கச் செல்லாததது, போன்றவை கலைஞரின் செயல்தந்திரங்கள். சென்னையில் பத்மநாபாவையும் இயக்கத்தினரையும் புலிகள் கொலை செய்த சம்பவத்துடன் தமிழகத்தில் விடுதலைப் புலிகளைத் தாராளமாக நடமாட அனுமதித்தார் எனக் குற்றத்தைச் சுமத்தி, கலைஞர் தலைமையிலான திமுக ஆட்சியை இந்திய நடுவண் அரசு கலைத்தது. அப்போது கலைஞரும் திமுகவினரும் மட்டுமின்றி பெரும்பான்மைத் தமிழர்களும் வருந்தினர்.

1991 தேர்தலின்போது தமிழக மக்களின் மனநிலை, கலைஞருக்குச் சார்பாக இருந்தது; தேர்தலில் வெற்றி பெறுவதற்கான வாய்ப்புகள் நிரம்ப இருந்தன. அப்போது, ஸ்ரீபெரும்புதூரில் தேர்தல் பிரச்சாரத்திற்கு வந்த இராஜீவ் காந்தி, மனித வெடிகுண்டினால் கொல்லப்பட்டதற்குக் காரணம் விடுதலைப் புலிகள் என்ற தகவல் வெளியானதால், அந்தத் தேர்தலில் திமுக பெரும் தோல்வியைத் தழுவியது. கலைஞர் உள்ளிட்ட இருவர் மட்டும் சட்டப் பேரவைக்குத் தேர்ந்தெடுக்கப்பட்டனர். 1991-96 காலகட்டத்தில் திமுக அழிந்துவிட்டது என்ற கணிப்பைப் பொய்யாக்கி, மக்கள் மீண்டும் திமுகவை ஆட்சிக்குக்கொண்டு வந்தனர். அமெரிக்காவில் நடைபெற்ற இரட்டைக் கோபுரத் தாக்குதல்களுக்குப் பின்னர், விடுதலைப் புலிகளுக்குச் சர்வதேச அளவில் நெருக்கடி ஏற்பட்டது; சுமார் முப்பது நாடுகள் புலிகள் அமைப்பினுக்குத் தடை விதித்தன. இந்திய அரசாங்கம் புலிகளை அழித்தொழிக்கத் திட்டமிட்டது. 2009-இல் இந்திய அரசின் ஆதரவுடன் சிங்கள அரசாங்கம் ஈழத்தில் நடத்திய முள்ளிவாய்க்கால் படுகொலைக்கு அன்றைய முதல்வரான கலைஞர் உடந்தை என அவர்மீது குற்றம் சுமத்தப்பட்டபோதிலும் அவர் தெளிந்த மனநிலையுடன் செயல்பட்டார். வீண் பழியைச் சுமத்தி, வெறுமனே கூச்சல் போடுகிற வெற்றுக் கிளுகிளுப்பை அரசியல்வாதிகளை எப்படிச் சமாளிக்க வேண்டுமென்பது கலைஞருக்குத் தெரியும். இங்கிருக்கும் தமிழ்த் தேசியவாதிகள் சிலரும், மேலைநாடுகளில் செட்டிலாகியுள்ள ஈழத் தமிழர்கள் சிலரும் ஈழப் போராட்டம் தோற்றதற்குக் கலைஞர்தான் காரணம் என்று மீண்டும்மீண்டும் சொல்வது அப்பட்டமான பொய். மொழியால் இந்தியத் தமிழர்களும் ஈழத் தமிழர்களும் ஒன்றுபட்டாலும், இரண்டு பிரிவினரும் வெவ்வேறு நாடுகளில் வசிப்பவர்கள் என்ற புரிதல் பலருக்கும் இல்லை. இந்தியா என்ற குட்டி வல்லரசாகச் செயல்படுகிற நாட்டில், தமிழ்நாடு ஒரு மாநிலம், அங்கு மாநிலத்தின் முதலமைச்சரின் அதிகாரம் வரம்பினுக்குட்பட்டது. "கலைஞர் தமிழ்த் தேசியவாத முகம்கொண்ட பிற தமிழகத் தலைவர்களைப் போல புலிகளை விமர்சனமின்றி வழிபட்டவரல்ல. தீவிரப் புலி விசுவாசம் காட்டி அரசியலில் செல்வாக்குப் பெறவேண்டிய நிலையில் அவர் இருக்கவில்லை. அவரது அரசியல் பலமும் அவரது அரசியல் கட்டமைப்பும் இந்த மொன்னைத்தனமான தமிழ்த் தேசியத்தில் இருந்து வேறானவை; சனநாயக அரசியலை அடிப்படையாகக் கொண்டவை. திராவிட இயக்கத்தில், தமிழ் இலக்கியத்தில், தமிழ் சினிமாவில் என்றென்றைக்கும் தலைமகனாகக் கலைஞர் கருதப்படுவது போல,

ஈழத் தமிழர்களின் இன்பதுன்பங்களில் உடன் இருந்தவராக எங்களது அரசியலிலும் கலை இலக்கியத்திலும் ஆழமான தாக்கத்தை ஏற்படுத்தியவராகவே கலைஞரைக் காலம் குறித்துக்கொள்ளும்' என்று ஈழத்து எழுத்தாளர் ஷோபா சக்தி குறிப்பிடுவது கவனத்திற்குரியது.

அமைதிப் படை என்ற பெயரில் இந்திய ராணுவம் இலங்கைக்கு அனுப்பப்பட்டதற்கும், அந்த ராணுவம் அங்கே செய்த கொடுமைகளுக்குக் காரணமாக இருந்த மேனாள் பிரதமர் இராஜீவ் காந்தியை விடுதலைப் புலிகள் இயக்கத்தினர், தமிழக மண்ணில் கொடூரமான முறையில் கொன்றது எப்படி சரியாகும் என்ற தமிழகத் தமிழர்களின் கேள்விக்கு என்ன விடை இருக்கிறது? பிரச்சினைக்கு மூலகாரணமான எதிரியாகக் கருதப்படுகிற தலைவரை அழித்தொழிக்கும்போது, அதனுடைய பின்விளைவுகள் எத்தகைய பாதகமான விளைவுகளை ஏற்படுத்தும் என்ற புரிதல் இல்லாமல் செய்த புலிகளின் செயல், வெறும் சாகசம்தான். காங்கிரசுக்குப் பதிலாகப் பாரதிய ஜனதா கட்சி, மத்தியில் ஆட்சிக்கு வந்தால், ஈழத் தமிழர் பிரச்சினை சுமூகமாகத் தீர்க்கப்பட்டிருக்கும் என்று தமிழ்த் தேசியவாதிகள் அப்போது கருத்துத் தெரிவித்தனர். இராஜீவ் கொலை வழக்கில் ஆயுள் தண்டனை பெற்று, 27 ஆண்டுகளாகச் சிறையில் வாடுகிற தமிழர்களை விடுவிக்க முடியாது என உச்ச நீதிமன்றத்தில் பாரதிய ஜனதா அரசாங்கம் வாக்குமூலம் தந்துள்ளது. இதுதான் யதார்த்தம். இந்நிலையில் ஈழத் தமிழர் போராட்டத்தை முன்வைத்துக் கலைஞர் மீது சுமத்தப்படுகிற குற்றச்சாட்டுகள், அவருடைய ஆளுமையைச் சிதைப்பதற்கான அற்பத்தனமான முயற்சிகள். அவ்வளவுதான். ஈழத் தமிழர் பிரச்சினையின் பன்முகத் தன்மைகளைப் புரிந்துகொண்டு, செயல்பட்ட கலைஞரின் செயல்பாடுகளை விருப்பு வெறுப்பற்று ஆராய்ந்தால், தமிழர் விடுதலைக்காக அவர் மேற்கொண்ட ராஜதந்திரச் செயல்கள் புலப்படும்.

சூரியனுக்குக் கீழே நடைபெறுகிற எல்லாவற்றையும் பகுத்தறிவின் மூலம் கேள்விக்குள்ளாக்கிய கலைஞர், எப்பொழுதும் எல்லாவற்றையும் பகடிக்குள்ளாக்கியது தற்செயலானது அல்ல. அவர் தனது வாழ்க்கை முழுக்க நகைச்சுவை உணர்வுடன் எல்லோருடனும் பேசிக்கொண்டிருந்தார். அரசியல் வாழ்க்கையில் கடுமையான தோல்விகளை எதிர்கொண்டபோதும், அவரிடமிருந்து வெளிப்பட்ட இயல்பான கேலி, சூழலின் இறுக்கத்தைத் தளர்த்தியது. கலகக்குரல், எதிர்மறையான சிந்தனைப்போக்கு, பகடி செய்தல் என அவர் தனது வாழ்வின் இறுதி நாட்களிலும் கொண்டிருந்தது, ஒருவகையில் அவருடைய கலை மேதைமையின் வெளிப்பாடுதான். பொதுவாகக்

கலையானது, எல்லாவிதமான வறட்டுக் கோட்பாடுகளுக்கும், கல்லாகிப்போன கருத்துக்களுக்கும் அந்நியமாக இருக்கிறது. அது, யதார்த்தத்தை நிகழ்வுப் போக்காகவும் இயக்கமாகவும் நடவடிக்கையாகவும் புரிந்துகொள்கிறது. கலை, ஒவ்வொரு கணத்திலும் வாழ்க்கையின் உயிர்த்துடிப்பையும் மூச்சையும் ஒன்றுசேர்க்க முயல்கிறது. கலஞர் குழந்தைப் பருவத்தில் இருந்தே கலைப் பின்புலத்தில் வளர்ந்தவர். இசையும் நடனமும் செழித்தோங்கிய தஞ்சை வண்டல் நில வெளியில் கலையின் உன்னதங்களைத் தரிசித்தார். அரசியலும் கலையும் கலைஞரின் வாழ்க்கையில் பின்னிப் பிணைந்திருந்தன. எனவேதான் அவர் முதலமைச்சராக இருந்தபோதும், முரசொலி இதழில் உடன்பிறப்புகளுக்குக் கடிதங்கள் தொடர்ந்து எழுதினார். சோ எழுதிய முகமது பின் துக்ளக் நாடகத்திற்கு எதிராக நானே அறிவாளி நாடகத்தை எழுதும்போது கலைஞர் முதலமைச்சராக இருந்தார். அ.தி.மு.க.வின் ஆட்சியைக் கண்டித்து எழுதப்பட்ட புனித ராஜ்ஜியம் நாடகம், அவர் எதிர்க்கட்சித் தலைவராக இருந்தபோது எழுதப்பட்டது.

1975-இல் நாட்டில் அவசர நிலை, நடுவண் அரசினால் அமல்படுத்தப்பட்டபோது, அதற்கெதிராகக் குரலெழுப்பிய கலைஞரின் ஜனநாயக மனப்பாங்கு, குறிப்பிடத்தக்கது. எதுவும் நடப்பதற்கான சாத்தியங்களினால் தானும் திமுகவினரும் அடக்குமுறைக்குள்ளாகலாம் என்றபோதிலும், கலைஞரின் மனம் அச்சமற்று இருந்தது. நெருக்கடிநிலையின்போது மக்களுக்கான அரசியல்வாதியாகச் செயல்பட்ட கலைஞர், இக்கட்டான நேரத்தில் எதைச் செய்ய வேண்டுமோ, அதைச் செய்ததன்மூலம், மாவீரர் ஆனார். திமுகவின் ஆட்சி கலைக்கப்பட்டபோது, முரசொலி பத்திரிகையில் கலைஞர் உடன்பிறப்புக்கு எழுதிய கடிதங்கள், கரிகாலன் கேள்வி - பதில்கள், வீதி நாடகங்கள் எனப் படைப்புரீதியில் ஒடுக்குமுறைக்கு எதிராகத் துணிந்து செயல்பட்டார். ஆட்சி கலைக்கப்பட்டபோதிலும் அதைப் பொருடபடுத்தாமல், எதிர்வினையாற்றிய செயல், கலைஞரின் அஞ்சா நெஞ்சத்திற்கு எடுத்துக்காட்டு. சிறையில் அடைக்கப்பட்ட திமுகவினர் யார் என முரசொலியில் பட்டியலிட அன்றைய தணிக்கை அதிகாரிகள் அனுமதிக்காத அடக்குமுறை நிலவியபோது, அண்ணா நினைவிடத்திற்கு மலர் வளையம் வைக்க வர இயலாதோர் பட்டியலைப் பிரசுரித்தது, கலைஞர் தேர்ந்த பத்திரிகையாளர் என்பதன் வெளிப்பாடு. சிறையில் அடைக்கப்பட்டபோது, 'மாங்குயில் கூவிடும் பூஞ்சோலை எம்மை மாட்ட நினைத்திடும் சிறைச்சாலை' என்று

துயரத்தையும் கவித்துவத்துடன் சொல்கிற மனம், கலைஞருக்கு இருந்தது. இந்தப் போக்கானது, திருவாரூரில் சிறுவனாக இருந்த இளம் கலைஞர், திராவிட இயக்கச் செயல்பாடுகளில் ஈடுபட்ட காலத்தின் நீட்சியாகும். கலைஞர், தான் செய்கிற செயல்களின் பின்விளைவுகள் குறித்து அறிந்திருந்ததால், அரசியல் வாழ்க்கையில் அவர் ஒருபோதும் தேவையற்ற அச்சம் கொள்ளவில்லை. அதுதான் அரசியலில் அவருடைய பலம்.

கலைஞரின் பெரும்பாலான இலக்கியப் படைப்புகள் பெரிதும் அரசியல் நோக்கம் கருதிப் படைக்கப்பட்டவை. திரைப்படத் துறையில் கலைஞர் சாதாரணக் குடும்பக் கதையம்சங்கள், அரச காலத்துப் படங்களுக்கும் கதை-வசனம் எழுதியிருந்தாலும் பராசக்தி போன்ற சமூக சீர்திருத்தக் கருத்துகளை உள்ளடக்கிய படங்களுக்கு முன்னுரிமை அளித்தார். நாடகம், சிறுகதை, நாவல் போன்ற வடிவங்களைத் திராவிடக் கருத்தியல் பிரச்சார நோக்கம் கருதிப் படைத்த கலைஞரின் படைப்புகள், பரவலாகக் கவனம் பெற்றன; வீர்யமுடன் பரவின; இதுவரை சமூகத்தில் ஆதிக்கம் செலுத்திய சநாதனத்தினை அம்பலப்படுத்தின. திராவிடக் கருத்துகளைப் பரப்பிடவும் லட்சிய நோக்கில் அரசியல் விடுதலை வேண்டிப் போராடிய இயக்கப் போராளிகளுக்குக் கலைஞரின் படைப்புகள் வாளும் கேடயமாகவும் பயன்பட்டன. வாள் முனையைவிடப் பேனா முனை கூர்மையானது என்ற பிரெஞ்சுச் சிந்தனையாளர் வால்டேரின் குரல், கலைஞர் உள்ளிட்ட திராவிட இயக்கப் படைப்பாளிகளுக்கு வேதமாயிற்று. இலக்கியப் படைப்புகளைப் பிரச்சாரத்திற்குப் பயன்படுத்துவதற்காகத் தொடர்ந்து எழுதிய கலைஞர், தனது படைப்பு மனநிலை குறித்தும், இலக்கியத்தின் இடம் குறித்தும் நன்கு அறிந்திருந்தார். அவருடைய சில படைப்புகள், எழுதப்பட்டதன் நோக்கம் நிறைவேறியவுடன் ஆவணமாகி விடுகின்றன. சில படைப்புகள் காலங்கடந்து நிலைத்திருக்கின்றன. அவர் 26 வயதில் திராவிட இயக்கக் கருத்தியல் பிரச்சாரத்திற்காக எழுதிய 'தூக்கு மேடை' நாடகம், மறுவாசிப்பில் இன்றையச் சூழலுக்கும் பொருந்தியிருப்பதை அவதானிக்க முடிகிறது. வைதிக சநாதன சமயத்திற்கு எதிரான கலைஞரின் சிந்தனை, அந்த நாடகத்தில் துல்லியமாக வெளிப்பட்டுள்ளது. எல்லாவற்றையும் நம்பிக்கையின் அடிப்படையில் உருவாக்கி, ஒற்றைத்தன்மையை வலியுறுத்தும் மத அடிப்படைவாதிகளின் போக்குகள், காலப்போக்கில் பாசிச அபாயத்திற்கு இட்டுச் செல்கிற இன்றைய அபாயகரமான சூழலில், கலைஞரின் படைப்புகள் மீண்டும் தேவைப்படுகின்றன.

நாற்பதுகளில் இந்திய அரசியல் விடுதலை முதன்மையானது, அதனைத் தொடர்ந்து பொருளாதார விடுதலை கிடைக்குமென்று பொதுவுடமை இயக்கத்தினர் சொன்னபோது, கலைஞரின் அரசியல் அணுகுமுறை வேறுபட்டிருந்தது. மார்க்சியத்தை மக்கள் விடுதலைக்கான தத்துவமாக ஏற்றுக்கொண்ட கலைஞர், அன்று தமிழர்களிடையில் நிலவிய சாதிய ஏற்றத்தாழ்வு, மூடநம்பிக்கை, பாலியல் சமத்துவமின்மை, பார்ப்பனிய மேலாதிக்கம் போன்ற சமூகப் பிரச்சினைகளுக்கு முன்னுரிமை தந்தார். தமிழின் சிறப்பினையும் தமிழர் பண்பாட்டினையும் போற்றிய கலைஞர், பெரியாரின் வழியில் வருணாசிரமக் கோட்பாட்டிற்கு எதிராகக் கருத்தியல் புரட்சியை முன்னிலைப்படுத்தினார். அன்றாடம் உடனடிப் பிரச்சினைகளில் இருந்து விடுபட்டு, மனிதனை மனிதன் மதிக்கிற உண்மையான சமுதாய விடுதலை அவசியம் என்ற கருத்து கலைஞருக்கு உண்டு. கலைஞர் திராவிட இன வாதம் பேசுகிறார் எனக் காங்கிரஸ் இயக்கத்தினரும் இடதுசாரிகளும் கருதினர். இந்திய நாடு சுதந்திரமடைந்து 71 ஆண்டுகள் கடந்த பின்னர், உலகமயமாக்கல் காலகட்டத்தில் கார்ப்பரேட்டுகளின் மேலாதிக்க அரசியல் ஆதிக்கம் செலுத்துகிற புதிய காலனியாதிக்கச் சூழலில், இந்தியாவின் தன்னிறைவான பொருளாதாரம் கேள்விக்குறியாகி விட்டது. எங்கும் நுகர்பொருள் பண்பாட்டின் ஆதிக்கம் வலுவடையும் நிலையில், மரபான எல்லாவிதமான அடையாளங்களும் அழித்தொழிக்கப்படுகின்றன. தமிழ் போன்ற இரண்டாயிரமாண்டுப் பாரம்பரியமான மொழியின் தனித்துவத்தை மீட்டெடுக்கும்வகையில் அரசியலை முன்னெடுக்க வேண்டியுள்ளது. இந்நிலையில் தமிழ், தமிழர் குறித்துக் கடந்த எண்பதாண்டுகளாகப் பேசியும் எழுதியும் அதற்கான ஆக்கமான பணிகளில் தொடர்ந்து ஈடுபட்டு வந்திருக்கிற கலைஞரின் செயல்கள், தமிழர் வரலாற்றில் என்றும் முக்கியமான பதிவுகளாக விளங்குகின்றன. தமிழ் மொழியை முன்வைத்துக் கலைஞர் உருவாக்கிய அரசியல், அவருடைய பிரமாண்டமான ஆளுமை உருவாக்கத்தில் தனித்துவமானது.

கலைஞரின் அறிவு, தமிழர் பண்பாட்டின் வேர்களைத் தேடிக் கண்டறிய முயன்றவேளையில், அவருடைய இதயம் துயரப்படுகிறவர்கள் அனைவருக்காகவும் குருதியைச் சிந்தியது. அதற்கான தீர்வுகளைக் கலை இலக்கியத்தின் வழியாகக் கண்டறிய முயன்றது. "எழுத்தாளன், தன்னுடைய எழுத்தை ஒரு கருவியாக நினைப்பதில்லை. அது குறிக்கோளாக இருக்கிறது. அது அவனுக்கும் மற்றவர்களுக்கும் மிகக்குறைந்த அளவிலேயே ஒரு கருவியாக

இருப்பதால், அவசியம் ஏற்படுகிறபோது. அவன் அதனுடைய இருத்தலுக்காகத் தன்னுடைய இருத்தலைத் தியாகம் செய்கிறான்" என்ற காரல் மார்க்ஸ் குறிப்பிடுவது கலைஞருக்குப் பொருந்துகிறது. பத்திரிகை நாவல், சிறுகதை, கடிதம், நாடகம், திரைப்படம், மேடைப்பேச்சு, கேலிச் சித்திரம், கவிதை எனத் தொடர்ந்து இயங்கிய கலைஞருக்குத் தீர்க்கமான செயல்திட்டம் இருந்தது. தமிழக மக்களின் நலன்களுக்காகத் தான் என்ன செய்ய வேண்டுமென்ற தீர்மானத்துடன், பொது வாழ்வில் செயல்பட்ட கலைஞர், தனது வாழ்நாள் முழுக்கச் செயலூக்கத்துடன் விளங்கினார்.

இளம் கலைஞர் தான் தேர்ந்தெடுத்த பாதையின் போக்கினை நன்கு அறிந்தவர். தமிழர்களின் முன்னேற்றத்திற்காகப் பாடுபடப் போகிற செயல்பாட்டில், வழியெங்கும் நிரம்பியிருக்கிற முட்களை நன்கு அறிந்தவர். தான் செய்யப்போகிற பணியின் பெரும் பொறுப்பினையும் கடுமையான சுமையினையும் உணர்ந்திருந்தார். அவர் 1940களில் தனது எதிர்காலத்தைத் தேர்ந்தெடுத்து விட்டார். தன்னுடைய தேர்வின் அழுத்தம், மறுபக்கம் நன்கு தெரியுமென்றாலும், அது தமிழ்ச் சமூகத்தின் விடுதலைக்கானது என்ற புரிதல் கலைஞருக்கு உண்டு. தனிப்பட்ட முறையில் தனது செயல்கள் குறித்து அற்பத் திருப்தியடையும் மனநிலை கலைஞருக்கு ஒருபோதும் இல்லை. அவர் தனக்காக மட்டும் செயல்பட்டிருந்தால், இன்னும் நாடறிந்த அறிவுஜீவியாகி இருக்கலாம்; ஞானியாகி இருக்கலாம்; பிரபலமானவராக மாறியிருந்திருக்கலாம். ஆனால் அவர் உண்மையிலே மாபெரும் மனிதராகி இருக்க முடியாது. மாபெரும் மனிதர்கள் சூழலின் தவிர்க்கவியலாத தேவை அல்லது நெருக்கடியின்போது பிறக்கிறார்கள். பழமையான சமூகத்தின் அற்பத்தனங்கள் ஆதிக்கம் செலுத்திய சூழலில், வளர்ச்சிக்குத் தடையாக விளங்கிய இழிவுகள், முட்டுக்கட்டைகள் போன்றவற்றிலிருந்து விடுதலையடைந்த கலைஞர், தன்னுடைய சொந்தச் சிந்தனையின் விளைவுகளைக் கண்டு அஞ்சாமல், அவற்றைத் துணிவுடன் செயல்படுத்தக்கூடிய உறுதிப்பாடு மிக்கவரானார். அதனால் அவர் தனது வாழ்நாளின் இறுதிவரையிலும் போராடியதால் மாபெரும் ஆளுமையாகி விட்டார். கலைஞர் என்ற சொல்லின் இன்னொரு பொருள் ஓய்வறியாப் பணியும் போராட்டமும் என்று சொல்லுமளவு அவருடைய மாபெரும் ஆளுமைப் பண்புகள் ஒப்புவமையற்று விரிந்துள்ளன. தமிழர் வாழ்க்கையின் தேவைகள் காரணமாகத் தமிழக வரலாறு, கலைஞர் என்ற மாபெரும் மனிதரை உருவாக்கியவேளையில், அவர் தனிமனிதராக வரலாற்றை மாற்றியமைத்ததும் காத்திரமாக

நடைபெற்றுள்ளது. மொழி, இலக்கியம், கலை, அரசியல், சமூக சீர்திருத்தம் எனப் பன்முகத் தளங்களில் காத்திரமாகச் செயலாற்றியுள்ள கலைஞர், தமிழர் வரலாற்றில் என்றும் அபூர்வமான ஆளுமையாக விளங்குவார்.

உயிர்மை, 2018 செப்டம்பர்

கலைஞரும் தமிழும்

மொழியானது, ஆறாவது புலனாக மனிதர்களைச் சமூகத்துடன் இணைக்கிற நுட்பமான பணியைச் செய்கிறது, உடலரசியல் போல மொழி அரசியல், சமூக மாற்றத்தில் முதன்மையிடம் வகிக்கிறது. பரந்துபட்ட நிலத்தினை நாடாக மாற்றுகிற அரசியல் செயல்பாட்டில், தமிழ் மொழி உருவாக்கிய 'வடவேங்கம் தென்குமரி ஆயிடைத் தமிழ்கூறு நல்லுலகு' காத்திரமானது. இரண்டாயிரமாண்டு வரலாற்றுச் சிறப்புடைய தமிழ் மொழி, காலந்தோறும் பல்வேறு சவால்களை எதிர்கொண்டிருக்கிறது. இடைக்காலத்தில் வைதிக இந்து மதமும் சம்ஸ்கிருதமும் ஆதிக்கம் செலுத்தியபோது, அதற்கெதிரான குரல்களைப் புலவர்கள் படைப்புகளில் பதிவாக்கியுள்ளனர். இருபதாம் நூற்றாண்டின் தொடக்கத்தில் கோவிலில் இறைவனை வழிபாடுவதற்குச் சம்ஸ்கிதமும், கச்சேரிகளில் தெலுங்கும், ஆட்சி மொழியாக ஆங்கிலமும் நிலைபெற்றிருந்த தமிழகத்தில், நீதிக் கட்சியும் பெரியாரின் திராவிட இயக்கமும் முன்னிறுத்திய தமிழ் மொழி அரசியல், கவனத்திற்குரியது. திராவிடர்Xஆரியர், தமிழ்X சம்ஸ்கிருதம் என்ற அரசியலை முன்னெடுத்த சூழலில், தமிழ் மொழி கவனம் பெற்றது. தமிழ், தமிழர், தமிழ்ப் பண்பாடு குறித்துப் பெரியார், அண்ணா போன்ற திராவிட இயக்கத் தலைவர்களின் பேச்சுகள், எழுத்துக்களால் ஈர்க்கப்பட்டவர்களில் கருணாநிதி என்ற சிறுவனின் செயல்கள், தனிச்சிறப்புடையன. திருவாரூரில் முப்பதுகளில் பள்ளி மாணவனாக இருந்தபோது கலைஞர் என்ற கருணாநிதியின் தமிழ் மொழி மீதான ஈடுபாடு தொடங்கிவிட்டது. தாய் மொழியான தமிழை உயர்த்திப் பிடிக்கவேண்டிய நெருக்கடியான சூழலில் கலைஞரின் அரசியல் வாழ்க்கை தொடங்கியது.

ஆரியர்களான பார்ப்பனர்களின் வைதிக சமயத்தின் வருணாசிரம நெறியானது, தமிழர்களை இழிவுபடுத்துகிறது; புராணக் கட்டுக் கதைகள், தமிழர் நெறிக்கு மாறானவை போன்ற கருத்துகள், பள்ளி

மாணவப் பருவத்திலே கலைஞருக்கு ஏற்புடையதாயின. 1938-இல் ராஜாஜி தமிழ் நாட்டின் முதலமைச்சராக இருந்தபோது, இந்தியைக் கட்டாயப் பாடமாக்க வேண்டுமென முடிவெடுக்கப்பட்டதைப் பெரியார், அண்ணாதுரை போன்றோருடன் தமிழறிஞர்களும் எதிர்த்தனர். அப்பொழுது 14 வயதுச் சிறுவனான கருணாநிதி, பள்ளி மாணவர்களுடன் இந்தியை எதிர்த்துக் கையில் தமிழ்க் கொடியுடன் திருவாரூர் தெருக்களில் ஊர்வலம் வந்தார். வாருங்கள் எல்லோரும் போருக்குச் சென்றிடுவோம்/வந்திருக்கும் இந்திப் பேயை விரட்டித் திருப்பிடுவோம் எனக் கலைஞர் எழுதிய முழக்கம், ஊர்வலத்தில் ஒலிக்கப்பட்டது. கலைஞர் தனது 18வது வயதில் எழுதிய சாந்தா நாடகம் தொடங்கித் தனது படைப்புகளில் தமிழுணர்வை வெளிப்படுத்தும் வகையில் தொடர்ந்து எழுதியுள்ளார். தமிழ், தமிழர், தமிழர் பண்பாடு குறித்த பேச்சுகளை உருவாக்கிட திட்டமிட்டுச் செயலாற்றிய கலைஞருக்கு இயல்பிலே தமிழ் மீது மாறாத பற்று இருந்தது. 1942-இல் துண்டறிக்கையாகத் தொடங்கப்பட்ட முரசொலியில் தமிழைப் போற்றியும் இந்தியை எதிர்த்தும் எழுதிய கலைஞர், வாழ்நாளின் இறுதிவரையிலும் தமிழின் சிறப்புகளைப் பாராட்டி எழுதினார். கலைஞர் தமிழைக் குறிப்பிடும்போது, சுவைத்தமிழ், வீணைத் தமிழ், கவித் தமிழ், பொங்கு தமிழ், வண்டமிழ், பொன் தமிழ் போன்ற அடைகளால் குறிப்பிடுவது வழக்கம். இதுபோன்று 92 அடைகளைப் பயன்படுத்தி, கலைஞர் தமிழைக் கொண்டாடியுள்ளார்.

மொழி என்பது, மனிதர்களுக்கிடையில் தகவல் பரிமாற்றக் கருவி என்பதற்கு அப்பால் மொழி கட்டமைத்திடும் நுண்ணரசியல் அழுத்தமானது. அன்றைய காலகட்டத்தில் பார்ப்பனர்களால் தமிழ் 'நீஷ பாஷை' எனவும், சம்ஸ்கிருதமானது 'தேவ பாஷை' எனவும் குறிப்பிட்டபோது, அதற்கு எதிரான கலகக் குரலாகத்தான் திராவிட இயக்கத்தாரின் செயல்பாடுகள் இருந்தன. இலக்கணக் கொத்து என்ற இலக்கண நூலின் பாயிரத்தில் சாமிநாத தேசிகர், 'சம்ஸ்கிருதத்தில் இல்லாத ழ, ற, ந, எ, ஒ ஆகிய ஐந்து எழுத்துகள் மட்டும் தமிழில் இருக்கின்றன. மற்றவை சம்ஸ்கிருதத்தில் இருக்கின்றன. எனவே ஐந்து எழுத்துக்களால் ஆன தமிழை ஒரு பாடை என்று சொல்லிக்கொள்ள அறிவுடையோர் நாணுவர்' என்கிறார். சம்ஸ்கிருதம் என்ற மொழியை முன்வைத்துத் தமிழகத்தில் கட்டமைக்கப்பட்ட வைதிக சநாதன அரசியல், பிரச்சினைகளைத் தோற்றுவித்தது. தமிழ் மொழியின் கட்டமைப்பு, இலக்கணம், இலக்கியம், தொன்மம் போன்றவை சம்ஸ்கிருதம், இந்தி மொழிகளில் இருந்து முற்றிலும் வேறானது,

தமிழ்ப் பண்பாடு, சம்ஸ்கிருதப் பண்பாட்டினைவிட உயர்வானது, தமிழையும் தமிழர் பண்பாட்டையும் சம்ஸ்கிருதமும் இந்தியும் நசுக்கிட முயலுகின்றன போன்ற கருத்துகளை உயர்த்திப் பிடிக்கிறவகையில் கலைஞரின் எழுத்துகளும் செயல்பாடுகளும் அமைந்திருந்தன.

1957-நடைபெற்ற இந்தி எதிர்ப்பு மாநாடு, திமுகவினரின் மொழிக் கொள்கையை நடுவண் அரசுக்கு வெளிப்படுத்தியது. "மொழிப் போராட்டம், எங்கள் பண்பாட்டை பாதுகாக்க, இது எமது மக்களின் தன்மானம் மற்றும் எங்களது கட்சியின் அரசியல் கொள்கை. மேலும் இந்தி என்பது உணவு விடுதியிலிருந்து எடுத்துச் செல்லும் உணவு எடுப்புச் சாப்பாடு , ஆங்கிலம் என்பது ஒருவர் சொல்ல அதன்படி சமைக்கப்பட்ட உணவு, தமிழ் என்பது குடும்பத் தேவையறிந்து, விருப்பமறிந்து, ஊட்டமளிக்கும் தாயிடமிருந்து பெறப்பட்ட உணவு" என்று கலைஞர் குறிப்பிட்டுள்ளார். 1965-இல் நடைபெற்ற இந்தி எதிர்ப்புப் போராட்டத்தில் ஆவேசத்துடன் கலந்துகொண்ட கலைஞர் சிறைத் தண்டனையை அனுபவித்தார். தமிழ் குறித்து இளம் வயதில் கலைஞருக்கு ஏற்பட்ட பெருமித உணர்வு, அவருடைய வாழ்நாள் முழுக்கத் தொடர்ந்தது. இந்தி பேசாத இந்திய மக்கள்மீது இந்தியைத் திணிப்பதை எதிர்த்துத் தமிழும் ஆங்கிலமும் போதும் என்ற திமுகவின் நிலைப்பாடானது, இந்திய அளவில் பரவியுள்ளது. இந்திய அரசியல் சட்டத்தின் எட்டாவது அட்டவணையில் உள்ள எல்லா மொழிகளுக்கும் சம அந்தஸ்து வழங்கப்பட வேண்டுமெனக் கலைஞர் கோரியது, இன்று இந்தி மொழி பேசாத மாநிலங்களைச் சார்ந்த இந்திய அறிவுஜீவிகளின் கவனத்தைக் கவர்ந்துள்ளது.

“தந்தை பெரியார் ஊட்டிய தமிழ் இன மான உணர்வும், பேரறிஞர் அண்ணா புகட்டிய கலை, பண்பாடு காக்கும் உணர்வும் இணைந்து என்னுள்ளே நுழைந்து, என் வாழ்வே தமிழியக்கமாக அமைந்துவிட்டது” என்று குறிப்பிடுகிற கலைஞர், தமிழிலக்கியத்தின் பாரம்பரியமான போக்கை மாற்றிட முயன்றார். அதுவரையிலும் தேவாரம், திருவாசகம், நாலாயிரத் திவ்வியப் பிரபந்தம் போன்ற மதம் சார்ந்த நூல்களை வாசிப்பது என்றிருந்த நிலையை மறுதலித்துவிட்டு, சங்க இலக்கியம், சிலப்பதிகாரம், குண்டலகேசி, திருக்குறள், தொல்காப்பியம் போன்ற படைப்புகள் குறித்துப் பேசவும், எழுதவும் தொடங்கிய கலைஞருக்குத் தெளிவான அரசியல் பார்வை இருந்தது. வைதிக சநாதன சமயக் கருத்தியலைப் பரப்பிடும் வேதங்கள், மநு தருமம், பகவத் கீதை, உபநிஷதங்கள் போன்றவற்றைக்

கொண்டாடுகிற பார்ப்பனர்களின் செயல்களை மறுத்திடும்வகையில் திருக்குறள் நூலை முன்வைத்த கலைஞரின் இலக்கிய அணுகுமுறை, அரசியல்ரீதியானது. திருக்குறளின் சிறப்புகளைத் தமிழர் பண்பாட்டுடன் பொருத்திக்காண்கிற கலைஞர், அது குறித்த பேச்சுகளை உருவாக்கிட முயன்றார். திருக்குறளுக்கு உரை எழுதியதுடன், ஓரளவு இலக்கியப் பயிற்சியுள்ளோரும் வாசிப்பதற்காகக் குறளோவியம் எழுதினார். ஐயன் திருவள்ளுவர் என்று போற்றிய கலைஞர் உருவாக்கிய வள்ளுவர் கோட்டமும், திருவள்ளுவர் சிலையும் தமிழின் சிறப்பையும் தமிழ்ப் பண்பாட்டையும் உயர்த்திப் பிடிக்கின்றன; பொது மக்களுக்குத் திருவள்ளுவரையும் திருக்குறளையும் அறிமுகம் செய்கின்றன.

சிலப்பதிகாரம் காப்பியத்தை மறுவாசிப்புச் செய்து, பூம்புகார் திரைப்படமாக்கிய கலைஞரின் செயல், தமிழர் பண்பாட்டை மீட்டுருவாக்கம் செய்கிற செயலாகும். தமிழ்ப் புலவரான இளங்கோ தொடங்கி, இறுதியில் வடபுலத்து மன்னரான கனக விசயன் தலையில் கல்லைக்கொண்டு வந்து, கண்ணகிக்குச் சிலை செய்து வழிபாடு செய்தது என்ற விவரிப்பில் தமிழின் பெருமையும் தொன்மையும் வெளிப்பட்டுள்ளன. இசை, நாட்டியம், அழகுக் கலை போன்றவற்றுடன், தமிழரின் பத்தினிக் கடவுள் கண்ணகி என்ற பிம்பம் உருவாக்கப்பட்டுள்ளது. சம்ஸ்கிருதக் காப்பியங்களின் பெருமைகளைப் புகழ்ந்திட்ட வைதிகக் கும்பலுக்கு மறுப்பாகச் சிலப்பதிகாரக் கதையின் உன்னதம், ,கலைஞரால் முன்வைக்கப்பட்டுள்ளது. பண்டைத் தமிழரின் பண்பாட்டுச் சிறப்பினை அடங்கியொடுங்கி இருக்கும் தமிழர்களுக்கு எடுத்துரைப்பதாகப் பூம்புகார் காப்பியம் அமைந்துள்ளது.

முதலமைச்சராகப் பதவியேற்கும்போது தமிழில் உறுதி மொழி எடுத்துக்கொண்ட கலைஞர், தமிழ் மொழியின் மேம் பாட்டிற்காகப் பல்வேறு திட்டங்களை மேற்கொண்டார். அவர் ஆட்சியதிகாரத்தின்போது, இளம் வயதில் தமிழ் குறித்துக் கண்ட கனவுகளை நிறைவேற்றும்வகையில் செயல்பட்டார். பண்டைத் தமிழ்ப் படைப்புகளை முன்வைத்துக் கலைஞர் உருவாக்கியுள்ள நினைவுச் சின்னங்கள் குறிப்பிடத்தக்கன. சிலப்பதிகாரம் கதை தொடங்கிடும் கடலோரக் கிரமமான பூம்புகாரில் 1974-இல் கண்கவர் வேலைப்பாடுகள் மிக்க சிலப்பதிகாரக் கலைக்கூடம், பாவை மன்றம், நெடுங்கால் மண்டபம் கட்டப்பட்டன. சிலம்பு காப்பியத்தை முன்வைத்துக் கலைஞர் திட்டமிட்டு உருவாக்கிய கட்டடங்கள், சமகாலத்திலிருந்து பார்வையாளர்களை வரலாற்றுக்குள் இழுத்துச்

செல்கின்றன. சென்னையின் பரபரப்பான நுங்கம்பாக்கத்தில் கலைஞர், திருக்குறளுக்காக உருவாக்கியிருக்கும் வள்ளுவர் கோட்டம், கல்லில் வடிவமைக்கப்பட்ட தேர் முக்கியமானவை. தமிழரின் அடையாளமாகக் கருதப்படுகிற திருக்குறள் நூலைப் போற்றும்வகையில் 1300 திருக்குறள்களையும் கல்லில் பதித்து உருவாக்கப்பட்டுள்ள வள்ளுவர் கோட்டம், தமிழர் வரலாற்றில் முக்கியமான பதிவு. குமரி முனையில் கடலின் நடுவில் 133 அடியில் நிறுவப்பட்டுள்ள திருவள்ளுவர் சிலையானது, தமிழ்க் கவிஞருக்குச் செய்யப்பட்ட உயர்ந்தபட்ச மரியாதையாகும். உலகில் இதுவரையிலும் இதுபோன்று கவிஞர் ஒருவருக்குச் சிலை நிறுவப்பட்டிருக்க வாய்ப்பு இல்லை. திருக்குறள் என்ற நூலைத் தந்துள்ள திருவள்ளுவரைக் கொண்டாடும்வகையில் பிரமாண்டமான முறையில் சிலையை நிறுவியுள்ள கலைஞரின் செயல்திட்டத்தின் பின்புலத்தில் தமிழ் அரசியல் பொதிந்திருக்கிறது.

காங்கிரஸ் அமைப்பைச் சார்ந்தவரும் விடுதலைப் போராட்ட வீரருமான கவிஞர் நாமக்கல் வெ.இராமலிங்கம் பிள்ளை, இறுதிக் காலத்தில் பொருளாதாரரீதியில் சிரமப்பட்டபோது, கலைஞர் மாதந்தோறும் அரசின் சார்பில் உதவித்தொகை வழங்கிட ஏற்பாடு செய்தார். தமிழென்று சொல்லடா தலை நிமிர்ந்து நில்லடா எனப் பாடிய கவிஞரின் நினைவைப் போற்றும்வகையில் அவர் வாழ்ந்த வீட்டை நினைவில்லமாக்கியதுடன், சென்னைக் கோட்டையில் அரசு தலைமைச் செயலகப் பத்து மாடிக் கட்டடத்திற்கு அவருடைய பெயர் வைக்கப்பட்டுள்ளது. விடுதலைப் போராட்ட வீரரும் பத்திரிகையாளரும் படைப்பாளருமான பரலி சு.நெல்லையப்பருக்குத் தமிழக அரசின் சார்பில் மாதந்தோறும் நிதியுதவி வழங்கிட கலைஞர் ஆவன செய்தார். இருவரும் காங்கிரஸ் இயக்கத்தைச் சார்ந்தவர்களெனினும், அவர்கள் செய்த தமிழ் இலக்கியச் செயல்களைக் கருத்தில்கொண்டு, பாரபட்சமின்றிச் செயல்படும் மனம் கலைஞருக்கு இருந்தது.

தமிழுகெனத் தனி அமைச்சகம் ஏற்படுத்தி, தமிழ் வளர்ச்சியை மேம்படுத்திய கலைஞர், நடுவண் அரசுடன் போராடி, தமிழுக்குச் செம்மொழித் தகுதி பெற்றிட முதன்மைக் காரணமாக விளங்குகிறார். ஆங்கிலம் இன்று எல்லா நிலைகளிலும் தமிழர் வாழ்க்கையில் மேலாதிக்கம் செலுத்துகிற நெருக்கடியான காலகட்டத்தில், தமிழை அடுத்த கட்டத்திற்கு நகர்த்தி, தமிழின் மேன்மைகளை இளைய தலைமுறையினருக்குப் புரிதலை ஏற்படுத்திட கலைஞர் முயன்றுள்ளார்.

2006 ஆம் ஆண்டிற்குப் பின்னர் 110 தமிழறிஞர்களின் நூல்கள் நாட்டுடமையாக்கப்பட்டு, ரூ.7.27 கோடி, குடும்பத்தினர்க்குப் பரிவுத்தொகை வழங்கிட கலைஞர் ஆணையிட்டார். இதனால் தமிழில் படைப்புகள் படைத்திட்ட மூத்த படைப்பாளிகளுக்குக் கௌரவம் கிடைத்ததுடன், அவர்கள் படைப்புகள் எங்கும் பரவிட வழியேற்பட்டுள்ளது.

கலைஞர், அரசியல் வாழ்க்கையுடன் கலை, இலக்கிய வாழ்க்கையை இணைத்துச் செயல்பட்டார். அவரைப் பொருத்தவரையில் கலை, இலக்கியமும் அரசியலும் இரு கண்கள். பதின்பருவத்தில் முரசொலி பத்திரிகையில் பிரசுரமான தனது படைப்புகளைத் தொகுத்துக் 'கிழவன் கனவு' என்ற முதல் நூலை வெளியிட்டார். அன்று தொடங்கிய அவருடைய இலக்கியப் பயணம், 92வது வயதிலும் இராமனுஜர் எழுதுமளவு தொடர்ந்தது. அவர் எழுதிக் குவித்த புத்தகங்கள், இலக்கியம் குறித்த அவருடைய ஆளுமைக்குச் சான்றாக விளங்குகின்றன. ."... நான் கொஞ்சம் கொஞ்சமாகத்தான் முன்னோக்கி அடியெடுத்து வைத்தேன். இப்போது எண்ணினாலும் எனக்கொரு மகிழ்ச்சியும் பெருமையும் ஏற்படுகிறது. எழுத்தாளனாவதற்கு எத்தனை இன்னல்களை ஏற்றிருக்கிறோம் என்று! அதுவும் சமுதாயத்தில் எதிர் நீச்சல் போடும் எழுத்தாளன்... " என்று தனது படைப்பாக்கம் குறித்துக் கலைஞர் சொல்லியிருக்கிறார்.

இரண்டாயிரமாண்டு வரலாற்றுப் பழமையான இலக்கியப் படைப்புகளை இளந்தலை முறையினருக்கு அறிமுகப்படுத்தும் வகையில்தாம் சங்கச் சித்திரங்கள், தொல்காப்பியப் பூங்கா போன்ற நூல்களைக் கலைஞர் எளிய முறையில் எழுதியுள்ளார். இந்தச் செயல் ஒருவகையில் தமிழ்ப் பண்பாட்டினை மீட்டுருவாக்கம் செய்வதாகும்.

நாடகம், நாவல், சிறுகதை, கடிதம், கவிதை என எழுதிய கலைஞரின் எழுத்துகளில் அடியோட்டமாகத் தமிழ் பற்றிய கொண்டாட்டம் இடம் பெற்றுள்ளது. சம்ஸ்கிருதம் கலந்து பேசப்பட்ட தமிழ்த் திரைப்படத்தின் மொழியையும் நடையையும் மாற்றியமைத்திட்ட கலைஞரின் மொழி ஆளுகை, அழுத்தமானது. மேடைப் பேச்சு வடிவத்தின் மூலம் பரந்துபட்ட அளவில் திமுகவின் கொள்கைகளை எடுத்துச் சென்றதில் கலைஞரின் அடுக்கு மொழியும், அலங்காரமும் கவனத்திற்குரியன. சேரன் செங்குட்டுவன், சாக்ரடிஸ் போன்ற நாடகங்கள் அன்றைய காலகட்டத்தில் கலைஞரின் மொழித் திறனுக்காகப் பெரிதும் கொண்டாடப்பட்டன. திரைப்படப்

பாடல்களைப் பாட்டுப் புத்தகமாக விற்ற காலகட்டத்தில், பராசக்தி, மனோகரா, மந்திரி குமாரி போன்ற திரைப்படங்களின் வசனங்கள் அடங்கிய மலிவுப் பதிப்புப் புத்தகங்கள் பல்லாயிரக்கணக்கில் விற்பனையானது, கலைஞரின் மொழியாளுமைக்குக் கிடைத்த வெற்றியாகும். பராசக்தி திரைப்படத்தின் வசனம் அடங்கிய இசைத் தட்டுகள், தமிழர் வாழ்கிற இடங்களில் எல்லாம் ஒலிபரப்பப்பட்டு, லட்சக்கணக்கானோர் கேட்டு ரசித்தது, தமிழை அடுத்த கட்டத்திற்கு நகர்த்தியது. தமிழ் பற்றிய பேச்சுகளைப் பல்வேறு வழிகளில் உருவாக்கிட கலைஞர் செய்திட்ட முயற்சிகள், காத்திரமானவை. வெறுமனே தமிழ் என்று அரசியல் பேசிடாமல், ஆட்சியதிகாரத்தில் இருக்கும்போது, தமிழ் மேம்பாட்டிற்கான திட்டங்களைச் செயலாற்றியதுடன், தமிழில் தொடர்ந்து படைப்புகளைப் படைத்து, அவற்றைத் தமிழர்களிடம் கொண்டு சென்று, தமிழ் பற்றிய காத்திரமான பேச்சுகளை அரசியல்ரீதியாக உருவாக்கியதில் கலைஞருக்கு நிகராகச் சொல்ல யாருமில்லை.

விகடன் இலக்கியத் தடம், 2018 செப்டம்பர்